નોખી માટીના જીવ

સુધા મૂર્તિ

અનુવાદ : કાન્તા વોરા

આર. આર. શેઠ ઍન્ડ કંપની પ્રા. લિ.

પુસ્તક પ્રકાશક અને વિક્રેતા

૧૧૦, પ્રિન્સેસ સ્ટ્રીટ   'દ્વારકેશ'
અર્થબાગ   રૉયલ ઍપાર્ટમેન્ટ પાસે, ખાનપુર
મુંબ
ટેલિ. (૦

NOKHI MATI NA JEEV, Reminances
Originally published in Marathi as
Samanyatale Asamanya
Written by Sudha Murthy
Translated into Gujarati by Kanta Vora
Published by R. R. Sheth & Co. Pvt. Ltd.
Mumbai □ Ahmedabad
2014
ISBN : 978-93-82503-90-3

© સુધા મૂર્તિ, ૨૦૧૦
© અનુવાદ : આર. આર. શેઠ ઍન્ડ કંપની પ્રા. લિ., ૨૦૧૦

મુદ્રણો
પ્રથમ આવૃત્તિ : સપ્ટેમ્બર, ૨૦૧૦
સંવર્ધિત આવૃત્તિ : ઑક્ટોબર, ૨૦૧૦
પુનર્મુદ્રણ : જૂન, ૨૦૧૧
પુનર્મુદ્રણ : ઑક્ટોબર, ૨૦૧૧
પુનર્મુદ્રણ : માર્ચ, ૨૦૧૨
પુનર્મુદ્રણ : મે, ૨૦૧૨
પુનર્મુદ્રણ : એપ્રિલ, ૨૦૧૩
પુનર્મુદ્રણ : મે, ૨૦૧૪

મુદ્રણ ચંદ્રિકા પ્રિન્ટરી, અમદાવાદ ખાતે થયું.

અર્પણ

દુનિયાને કોઈ પણ ખૂણે રહેતી હોય તો પણ

પોતાને હુબલીની જ માનનારી

મારી દીકરી *અક્ષતા*ને

આશીર્વાદપૂર્વક

પ્રસ્તાવના

મારું નવું પુસ્તક 'નોખી માટીના જીવ' ગુજરાતીમાં પ્રકાશિત થઈ રહ્યું છે એ મારી માટે ખૂબ જ આનંદની વાત છે. ગુજરાતી વાચકો સાથેનો મારો સંબંધ ખાસ રહ્યો છે.

આ પુસ્તક એવા સામાન્ય માણસો વિશે છે જેમને રોજિંદા જીવનમાં આપણે મળીએ છીએ, પણ ઓળખી શકતા નથી. તેઓ સમાજમાં બહુ જાણીતા અથવા પ્રતિષ્ઠિત ન હોવા છતાં આપણને ઉમદા જીવનના હૃદયસ્પર્શી પાઠો ભણાવતાં જાય છે.

આ પુસ્તક કન્નડ અને મરાઠી ભાષામાં ખૂબ જ લોકપ્રિય નીવડ્યું છે. મને આશા છે કે તમને પણ આ પુસ્તક પસંદ આવશે.

પુસ્તકના હૃદયસ્પર્શી અનુવાદ બદલ શ્રીમતી કાન્તાબહેન વોરાની આભારી છું.

– સુધા મૂર્તિ

સુધા મૂર્તિનાં પુસ્તકો

મનની વાત	અનુવાદ : સોનલ મોદી
મનની વાત (ભેટ આવૃત્તિ)	અનુવાદ : સોનલ મોદી
સંભારણાંની સફર	અનુવાદ : સોનલ મોદી
તમે જ તમારું અજવાળું	અનુવાદ : સોનલ મોદી
બોરસલ્લીની પાનખર	અનુવાદ : સોનલ મોદી
સાચને નહીં આંચ	અનુવાદ : સોનલ મોદી
મારે તો ચાંદો જોઈએ	અનુવાદ : સોનલ મોદી
દ્વંદ્વ	અનુવાદ : સુધા મહેતા
ડૉલર વહુ	અનુવાદ : સુધા મહેતા
મહાશ્વેતા	અનુવાદ : રોહિત દવે
નોખી માટીના જીવ	અનુવાદ : કાન્તા વોરા

અનુવાદકની વાત

લોકપ્રિય શાયર શ્રી જાવેદ અખ્તરે તેમના એક કાવ્યસંગ્રહના અનુવાદના લોકાર્પણ પ્રસંગે કહ્યું હતું, ''આપણે ભાષા બનાવી પછી એ ભાષાને ચાર દીવાલમાં જ રાખી. અનુવાદ એ આ દીવાલોની બારી છે જે બે સંસ્કૃતિ વચ્ચેનું અંતર દૂર કરે છે.''

એક ભાષામાં પ્રગટ થયેલ કૃતિ કેવળ તે ભાષાની જ પરિધિમાં રહે તો તે શ્રેષ્ઠ કૃતિ ન કહેવાય. માણસોના વિચાર અને તે વ્યક્ત કરતી ભાષા પ્રદેશ અને તેની સીમાઓ ઓળંગીને બીજી ભાષાઓ સાથે આત્મીયતા કેળવી સાયુજ્ય સાધી શકે એ જ સભ્યતાની પ્રગતિ છે. સાહિત્ય એ સંસ્કૃતિની – સભ્યતાની દુનિયા છે.

કન્નડ ભાષામાં ઘણા ઉચ્ચ સાહિત્યનું સર્જન થયું છે, પણ શ્રીમતી સુધા મૂર્તિએ સર્જેલ સરળ અને લોકભોગ્ય કૃતિઓને અનન્ય સફળતા સાંપડી છે. તેમની કૃતિઓ અન્ય ભાષાઓમાં અનુવાદિત થઈ છે, તે જ તેની લોકપ્રિયતાનું પ્રમાણ છે.

કમ્પ્યૂટર નિષ્ણાત, શિક્ષિકા, સમાજસેવિકા અને લેખિકા તરીકે કાર્યરત શ્રીમતી સુધા મૂર્તિની એક કન્નડ કૃતિનો અહીં અનુવાદ પ્રસ્તુત છે. ખાસ કરીને તેમની આ કૃતિમાં વ્યક્તિચિત્રણાત્મક લેખો છે. તેમના પરિચયમાં આવેલ સામાન્ય વ્યક્તિઓમાંની કંઈ ને કંઈ વિશિષ્ટતા શોધીશોધીને શ્રીમતી સુધા મૂર્તિ એ પોતાની સંવેદનશીલ કલમે ઉજાગર કરી છે. આ કૃતિમાં મોટા ભાગની વાતો સ્ત્રીઓની છે. તેનું કારણ

કદાચ એક સ્ત્રી તરીકે અન્ય સ્ત્રીઓના વિશિષ્ટ ગુણોને સુધાબહેન વધારે સારી રીતે સમજી શક્યાં – મૂલવી રહ્યાં હોય એમ બને. તેમની અનુભવી દૃષ્ટિએ તેમની નજીકની વ્યક્તિઓની સારી-ખરાબ, સાચી-ખોટી આદતોને અને ખાસ કરીને તેઓના ગુણ-અવગુણને નિહાળી આ લેખો દ્વારા ચિત્રિત કર્યા છે.

આ લેખોમાં ઉત્તર કર્ણાટકની સંસ્કૃતિ, કન્નડ ભાષા તથા એ પ્રદેશ વિશેની વિશેષતાની વાતો કરતાં શ્રી સુધા મૂર્તિનો તથા તેમણે પરિચય કરાવેલ પાત્રોનો પોતાના પ્રદેશ અને પોતાની માતૃભાષા પ્રત્યેનો પ્રેમ અને તે વિશેનો ગર્વ અનુભવી શકાય છે.

આ પુસ્તકના લેખો અને પાત્રો દ્વારા જિંદગીનું સત્યદર્શન તો ક્યારેક સત્ય પણ કટુદર્શન થતાં સમજાય છે કે શ્રી સુધા મૂર્તિએ જિંદગીની આવી નાનીનાની વાતોનું કેટલું સૂક્ષ્મતાથી નિરીક્ષણ કર્યું છે ! જીવનને ઊંડાણથી સમજી વાચકને દિશા અને દૃષ્ટિ આપે તે જ સાચો સાહિત્યિક સર્જક. આ વાત શ્રી સુધા મૂર્તિએ સાબિત કરી આપી છે.

લેખમાંનાં પાત્રો વિશે છણાવટ કરવાનું કામ વાચકો પર છોડું છું. વ્યક્તિ ચિત્રોનું ભાષાંતર કરતાં બને તેટલો મૂળ કૃતિને વફાદાર રહેવાનો અને ઉત્તર કર્ણાટકની સંસ્કૃતિની ગરિમા જાળવી રાખવાનો પ્રયત્ન કર્યો છે.

શ્રીમતી સુધા મૂર્તિના આ પુસ્તકનો અનુવાદ કરવાની મને તક મળી તે બદલ હું ગર્વ અનુભવું છું અને એ તક આપવા બદલ 'આર. આર. શેઠ ઍન્ડ કંપની પ્રા. લિ.'ના શ્રી ચિંતનભાઈ શેઠની આભારી છું. અભિરુચિ સંપન્ન વાચકો આ પુસ્તકના મારા અનુવાદને પસંદ કરશે – સ્વીકારશે એ આશા અને વિશ્વાસ સાથે.

– કાન્તા વોરા

૧૮૯-એ/૫, એલચી વિલા
ગુજરાત સોસાયટી
સાયન (વેસ્ટ)
મુંબઈ ૪૦૦ ૦૨૨

મોટાઓની નાનપ જોઈ થાક્યો,
નાનાઓની મોટાઈ જોઈ જીવું છું.

ઉમાશંકર જોશી

અનુક્રમણિકા

બંડલબાજ બિંદપ્પા

બિંદપ્પા એકદમ દેખાવડો, ઊજળો વાન, સપ્રમાણ બાંધો, ઊંચાઈ છ ફૂટ, કાળા ભમ્મર વાંકડિયા વાળ અને ચહેરા પર સતત આત્મવિશ્વાસનું હાસ્ય છલકાતું હોય. જુવાન હશે ત્યારે સિનેમાનો હીરો હતો એવું કોઈ કહે તો તેમાં કોઈને શંકા ન જાય.

તેની અટક પાટીલ પણ તે બંડલ બિંદપ્પા તરીકે જ પ્રખ્યાત હતો. એક વાર કામ માટે મારે તેને ઘરે જવાની જરૂર પડી. મેં કહ્યું, "અરે બિંદપ્પા ! મને જરા તારા ઘરનું ઍડ્રેસ આપજે ને ! અને ઘરનો પ્લોટ નંબર પણ આપજે, કારણ કે ગામમાં ઘણાં લોકોએ પોતાના ઘરનાં નામ એકસરખાં જ રાખ્યાં હતા. ક્યાંક હરિભવન તો ક્યાંક હરિનિવાસ તો ક્યાંક હરિસદન – આથી ઘર શોધવામાં મુશ્કેલી પડે.

પહેલા એક વખત એક ડૉક્ટરનું ઘર શોધતાં નાકે દમ આવ્યો હતો. ડૉક્ટરનો આખો કૌટુંબિક ઇતિહાસ સંભળાવવો પડ્યો હતો. ઘરમાં કોણ કોણ છે, તેના દીકરાએ પ્રેમલગ્ન કર્યાં છે. તેનાં ઘરમાં એક કૂતરો પણ છે. અજાણી વ્યક્તિને જોઈને જોરજોરથી ભસે છે વગેરે વગેરે..."

"એમ કહોને તમારે ડૉ. કુલકર્ણીને ઘરે જવું છે. એમ કરો, પહેલા જમણી બાજુ જાઓ, પછી ડાબી બાજુ વળી જજો. ત્રીજું ઘર ડૉ. કુલકર્ણીનું છે."

આવું જ બધું હોય ત્યાં બંડલ બિંદપ્પાનું ઘર કેવી રીતે શોધું ?

બિંદપ્પાએ કહ્યું, "નલિની ! મારું ઘર તરત જ મળી જાય તેવું છે. સહકાર કૉલોનીના સ્ટોપ પર ઊતરી દસ-પંદર ડગલાં ચાલીશ ત્યાં 'કીર્તિ સ્ટોર્સ' નામનું મોટું બૉર્ડ દેખાશે. એ દુકાનદાર મારો દોસ્ત છે. મારું નામ કહીશ તો ઘર સુધી મૂકી જશે."

"સાચું કહે છે ને, બિંદપ્પા ?"

"ખોટું શું કામ બોલું, નલુ ? આ જ મારું ઠેકાણું છે અને બધાને આ જ ઠેકાણું કહું છું." બીજે દિવસે તેણે કહેલ સહકાર કૉલોનીના સ્ટોપ પર ઊતરી દસ-પંદર પગલાં તો શું હજાર હજાર પગલાં ચાલવા છતાંયે તેણે કહેલ 'કીર્તિ સ્ટોર' દેખાયો નહીં. રસ્તામાં એક જણને પૂછ્યું તો તેણે કહ્યું, "'આ સ્ટોપ પર કેમ ઊતર્યાં ? આના પહેલાના સ્ટોપ પર જ ઊતરવાનું હતું.'

"તો હવે શું કરું ?"

"બીજું શું હવે ? પહેલાના સ્ટોપ સુધી પાછાં જાઓ."

તેના કહેવા પ્રમાણે પાછી ચાલતી આવી. ત્યાં કીર્તિ સ્ટોર્સનું બૉર્ડ હતું, પણ મોટું નહીં. ચોકથી 'કીર્તિ સ્ટોર્સ' લખેલું હતું. તરત જ સ્ટોર મળી ગયો, કારણ કે આજુબાજુ બીજી કોઈ દુકાન જ નહોતી. દુકાનદાર હમણાં જ આવ્યો હતો અને હજી તો દુકાન ખોલતો હતો. એક પણ ઘરાક હતો નહીં. મને જોઈને બોલ્યો, "આવો બહેન આવો ! શું જોઈએ છે તમારે ?"

"મારે બિંદપ્પા પાટીલનું ઘર ક્યાં છે તે પૂછવું હતું."

"અમે તે વેચતા નથી." એકદમ ગુસ્સામાં તેણે કહ્યું.

"એવું નથી, તેણે મને તેમને પૂછવાનું કહ્યું હતું, તમે તેના દોસ્તો છો ને એટલે..."

"કહેવામાં શું વાંધો ? કાલ સવારે કહેશે, 'મને મુખ્યમંત્રી કહેજો' તો કહેશો તમે ?"

દુકાનદારનો મૂડ કંઈક ભળતો જ બગડેલો. સવારસવારમાં ઘરમાં જરૂર કંઈક ઝઘડો થયો હશે. મને ચૂપ જોઈને તેને કંઈ વિચાર આવ્યો હશે કે કોણ જાણે ! એણે પૂછ્યું, "તમારે કયા બિંદપ્પા પાટીલને ત્યાં જવું છે ?"

આ ટિપિકલ અમારા ઉત્તર કર્ણાટકની રીત, પહેલા ઉદ્ધતાઈથી બોલવું અને પછી બધી જ મદદ કરવાની. ફણસની જેમ. ઉપરથી કાંટાળું પણ અંદરથી મીઠું રસાળ.

હું ગૂંચવાઈ ગઈ. ઓળખ શી આપું બિંદપ્પાની ? "જુઓ ! દેખાવમાં એકદમ સુંદર છે."

"અહીંયા તો કોઈ સિનેમાનો ઍક્ટર રહેતો નથી. કામધંધો શું કરે છે તે કહોને !"

"એ તો મને ખબર નથી."

"એટલે બેકાર છે એમ જ ને ? અરે ! પણ અહીં કેટલાએ પાટીલ રહે છે, એમાં બિંદપ્પા પાટીલ પણ પાંચ છ હશે, 'ઇન્સ્યુરન્સ બિંદપ્પા, બેવડા

બિંદપ્પા, બિંદપ્પા માસ્તર, તમે જેનું ઘર શોધો તે બિંદપ્પા કરે છે શું ?'''

બિંદપ્પા શું કરે છે તે તો તેને આ દુનિયામાં મોકલનાર ઈશ્વર પણ નહીં જાણતો હોય. હું શું કહું ? ''હા... મને એટલી ખબર છે કે તેની પત્ની શાળામાં શિક્ષિકા છે.''

''અરે ! તમે પહેલા કેમ ન કહ્યું ? બંડલ બિંદપ્પાને ત્યાં જવું છે ને ? પહેલા કહ્યું હોત તો આટલી ચોકસાઈ કરવાની જરૂર ન રહેત, એમ કરો અહીંથી પાંચમા ઘર પછી ડાબી બાજુ વળો, ત્યાંથી છઠ્ઠા ઘર પછી જમણી બાજુ વળશો એટલે ગુલાબી રંગનું ઘર દેખાશે. તે જ ઘર બિંદપ્પાનું.''

દુકાનદારના કહેવા પ્રમાણે પહોંચી ગઈ. ઘર મળી ગયું. દરવાજા પર એક બાજુ લખેલું હતું, 'સત્યધામ' અને બીજી બાજુ બૉર્ડ હતું 'બિંદપ્પા પાટીલ'. મને આશ્ચર્ય થયું કે આની પાટીલ અટક ગઈ ક્યાં ? 'બંડલ બિંદપ્પા' એ જ નામ તેનું કાયમ માટે પડી ગયું છે.

બિંદપ્પાના શબ્દકોશમાં 'અપમાન' જેવો શબ્દ જ નથી. મેં તેને કદી ગુસ્સે થયેલ જોયો નથી તેમ ક્યારેય સાચું બોલતાં પણ જોયો નથી. મારી દાદીનું કહેવું છે કે, ''બિંદા એકના ચાર અને બસ્સોના ચારસો કરી કહેવાવાળો માણસ છે. તેની કોઈ પણ વાત વ્યવસ્થિત અને સાચી હોય જ નહીં ને ! તેની માનાં પેટમાં હતો ત્યારથી જ આવો છે. દરેક બાળક નવ મહિને જન્મે અને આ જન્મ્યો હતો અગિયારમે મહિને.''

બિંદપ્પા શું ભણ્યો છે, ક્યાં નોકરી કરે છે, એ વિશે કોઈને જ કંઈ ખબર નથી. બીજાની વાત તો જવા દો, તેની જીવનસંગિની, તેની પત્ની સરસ્વતીને પણ ખબર નથી. લગ્ન વખતે તેના બાપે કહ્યું હતું કે, ''મારો દીકરો વેપાર કરે છે અને સાથેસાથે ભણે પણ છે.'' વિશ્વાસે વહાણ ચાલે તેમ બિંદપ્પાની જીવનનાવ ચાલતી થઈ ગઈ. લગ્ન નક્કી થયાં, થઈ પણ ગયાં. આજ સુધી તેનો શું વેપાર છે તેની કોઈને ખબર નથી.

બંનેના પિતા નાનપણના મિત્રો, બિંદપ્પા દેખાવડો તો હતો જ, સરસ કપડાં પહેરી ટાપટીપ કરીને નીકળે તો કોઈ પણ અંજાઈ જાય અને ત્યારે દરવાજા પર 'રાઘવેન્દ્ર એન્ટરપ્રાઇઝ'નું બૉર્ડ પણ લટકતું હતું એટલે પછી તેના પર અવિશ્વાસ કોણ કરે અને કેમ કરે ? પણ રાઘવેન્દ્ર સ્વામીના નામે કેટલાય સાચા ખોટા ધંધા ચાલી શકે તેની કન્યાનાં સરળ સ્વભાવના પિતાને કલ્પના પણ ક્યાં હોય ?

બી.એડ. થયેલી સરસ્વતી લગ્ન પહેલાંથી જ નોકરી કરતી હતી અને લગ્ન પછી પણ કરતી રહી. બિંદાનો ધંધો સારો ચાલતો હોય ત્યારે ઘરમાં

પૈસા આપે અને ન ચાલતો હોય ત્યારે આજકાલ ધંધો ડલ છે કરી સરસ્વતી પાસે સો રૂપિયા માગે. શરૂઆતમાં તો સરસ્વતી બિંદપ્પા માગે કે તરત જ તેને સો રૂપિયા આપી દે અને પાછા મળવાની રાહ જોયા કરતી, પણ પૈસા કદી પાછા મળતા નહીં અને પછી તો આ ડલ સીઝન ઉપરાઉપરી આવવા લાગી છે તેનો ખ્યાલ તેને આવી ગયો અને પછી તો સો માગે તો વીસ આપવા લાગી અને આટલાથી પણ જે મળે તે લઈને બિંદપ્પા પણ ખુશ રહેતો.

બિંદાની વાતો જ મોટીમોટી અને ખોટી પણ એટલી જ. મેં તેને મોઢે ક્યારેય નકારાત્મક બોલ સાંભળ્યો જ નથી. કાલની જ વાત જુઓને ! મેં તેને પૂછ્યું, "બિંદા ! પરમ દિવસે 'બિલ ક્લિન્ટન' ભારતમાં આવ્યા હતા, તું તેમને મળવા ન ગયો ?" તરત જ તે બોલ્યો, "અરે ! મેં જ તો તેમને આમંત્રણ આપ્યું હતું કે તમે ભારત આવો તો જરૂર અમારા ઉત્તર કર્ણાટકમાં આવજો ! ઉત્તર કર્ણાટકનો ઇતિહાસ લખી જણાવ્યો હતો તેમને. મેં તો લખ્યું હતું તેમને, "હીરા-માણેક તો અમારા રસ્તા પર વેચાય છે."

"અરે પણ વેચાય છે ક્યાં અને ક્યારે ?"

"ઇતિહાસ વાંચ્યો જ નથી લાગતો તેં. આપણા કૃષ્ણદેવરાયના સમયમાં વિજયનગર રાજ્યમાં. મેં આ બધું જ તેમને લખ્યું હતું. એ પણ લખ્યું હતું કે હુબલી આવજો અને એક દિવસનો મુકામ તો જરૂર કરજો. આજુબાજુનાં જોવાલાયક સ્થળો જોઈને પછી તમારે ભારતમાં અન્ય સ્થળે જ્યાં જવું હોય ત્યાં જજો.

અમારા ગામની આજુબાજુ જોવાલાયક સ્થળો કયાં છે તે મને તો ખબર ન હતી."

"બિંદા ! જોવાલાયક સ્થળો વળી ક્યાં છે ?"

"'ઢ' છે 'ઢ', તને ડિગ્રી કોણે આપી ? દાનવીર ચિંતામણિ અત્તિમબ્બેનું નામ સાંભળ્યું નથી તેં ? તું તો કેવી સ્ત્રી છો ?"

"પણ કોણ ચિંતામણિ અત્તિમબ્બે અને જોવાલાયક સ્થળોને અને તેમને શું લાગેવળગે ?"

અને ચાલુ થઈ ગયો, 'ચિંતામણિ અત્તિમબ્બે'નો ઇતિહાસ ! રેલવેએ રૂટ બદલી નાખ્યો હતો. ગાડી બીજા પાટા પર દોડવા લાગી હતી. વચ્ચે બોલીને તેને રોકવાની કોઈ શક્યતા જ ન હતી. ચિંતામણિ અત્તિમબ્બેની કથાની પૂર્ણાહુતિ થાય ત્યાં સુધી મારે સાંભળ્યા જ કરવાનું હતું. આ વાતમાં મારો મૂળ પ્રશ્ન તો ભૂલાઈ જ ગયો હતો.

"અને નલુ ! આપણે કોની વાત કરતા હતા ?"

"જોવાલાયક સ્થળોની જ તો."

"વચ્ચે વચ્ચે બોલે છે એટલે ભૂલી જવાય છે. હં... તો... હું શું કહેતો હતો ?"

અને કદીએ ન સાંભળેલ પાંચ-સાત નામ જોવાલાયક સ્થળોના બોલીને કહ્યું, "મેં તો 'બિલ ક્લિન્ટન'ને લખ્યું હતું, અમારા ઉત્તર કર્ણાટકનાં આ સ્થળો જોઈને પછી મુંબઈ, દિલ્હી, જયપુર, ઉદયપુર જ્યાં જવું હોય ત્યાં જજો."

"પછી ? તેમનો જવાબ આવ્યો કંઈ ?"

"એટલે ? હું લખું અને જવાબ ન આવે એવું બને ? તેના સેક્રેટરીનો તરત જ જવાબ આવ્યો હતો કે, "આ વખતે તો કર્ણાટક આવવાનું શક્ય નથી. અહીં હિલેરી ઇલેક્શનમાં ઊભી છે અને છોકરાંઓની કૉલેજ પણ પડે એટલે બીજી વાર જરૂર આવશું. તમે જ મળવા દિલ્હી આવો."

"મને તો એવો ગુસ્સો આવ્યો."

"કેમ ? તને કેમ ગુસ્સો આવ્યો ?"

"ગુસ્સો ન આવે ? હજાર વર્ષોનો વૈભવશાળી ઇતિહાસ ધરાવતો આપણો આ ઉત્તર કર્ણાટકનો પ્રદેશ અને આ 'બિલ ક્લિન્ટન'... જોવાની ના પાડે ? તેના અમેરિકામાં વળી વિશેષ શું છે ? છે તો ફક્ત બસો વર્ષનો ઇતિહાસ ને ! આવા નવા દેશવાળાને આવું અભિમાન ? આપણા દેશનો તો કેટલો પુરાતન ઇતિહાસ છે ? તેને આવું અભિમાન હોય તો મને શું પડી છે ? એટલે હું તો દિલ્હી ગયો જ નહીં."

તેના બોલવા પર કોણ વિશ્વાસ મૂકે ? પણ બંડલબાજ બિંદપ્પાની આ જ રીત. એ તો આમ જ બોલવાનો. તેની આવી વાતો સાંભળીને હસવું જ આવેને ? અને તો પણ આ બંડલબાજની ઉત્તર કર્ણાટકના ઇતિહાસની એકની એક જોડી કાઢેલી વાતો વારંવાર સાંભળવાની મજા તો આવે જ.

અમે બધાં સ્કૂલમાં ભણતાં હતાં ત્યારે તેના માથા પર બ્રહ્મચારી રહેવાનું ભૂત સવાર થયેલું હતું. તેના અનેક નિયમ હતા, જેમ કે ચટાઈ પર સૂવાનું, ઠંડા પાણીથી જ સ્નાન કરવાનું, ખાદીનાં કપડાં જ પહેરવાનાં વગેરે વગેરે. આ બધા નિયમો તો અત્યારે ક્યાંય ઊડી ગયા છે. રહ્યા છે ફક્ત ખાદીનાં કપડાં.

પણ જેટલી રુચિકર રીતે બિંદપ્પાએ અમને કર્ણાટકનો ઇતિહાસ કહ્યો છે એટલો કોઈએ નથી કહ્યો. અમારા કુટુંબના અને આજુબાજુના છોકરાંઓને ભેગાં કરી બધાંને અગાસી પર લઈ જાય. ત્યાં ચાંદનીના પ્રકાશમાં બેસી બિંદાને

મોઢે સાંભળેલ ઉત્તર કર્ણાટકના ઇતિહાસની વાતો આજે પણ મને યાદ છે.

બિંદપ્પાએ બીજું કંઈ કર્યું કે ન કર્યું, પણ કન્નડ પ્રદેશ વિશે શ્રદ્ધા ઉત્પન્ન થાય, પોતાના પ્રદેશ વિશે પ્રેમ અને ગર્વ નિર્માણ થાય એ રીતે ઇતિહાસને અમારી સમક્ષ રસપૂર્વક સજીવ કર્યો. વીર બંકપ્પાની વાત, તેના ગામ બંકાપુરની વાત, કર્ણાટક પ્રદેશના કવિઓ, લેખકો અને આચાર્યોની વાત જેવી તો અનેક વાતો એક પછી એક શરૂ થઈ જાય અને એ સાંભળતાં સાંભળતાં અમે ઇતિહાસના એ કાળમાં વિહરવા લાગીએ. પોતાના પ્રદેશ વિશે આદર અને અભિમાન જાગે તથા પોતાની માતૃભાષા વિશે પ્રેમ જાગ્રત થાય એવી વાતો બિંદપ્પાએ અમને બાળપણમાં કરી હતી તે અમે આજે પણ ભૂલ્યા નથી.

વિજયનગરનો ઇતિહાસ તો જાણે તેનો પ્રાણ. ત્યાંના બધા રાજાઓ, તેમણે લડેલી મહત્ત્વની લડાઈઓ, તેમણે જીતેલા પ્રદેશ વગેરે બધું જ તેને જીભને ટેરવે. તાલીકોટનું યુદ્ધ અને તેમાં થયેલ કન્નડવાસીઓનો પરાભવ અને તેમાં થયેલ જાનહાનિની વાતો સાંભળતાં સાંભળતાં અમે રડવું રોકી ન શકીએ.

બિંદપ્પાની વીરવાણી દ્વારા અમે સાંભળેલી કન્નડવાસીઓની યુદ્ધમાં થયેલી હાર અને તેને માટે જવાબદાર રાજા રામચંદ્રરાયની કથા. તેના વિશે તેણે કહ્યું કે તેને એ રાજ્ય તો સસરા તરફથી બક્ષિસમાં મળ્યું હતું એટલે જ તેણે આ રીતે ગુમાવી દીધું. વગર મહેનતે સરળતાથી મળેલી ચીજની કિંમત જ ન હોય અને પછી ચાર લીટીનું કંઈક જોડકણું સંભળાવે જેનો ભાવાર્થ કંઈક એવો જ હોય કે 'ઘરજમાઈ ક્યારેય દીકરો ન બને.' તેનાં આવાં જ કંઈક જોડકણાં અને તેની વીરવાણી સાંભળી અમે બધાં તેનાથી પ્રભાવિત તો થતાં જ અને એટલાં બધાં કે તેના સંદર્ભમાં એક વાત યાદ આવે છે.

મારા મામાની દીકરી રોહિણીનાં લગ્ન નક્કી થયાં. છોકરાનું નામ હતું રામચંદ્ર. એ કારણે અમે છોકરાઓએ વિરોધ કર્યો. બિંદપ્પાએ કહેલ 'વિજયનગરની પડતીનું કારણ રામચંદ્ર રાય છે.' તેનું જ આ પરિણામ છે, તેવું દાદાના ધ્યાનમાં આવ્યું એટલે દાદાજી તો ઊખળી જ પડ્યા, ''આ બંડલબાજ બિંદપ્પા મૂરખ છે, મૂરખ. પડતીનાં કારણ તો હજાર હોય. અંદરઅંદરના ઝઘડા, અવ્યવસ્થા, અતિસ્વાર્થીપણું, દેશની ગરીબાઈ વગેરે વગેરે, ફક્ત માણસના નામને લીધે રાજ્યની પડતી થોડી થાય ?''

દાદાજી પણ ઇતિહાસના શિક્ષક હતા. અમને સમજાવવા માટે તેમણે ઇતિહાસની ઘણી વાતો કરી, પણ બિંદાની વાતો જેવી રસિક અને રુચિકર તો નહીં જ. બિંદપ્પાને વિગત વાર વર્ણન કરવાનો ભારે શોખ. 'રાઈનો પર્વત' કરવામાં તો તેનો જોટો ન જડે. તેના આ ગુણની તાકાત પર તો તે પુરાતન

ઇતિહાસકાળને આટલો રમણીય બનાવી અમારી સમક્ષ રજૂ કરતો.

કર્ણાટક પ્રદેશનાં રાજ્યો, રાજાઓ, તેમણે લડેલાં યુદ્ધો, દેવમંદિરો અને જૂની ઇમારતો વિષયની વાતો તેણે તેની પોતાની આગવી રીતે અમને કહી હતી. તેના મગજમાં તો આવી માહિતીનો ભંડાર ભરેલો હતો. બસ, તેને તુક્કો આવવી જોઈએ. ઉનાળાની રજા પડે કે તે અમારો નેતા. અચાનક તેની ઘોષણા સંભળાય, "જાગો ! જાગો ! ઘરકૂકડીઓ, ઊઠો કન્નડ દેશના સુપુત્રો !" આમ બધાને ઉઠાડીને નદીએ લઈ જાય. બધાને આટલા ઉત્સાહથી તૈયાર કરનાર બિંદપ્પાને પોતાને તો તરતાં આવડતું નહોતું, પણ તેને રસ બધાનું ના'વાનું પતે એટલે કથાપુરાણ શરૂ કરવાનો. પછી આંબલીના ઝાડ નીચે બધાને બેસાડી કથા શરૂ કરે. તેના વિષય હોય – મીરાં, કબીર જેવાં ભક્તો કે ઝાંસીની રાણી જેવી બહાદુર સ્ત્રીઓ.

ત્યારે સમયની કોઈ પાબંદી ન હતી. બિંદા બોલે જાય અને અમે એક ધ્યાનથી સાંભળ્યા કરીએ અને પછી શ્રોતાઓને બક્ષિસમાં મળે તેની વાડીનાં પેરુ કે આંબલી. ઘરે પાછા ફરીએ કે ઘરનાના ચહેરા ગુસ્સાથી લાલચોળ થયેલા હોય.

"આ બંડલબાજ બિંદાને કંઈ કામધંધો નથી. ભરબપોરે ગામના છોકરાંઓને ભેગા કરી કંઈ ને કંઈ બંડલ મારતો બેઠો હોય અને આ ગાંડિયા છોકરાઓ તેનાં ગપ્પાં સાંભળતા બેઠાં રહે છે."

નજીવી ક્ષુલ્લક બાબતનો મોટો પહાડ બનાવી ઇતિહાસને રમ્ય બનાવનાર બિંદપ્પાને સત્ય-અસત્યની જરાય પરવા નહીં. કોઈ પણ પ્રસંગ વિશે વાત કહેતા તે ક્ષણે તે પોતે ત્યાં હાજર હોય અને પ્રત્યક્ષ ઊભા રહી તે પ્રસંગ જોયો હોય એવો તેની રજૂઆતમાં આવિર્ભાવ હોય.

ઘરસંસાર ચલાવવામાં તેને ખાસ કોઈ તકલીફ ન હતી. પત્ની નોકરી કરતી હતી. એક જ દીકરો હતો અને તે પણ હોશિયાર હતો. જરૂરિયાતથી વધુની અપેક્ષા ન હતી કે કંઈ વધુ મેળવવાની મહત્ત્વાકાંક્ષા પણ ન હતી. તેના પર કોઈ જવાબદારી તો હતી જ નહીં. તેની મરજી પ્રમાણે વર્તવાની તેને છૂટ હતી.

લગ્ન વિશેની વાતચીત ચલાવવાનું કોઈ તેને કહે જ નહીં, કારણ કે કાગનો વાઘ અને રાઈનો પર્વત કરવાના તેના સ્વભાવની બધાને ખબર હતી. કોઈ છોકરી કે છોકરા વિશેની માહિતી પણ કોઈ પૂછે જ નહીં. એ જો ભૂલેચૂકે પૂછ્યું તો છોકરીના અતિશયોક્તિપૂર્વક વખાણ કરે અને છોકરાનું પણ એવું વર્ણન કરે કે તે સાંભળીને છોકરો પોતે જ નવાઈ પામી જાય.

મારી ફઈના દીકરા માટે તેણે એક છોકરીનું સૂચન કર્યું હતું. તેણે કરેલા વર્ણનાસુર – છોકરી રૂપની દૃષ્ટિએ તેજસ્વિની, કલાની દૃષ્ટિએ સરસ્વતી અને સંપત્તિની દૃષ્ટિએ સાક્ષાત લક્ષ્મી હતી. તેનું તો કહેવું એમ જ હતું કે, "દીવો લઈને શોધવા જાઓ તો પણ આવી છોકરી મળે નહીં." તેવી વાત સાંભળીને બધાને હસવું આવ્યું, પણ બિંદપ્પાનો આગ્રહ જ હતો કે, "એક વખત છોકરીને જુઓ તો ખરા, મારી વાત ખોટી હોય તો પછી હું તમારે ઘરે પગ નહીં મૂકું." શંકરને જ તેણે પટાવી લીધો એટલે તે છોકરી જોવા તૈયાર થઈ ગયો.

છોકરી જોયા પછીનો અહેવાલ – છોકરીમાં ન હતું રૂપ કે ન હતી નમણાશ. વાન પણ ભીનો. જેમ તેમ કરી બી.એ. પાસ થઈ હતી. તેના પિતા રેવન્યુ ખાતામાં કારકુન. બધું આવું સાવ સામાન્ય હોવા છતાં બિંદા પોતાની વાતને વળગી જ રહ્યો કે, "મને તો છોકરી બહુ હોશિયાર લાગી અને અવાજ પણ ખૂબ મીઠો એટલે જ તો હું સરસ્વતી કહેતો હતો. તેના પિતા રેવન્યુ ખાતામાં એટલે તો પછી... પૂછવાનું જ શું ?"

બિંદપ્પાને હિન્દી, મરાઠી, કન્નડ અને ઉર્દૂ જેવી ચાર-પાંચ ભાષા આવડે એટલે ગામમાંથી કોઈને જાત્રાએ જવું હોય તો તેને સાથે લઈ જાય અને એમાંએ મોટી ઉંમરની વ્યક્તિઓ તો ખાસ. અને આમે તેની સોબતમાં બધાને મનોરંજન ભરપૂર મળી રહે. આવી રીતે તે એક વાર તે દેસાઈના કુટુંબ સાથે કાશીની જાત્રાએ ગયો હતો. જાત્રાએથી આવ્યા પછી એક વાર મને રસ્તામાં મળી ગયો. મેં પૂછ્યું, "શું બિંદપ્પા કેવી રહી તારી જાત્રા અને કાશીની શું વિશેષ માહિતી લઈ આવ્યો છે ?"

મોઢું બગાડીને તે બોલ્યો, "વિશ્વનાથના મંદિરની બાજુમાં મસ્જિદ હતી અને બંદૂક લઈને પોલીસો ઊભા હતા. ઝઘડા કે મારામારી ન થાય તે માટે હશે કે કોણ જાણે ? કંઈ ખબર જ ન પડી, પણ દેવસ્થાનની આવી પરિસ્થિતિ જોઈ બહુ દુઃખ થયું" અને પછી કોઈ અગત્યના સમાચાર આપવાના હોય તેમ એકદમ ઉત્સાહમાં આવી બોલવા લાગ્યો, "અમે રાતની ટ્રેનમાં નીકળીને આવતા હતા, મધરાત થઈ હશે. કયું સ્ટેશન હતું એ તો ખબર નથી. ત્યાંથી મોઢા પર કાળા કપડા બાંધેલા ચાર-પાંચ માણસો ચડ્યા. હાથમાં બંદૂક હતી તે દેખાડી બધા આગળ જે હતું તે લૂંટી લીધું."

"તારું કંઈ ગયું ?"

"જાય શું ? મારી પાસે જવા જેવું કંઈ હતું જ નહીં. ટ્રાવેલર્સ ચૅક હતા તે પણ મેં ઓશીકામાં મૂક્યા હતા, પણ દેસાઈની પત્ની લીલાના ગળામાં મંગળસૂત્ર, ચેન વગેરે હતું તે બધું ગયું. મેં રેલવેની સાંકળ ખેંચી, ટ્રેન ઊભી

રહી અને ગાર્ડ, ડ્રાઇવર વગેરે આવ્યા. મેં તો તેમને પણ કહ્યું, અમારું ઉત્તર કર્ણાટક તો બહુ સલામત, અમારા પ્રદેશમાં આવું કંઈ બને નહીં.''

બિંદપ્પાની વાતમાં ઝાઝો વિશ્વાસ મૂકવા જેવું લાગે નહીં, પણ તે જ દિવસે મુરલીધર મંદિરમાં લીલા મળી ગઈ.

''લીલા ! કેવી રહી તમારી જાત્રા ?'' મેં પૂછ્યું.

''ખૂબ સરસ, પણ દર્શનમાં બહુ ગિર્દી હતી.'' પછી આગળ કંઈ બોલી નહીં. મારાથી રહેવાયું નહીં એટલે પૂછ્યું, ''સાંભળ્યું કે ટ્રેનમાં ચોરી થઈ અને તારો કંઈક સામાન ગયો છે ?''

''ટ્રેનમાં તો નહીં, હા, દશાશ્વમેઘ ઘાટ પર ના'વા ગયાં હતાં ત્યાં બૅગ મેં તેમના હાથમાં આપી હતી. તને તો ખબર છે ને તેમની બેદરકારી, ક્યાં ધ્યાન હશે કોણ જાણે ? બૅગ કોઈક ઉપાડી ગયું. ગઈ ચાર-છ સાડીઓ.'' પતિને દોષ દેવાનું લીલા ન ચૂકી.

છેવટે મેં જ પૂછ્યું, ''ઉત્તર ભારતમાં રેલવેમાં ચોરી બહુ થાય છે એવું સાંભળ્યું છે અને રેલવેમાં તારું મંગળસૂત્ર ગયું તે વાત સાચી ?''

''હા, હા, વાત સાચી છે. જાત્રાનાં સ્થળોમાં ચોરી બહુ થાય છે એવું સાંભળ્યું હતું એટલે જતી વખતે હું તો ખોટું મંગળસૂત્ર જ પહેરીને ગઈ હતી. ડબામાં ગભરામણ થતી હતી એટલે બારી ખુલ્લી રાખી હતી. ગાડી ચાલુ થઈ ત્યારે કોઈક ચોરે બારીમાંથી હાથ નાખી એક ઝાટકે મંગળસૂત્ર ખેંચી લીધું. એ ખોટું મંગળસૂત્ર જ ગયું.''

''કાળા કપડામાં મોઢા ઢાંકી ચોર આવ્યા હતા અને બંદૂક દેખાડી બધાના દાગીના લૂંટી ગયા તે....''

''તને કોણે કહ્યું આ બધું ?''

''બિંદપ્પાએ.''

''તારું મગજ ફરી ગયું છે કે શું ? બિંદાની વાત તે કોઈ સાચી માનતું હશે ? તને ખબર નથી ? લોકો તેને 'બિંદપ્પા પાટીલ'ને બદલે 'બંડલબાજ બિંદપ્પા'ના નામથી જ ઓળખે છે.''

પરમ દિવસે બિંદપ્પા કંઈક લખી રહ્યો હતો, તેને આવા કોઈ કામમાં વ્યસ્ત જોવો તે ખાસ દુર્લભ દૃશ્ય હતું.

''શું લખે છે, બિંદપ્પા ?''

''તારી દીકરી અમેરિકામાં છે ને ?''

''હા, પણ તેનું અત્યારે શું છે ?''

''તેને માટે કવિતા લખી રહ્યો છું.''

"તેને ક્યાં 'કન્નડ' ભાષામાં લખતાંવાંચતાં આવડે છે ?"

"તે તારી ભૂલ છે. મા કન્નડ, બાપ કન્નડ ને છોકરીને કન્નડ ભાષા ન આવડે ? તમારે માટે કેટલું શરમજનક કહેવાય ?"

"સારું, હવે તેને કન્નડ શીખવાડીશ બસ ! પણ તું તેને માટે કેવી કવિતા લખે છે તે તો દેખાડ !"

તેણે મને કાગળ આપ્યો. કન્નડ ભાષા અને પ્રદેશ વિષે ગર્વ વ્યક્ત કરતી એક કવિએ લખેલી સુપ્રસિદ્ધ કવિતા તે કાગળમાં લખેલી હતી. દુનિયા ભલે તેને બંડલબાજ બિંદપ્પા તરીકે ઓળખે પણ મને તો માત્ર તેનો આ અસીમ કન્નડ પ્રેમ હંમેશ પ્રભાવિત કરે છે. 'આપણને કોઈ સાથે શું લેવાદેવા ?' એવી મનોવૃત્તિ તો દરેકમાં હોય છે, પણ પોતાની બાળપણની સખી નલિનીની દીકરીને કન્નડ ભાષા શીખવવાની જરૂરત તેને કેમ લાગી ? એમાં તેને ફાયદો શું ? પોતાની વાડીમાં પાકેલાં ફળો કન્નડ કથા સ્પર્ધા (બાળકો માટેની) માટે બક્ષિસ રૂપે વહેંચવામાં તેને શું મળે ? કદી પોતા માટે ઘર બાંધ્યું નહીં, કોઈ સ્થાવર-જંગમ મિલકત ખરીદી નહીં. જિંદગીમાં તે શું કમાયો તે પણ ખબર નથી. ફક્ત કન્નડ ભાષા અને કન્નડ પ્રદેશના ઇતિહાસનો પ્રચાર અમારો આ બંડલબાજ બિંદપ્પા કરતો રહ્યો. તેને માટે તેને કોઈ માનસન્માન મળ્યાં નહીં. તેને તેની અપેક્ષા પણ ક્યાં હતી ? કોઈની નજરે પણ ન પડતાં જંગલમાંના ફૂલોની જેમ ખીલતો રહ્યો. એ જ રીતે જિંદગી જીવતો રહ્યો.

હું દુનિયાને કોઈ પણ ખૂણે હોઈશ. કન્નડ ભાષા અને ઉત્તર કર્ણાટક વિશે અભિમાન વ્યક્ત કરતી તેની વાતો અને કન્નડ પ્રદેશ વિશે ગર્વ વ્યક્ત કરતી તેની તે કવિતા સદાય મને બિંદપ્પાની યાદ આપતી રહેશે.

❐

કંડક્ટર ભીમણ્ણા

હું જ્યારથી ભીમણ્ણાને ઓળખું છું ત્યારથી આજ સુધી તે એવો ને એવો જ દેખાય છે. પ્રમાણસર ઊંચાઈ, ચહેરા પર મંદ હાસ્ય અને આત્મવિશ્વાસથી છલકતી વાણી. ઉંમરની સાથે શરીર પર કે ચહેરા પર જામતા ચરબીના થર કે વાળમાં દેખાતી સફેદીનો સંપૂર્ણ અભાવ. તેનાથી ઉંમરમાં ઘણા જ નાના અમારા બધા પર ઉંમરનો પ્રભાવ ચાલુ થઈ ગયો છે ત્યારે કુદરતે તેને જાણે તેમાંથી બાકાત રાખ્યો છે. આટલાં વર્ષો વીત્યાં છતાંય તેનામાં કશો જ ફેરફાર થયો નથી.

મારો જન્મ તેની પછી ઘણાં વર્ષો બાદ થયો છે. બાળપણ અને તારુણ્ય ધીમેધીમે પ્રૌઢાવસ્થાભણી ગતિ કરવા લાગ્યું છે, પણ કાળ ભીમણ્ણાને તો ભૂલી જ ગયો લાગે છે. ભીમણ્ણાની પત્ની જ કહે છે, "દુનિયા ક્યાંથી ક્યાં પહોંચી ગઈ, પણ તમારા ભાઈ તો એવા ને એવા જ રહ્યા છે."

આમ જોવા જાઓ તો આ ભીમણ્ણા ન અમારી નાતનો કે ન અમારી જાતનો, પણ અમારે માટે તો એ અમારો મોટો ભાઈ. દિવાળીને દિવસે અચૂક ચાંદીનો સિક્કો લઈને આવે જ.

અમારે બધાને માથે સંસારની જવાબદારીનો બોજ તો ખૂબ હતો, પણ ભીમણ્ણાને માથે તે બિલકુલ નહીં. એનો અર્થ તેને ઘરસંસાર ન હતો એવું ન હતું. તેનાં લગ્ન થયાં અને ત્રણ સંતાનો પણ છે. બે દીકરા અને એક દીકરી, પણ સંસારની જવાબદારી બિલકુલ નહીં.

'સંસાર એક રથ છે અને સ્ત્રી અને પુરુષ તે રથનાં બે પૈડાં છે' આવું બધું આપણે પુસ્તકમાં વાંચ્યું છે, પણ એ ખોટું છે. ભીમણ્ણાના સંસારરથમાં તો એક જ પૈડું છે અને તે તેની પત્ની. ભીમણ્ણાની પત્ની તેના સંસારને એકલી જ ખેંચી રહી છે. ભીમણ્ણા તો ફક્ત પ્રેક્ષક જ છે. આ કંઈ આજની

જ વાત નથી. નાનપણથી તેનો આ જ સ્વભાવ છે. કમલપત્ર પરના જલબિંદુ જેવો સ્થિતપ્રજ્ઞ. કમલપત્રને પાણીમાં રહેવા છતાં જેમ જલનો સ્પર્શ થતો નથી તેમ સંસારનો કોઈ પણ પ્રશ્ન તેને ચલિત કરતો નથી અને તેથી જ તેના ચહેરા પરનું હાસ્ય ક્યારેય લુપ્ત થતું નથી.

ભીમણ્ણાનું શિક્ષણ મૅટ્રિક સુધી ખરું, પણ મૅટ્રિક નાપાસ. ઘણા પ્રયત્ન કરવા છતાં સફળતા ન મળી એટલે તેને તત્ત્વજ્ઞાન લાધ્યું, ''આ દુનિયામાં ભણીને કોણ આગળ આવ્યું છે ? ઇન્દિરા ગાંધી ક્યાં ગ્રેજ્યુએટ હતાં ? તેમણે ક્યારે કોઈ ગોલ્ડ મેડલ મેળવ્યો હતો ? અને તો પણ આપણા દેશમાં કેવું રાજ કર્યું ? અને ભલભલા ભણેલા બધા કેવા તેની સામે હાથ જોડી ઊભા રહેતા ?'' તેની સાથે ચર્ચા કરવાનો અર્થ ન હતો. ચર્ચા કરવા બેસો તેની સામે તો આખો દિવસ નીકળી જાય. તેની પાસે તો પુષ્કળ સમય હતો. આપણી પાસે એટલો સમય ક્યાંથી હોય ?

ભીમણ્ણા સામાન્ય કુટુંબનો. મૅટ્રિકમાં નાપાસ થયા પછી કોઈ એક મઠના મહંતનો સેક્રેટરી થયો અને તેની સાથે અનેક તીર્થસ્થળોએ ફરતાં ફરતાં તો તેનો ભક્ત બની ગયો, પણ તેમની સાથે સતત નિકટ રહેવાથી જે અનુભવ થયો પછી એક વાર તે મને કહેતો હતો, ''આ બધા સાધુ, મહાત્માઓ અને ગુરુઓ આપણા જેવા સામાન્ય માણસો જ હોય છે. તેમના થોડાં ધાર્મિક પ્રવચનો, ત્યાગ અને ભક્તિ વિશેની વાતો સાંભળી આપણે જ તેમને મોટા માની ઊંચા સિંહાસન પર બેસાડી દઈએ છીએ. તે લોકોએ પોતે કશું જ ત્યજ્યું હોતું નથી.''

આ નોકરી છોડ્યા પછી કેટલાય સમય સુધી બેકાર જ રહ્યો. આમ જુઓ તો મોટો દીકરો હોવાને લીધે સંસારની જવાબદારી ઉપાડી પિતા પરનો બોજો ઓછો કરવો જોઈએ તેને બદલે તે પોતે જ તેમને માથે બોજ બનીને બેઠો હતો. તેના પિતા સંસારનો બોજો ઉપાડતા ઉપાડતા દેવાના બોજ નીચે દબાતા ગયા.

જમાનો સસ્તાઈનો હતો અને ત્યારે કોઈની સિફારસથી નોકરી મળી રહેતી. ભીમણ્ણાના પિતાની પરિસ્થિતિ જોઈ કોઈને દયા આવી અને એક પ્રાઇવેટ બસ કંપનીમાં ભીમણ્ણાને કંડક્ટરની નોકરી મળી ગઈ.

અમે ત્યારે શાળામાં ભણતાં. કંડક્ટરની નોકરી એટલે ટિકિટની ટ્રે અને ચામડાનું પાકીટ તો હોય જ. એમાંના ખણખણતા નાણાંનો અવાજ અને પાકીટમાંની નોટોની થપ્પી જોઈ અમને ભીમણ્ણાની કંડક્ટરની નોકરી અને ખુદ ભીમણ્ણા માટે બહુમાન થતું.

ભીમણ્ણાનો સ્વભાવ બહુ દયાળુ. અમારું બહેનપણીઓનું ગ્રૂપ જુએ કે ડ્રાઇવરને બસ ઊભી રાખવાનો હુકમ કરે, "હનુમંતપ્પા ! ગાડી રોક."

"ભીમણ્ણા આ કંઈ બસસ્ટોપ નથી."

"હનુમંતપ્પા ! તારી બહેન મળી હોત તો બસ ઊભી રાખત કે નહીં ?" પરમ દિવસે તારા સગાંને રસ્તામાંથી બસમાં લીધાં ત્યારે મેં તેની ટિકિટ લીધી હતી ? આવી રીતે 'ઇમોશનલી બ્લેકમેઇલ' કરી પોતાને જ્યાં ઊભી રાખવી હોય ત્યાં બસ ઊભી રખાવે. હનુમંતપ્પા તો ભીમણ્ણાને મોટો ભાઈ જ માનતો હતો. બન્ને એક બીજાના પૂરક હતા.

"અરે ! જલદી ચડો ! મારા શેઠને ખબર પડશે તો ગુસ્સે થશે." આમ, અમને બસમાં ચડવાની ઉતાવળ કરતો ભીમણ્ણા ટિકિટના પૈસા આપવા હાથ લંબાવીએ તો કહેશે, "કેમ ? પૈસા ફક્ત તારી પાસે જ છે ? તેનું ચામડાનું પાકીટ દેખાડી કહેશે, "જો ! તારી કરતાં પૈસા મારી પાસે વધારે છે ને ?" અને 'જાને દે ! જાન દે' કરી ઘંટી વગાડે એટલે બસ થઈ જાય શરૂ.

શરૂઆતમાં અમને પૈસા બચવાની ખુશી થતી, પણ ટિકિટ ચેકરની બીક પણ લાગતી. પછી અમે જ ભીમણ્ણાને ટિકિટ માટે આગ્રહ કરવા લાગ્યા.

"ભીમણ્ણા ! ઘરે મા વઢે છે. પ્લીઝ ટિકિટ આપી દે !"

"માને કહે છે જ શું કામ ? ટિકિટ જોઈતી હોય તો ઊતરો નીચે. મને નકામા કાયદા સમજાવવાનું રહેવા દે. એક નવી કહેવત તને ખબર છે કે નહીં ?"

અમે બધાં ચૂપ. "કઈ શાળામાં ભણે છે, રામ જાણે ! કહેવત પણ આવડતી નથી. કહેજો તમારા માસ્તરને આ નવી કહેવત – (એમ કહી પોતે જોડી કાઢેલી કહેવત બોલે.)

"બન્યો કંડક્ટર નહીં તો બન્યો હોત કલેક્ટર !" બસમાંના બીજા પેસેન્જરો હસવા લાગ્યા અને ભીમણ્ણાનો ચહેરો પણ ખુશીથી ખીલી ઊઠ્યો.

કંડક્ટરપણું ભીમણ્ણાના જીવનમાં એટલું એકરૂપ થઈ ગયું હતું કે તેની ભાષા પણ બસના રૂટ, બસની ટિકિટ, બસના નંબર અને નામના રૂપમાં જ બોલાતી. એક વાર ભીમણ્ણાએ દૂધવાળીને દૂધનો ભાવ પૂછ્યો – "દૂધ કેમ લિટર આપ્યું ?"

"સાહેબ ! દસ રૂપિયે લિટર."

"શું ? આ તો હુબલી ધારવાડની ટિકિટ થઈ."

"એટલે શું, સાહેબ ?"

"કંઈ નહીં દે અડધી ટિકિટ." દૂધવાળી કંઈ સમજી નહીં. છેવટે

ભીમણ્ણાની પત્નીએ અંદરથી કહ્યું, ''અરે ! અડધો લિટર દૂધ દે.'' અને દૂધવાળી ત્યારે કંઈક સમજી.

એક વાર કોઈના લગ્નની વાટાઘાટ ચાલતી હતી. છોકરો સ્કૂટર માટે જીદ કરતો હતો. ભીમણ્ણાએ તરત જ તેને કહ્યું, ''અરે ભાઈ ! તું આપણી એસ.ટી.માં નોકરી લઈ લે. સ્કૂટર શું કામ ? સરકાર પચાસ લાખની બસ આપશે તને. ગરીબ સસરાને શું કામ પરેશાન કરે છે ?''

અને આ સાંભળી છોકરો ચૂપ થઈ ગયો. ક્યારેક તેને ઘરે હું ગઈ હોઉં તો પૂછે, ''કેવી રીતે આવી, નલુ ? ''રિક્ષામાં.'' ''અરે ! એટલા પૈસા રિક્ષા માટે ખર્ચવાના ? ખાવાપીવા માટે ખર્ચ કર્યો હોય તો ઠીક. તેને બદલે લીલા રંગની એક નંબરની બસમાં આવી હોત અને કંટક્ટર ભીમણ્ણાને ત્યાં જવું છે એમ કહ્યું હોત તો મફતમાં ઘર સુધી આવીને મૂકી ગયો હોત.''

તેને મન રિક્ષા માટે ખર્ચ કરવો તે મોટો ગુનો હતો. અનેક જણ તેના આ સ્વભાવનો ફાયદો ઉઠાવતા. કોઈએ કહ્યું, ''ભીમણ્ણા ! આજે છ જણને 'નરગુંદા' જવું છે.'' આટલું કહ્યું એટલે પત્યું. આ પરોપકારીએ તરત જ કહ્યું, ''સવારે દસ વાગે ડેપો પર આવી જજે ! કંડક્ટર મારો ઓળખીતો છે તેને કહી દઈશ.'' પોતાની સિફારસથી કોઈને ફાયદો થયો એ જ ઉન્માદ અને તેની ખુશીમાં તેનો દિવસ પૂરો થઈ જાય.

એક દિવસ તેનો આ જ ઉન્માદ તેનો શત્રુ બન્યો. તેની નોકરી ગઈ. બસ રોજ ભરેલી જ હોય, પણ તેમાં મોટે ભાગે મિત્રો અને સગાંવહાલાં જ પેસેન્જર હોય. તેના આવા ઉદાર દિલની બસના વ્યાપાર પર અસર દેખાવા લાગી. આ બાબતમાં કેટલીયે વાર તેને કહેવામાં આવ્યું છતાં તેણે ધ્યાન આપ્યું નહીં અને તેની નોકરી ગઈ.

આટલું થયું હોવા છતાંય ભીમણ્ણાના ચહેરા પર તે જ મંદ હાસ્ય અને એટલી જ સ્વસ્થતા. નોકરી ગઈ તો પણ એ તો એવો ને એવો જ મસ્તરામ.

''ભીમણ્ણા ! દુઃખ લગાડતો નહીં. ક્યારેક સમય એવો ખરાબ આવે. કોઈ વાર શનિની વક્રદૃષ્ટિને લીધે તકલીફ થાય, પણ સમયનું ચક્ર તો ફરતું જ રહે છે.'' મારી દાદીએ તેને સાંત્વના આપવા પ્રયત્ન કર્યો.

''આવું તમને કોણે કહ્યું ? મને તો કંઈ દુઃખ થયું નથી. ડૉક્ટરે થોડા દિવસ આરામ કરવાનું કહ્યું એટલે રજા લીધી છે.''

''પણ કોઈકે કહ્યું કે તારી નોકરી છૂટી ગઈ છે ?''

''કયા મૂર્ખાએ આવું કહ્યું ? આ જુઓ મારી ટિકિટની ટ્રે. નોકરી છૂટી ગઈ હોય તો તે મારી આગળ હોય ખરી ?''

મારી દાદી તો ગભરાઈ ગઈ કે પોતાનાથી કંઈ ભૂલ થઈ ગઈ કે શું ? "ભીમણ્ણા ! એવું કોઈકે કહ્યું એટલે મેં તને પૂછ્યું, ખરાબ નહીં લગાડતો."

આ રીતે જૂની ટ્રે દેખાડી બુઢ્ઢી દાદીને ચૂપ કરી દીધી, પણ નોકરી ગઈ હતી એ વાત તો સાચી જ હતી. નોકરી ગઈ, પણ ભીમણ્ણાનો ઠાઠ જરાય ઓછો થયો ન હતો. જ્યારે તેની નોકરી ચાલુ થઈ હતી ત્યારે તેના પિતાએ સલાહ આપી હતી કે, "હજી તારો સંસાર ચાલુ થયો નથી હાથમાં પૈસા છે તો કંઈ પણ ઉપયોગી વસ્તુ ખરીદીને રાખી દે, આગળ ઉપર ભવિષ્યમાં તેમાં કામ લાગશે."

ભીમણ્ણાએ પિતાજીની સલાહનું અક્ષરેઅક્ષર પાલન કર્યું. પૈસા હાથમાં આવ્યા એટલે કિંમતી અત્તર, મોંઘા સાબુ, બે-ત્રણ જાતના નંગની વીંટી, ચાર-છ જોડી ચંપલ, ગોગલ્સ વગેરે ખરીદીને રાખી દીધાં. હવે નોકરી ન હોવા છતાં દિવસમાં ત્રણ-ચાર વાર સાબુથી મોઢું ધોવાનું, ઇસ્ત્રીટાઇટ કપડાં અને હાથમાં બે-ત્રણ વીંટી પહેરી, અત્તર લગાડી સાંજના ફરવા જવાના તેના દૈનિક કાર્યક્રમમાં કંઈ ફરક પડ્યો ન હતો.

અમને બાળકોને તેની રંગીન નંગની વીંટીઓ જોઈને બહુ નવાઈ લાગે.

"ભીમણ્ણા ! રોજ તું તો જાતજાતની રંગીન નંગની વીંટીઓ પહેરે છે ! પણ કેમ ?"

"તને તે કવિતા ખબર નથી ?" એમ કહીને સ્વરચિત કોઈક ચાર લાઇનનું જોડકણું સંભળાવે.

"અરે ભીમણ્ણા ! તું કવિતા પણ રચે છે ને શું ? અને આ એક જ લખી છે કે બીજી પણ કાવ્યરચના કરી છે ?"

અને એમને બીજી નવી કવિતા (વાસ્તવમાં તો જોડકણાં જ) સાંભળવા મળે. શરૂઆતમાં અમે બધા તેની કવિતા પર ફીદા થઈ સાંભળ્યા કરતા. બીજે અઠવાડિયે ભીમણ્ણા ફરીથી મળી ગયો. મને જોઈને ઉત્સાહથી બોલ્યો, "નલિની ! જો તારા માટે એક નવી કવિતા બનાવી છે."

"કેવી છે ? બતાડ !"

અને થઈ ગઈ શરૂ તેની કવિતા. કંઈક 'ચા' વિશે લખ્યું હતું. ચૂપચાપ સાંભળી તો લીધી પણ ખાસ કંઈ સમજાણી નહીં. એટલે પૂછ્યું, "ભીમણ્ણા ! આનો અર્થ શું ? મને તો કંઈ સમજાયું નહીં !"

"બુદ્ધુ ! તને ક્યાંથી સમજાય તેનો અર્થ ? એનો અર્થ છે – 'સવારે ઊઠીને તરત જ ચા પીનાર મૂર્ખ અને...."

"બસ, બસ, ભીમણ્ણા ! આવું જ બધું લખે છે ? વધારે મારે કંઈ નથી સાંભળવું."

"આ તો કવિ સર્વજ્ઞનું કહેવું છે."

"પણ ભીમણ્ણા ! કવિ સર્વજ્ઞ તો ચૌદમી સદીમાં થઈ ગયા અને 'ચા' તો આપણા દેશમાં પોર્ટુગીઝના સમયમાં એટલે સોળમી સદીમાં આવી તો કવિ સર્વજ્ઞએ કેવી રીતે લખ્યું હોય ?"

"અરે મૂરખ ! કવિતા તો મેં જ લખી છે, પણ નામ એમનું લખ્યું છે."

આ સાંભળીને આજુબાજુના લોકો હસે પણ ભીમણ્ણાને તેની કંઈ અસર ન થાય. તેનો કવિતા રચવાનો ઉત્સાહ પણ ઓછો ન થયો. જ્યારે મળે ત્યારે કોઈક ને કોઈ તેના રચેલાં નવાં જોડકણાં સંભળાવે.

આવા આ મહાશયની પત્ની સાવ અબોલ હતી. સંસારનો ભાર વહેતાં વહેતાં જ તે સાવ અબોલ થઈ ગઈ હતી કે પછી આવા વાચાળ પતિની સામે તેની બોલતી જ બંધ થઈ ગઈ હતી ? કોણ જાણે ?

તેની પત્ની તુંગાબાઈ સતત કામમાં જ ડૂબેલી હોય. મેં ક્યારેય તેને નિરાંતે બેઠેલી જોઈ નથી. ક્યારેક થોડી નવરાશ મળી હોય તો ત્યારે તેનું ભરતગૂંથણ ચાલતું હોય. આવું નાનું-મોટું કામ કરીને તેમાંથી તે થોડી કમાણી કરી લેતી. છોકરાંઓનું પાલનપોષણ કરવાની જવાબદારી તેની ઉપર જ હતી. ક્યારેય પતિ સાથે વાદવિવાદ કે ઝઘડો કરતા મેં તેને જોઈ જ નથી. તેનું તત્ત્વજ્ઞાન કંઈક જુદું જ હતું.

તે કહેતી, "તારા ભાઈ બોલે છે વધારે એટલું જ, તે સિવાય તેને બીજું કંઈ વ્યસન નથી. દારૂ કે બીડી, સિગારેટ પીવે નહીં, કદી મને મારે નહીં, તો પછી હું શા માટે નકામું મનદુઃખ કરું ?"

"બે દીકરાઓ છે એ બસ છે. હવે કંઈ ન જોઈએ." પણ ભીમણ્ણા કંઈ પત્નીનું સાંભળે ? "દીકરી ન હોય તે વાંઝિયા જેવા જ કહેવાય." આવું કહીને દીકરી માટે ત્રીજી તક લેવાનો આગ્રહ રાખ્યો. દીકરી માટે તેણે કોલ્હાપુરની મહાલક્ષ્મીની માનતા રાખી હતી અને દીકરી જન્મી ત્યારે દેવું કરીને જલેબી વહેંચી હતી, પણ એવી લાડકી દીકરીને સંભાળવાની જવાબદારી પોતે લીધી જ ન હતી. ક્યારેક ફૂલ-વેણી લાવી દીધી કે ફ્રોક લાવી આપવાનો વાયદો કર્યો એટલે તેનું કર્તવ્ય પતી ગયું.

ભીમણ્ણાને શિક્ષણમાં જરાય શ્રદ્ધા ન હતી, તેથી છોકરાંઓના શિક્ષણ બાબત જે થવું જોઈએ તે જ થયું. તેના બંને છોકરાઓ મેટ્રિકમાં નાપાસ જ થયા, તેથી નોકરી પણ જેવી તેવી મળી. છોકરીનું શિક્ષણ પણ જેમતેમ ચાલી રહ્યું હતું.

છૂટી ગયેલી નોકરી મેળવવા ભીમણ્ણાએ ખૂબ પ્રયત્ન કર્યો, છેવટે ડ્રાઇવર હનુમંતપ્પાએ કંઈક યુક્તિ દેખાડી અને ભીમણ્ણાની નોકરી ચાલુ થઈ ગઈ. બસ પહેલાની જેમ જ ભરેલી રહેતી. ટિકિટ વગરના માણસો ખૂબ બસમાં જતા, પણ ભીમણ્ણાની નોકરી ચાલુ રહી. ફક્ત તેની આંગળીમાંની એક વીંટી ઓછી થઈ હતી.

"ભીમણ્ણા ! તારી વીંટી ક્યાં ગઈ ?"

"કોઈને કહેતી નહીં. ટિકિટચેકર આવ્યો હતો, તેની સાથે શેકહેન્ડ કરતા વીંટી તેની આંગળીમાં જતી રહી." ભીમણ્ણાની નોકરી કંડક્ટરની હતી, પણ તેનું વારસાગત કામ તો પુરોહિતનું હતું. તેને ગણીને ત્રણ-ચાર શ્લોક આવડતા હતા. ઉચ્ચારો પણ ખોટા થતા પણ તેના આત્મવિશ્વાસ આગળ ભલભલા પંડિતો પણ અંજાઈ જતા. ગામમાં કોઈનું શ્રાદ્ધ હોય અને કોઈ બ્રાહ્મણ ન મળે તો ભીમણ્ણાને બોલાવ્યા વગર છૂટકો નહીં. કંઈ પણ ગણગણ કરી મંત્ર સાચા ખોટા ભણી તલ-પાણી વગેરેથી તર્પણ કરાવી પેટભર ભોજન કરી, દાન-દક્ષિણા લઈ ઘરે પાછા ફરે. આવું મેં કેટલીયે વાર સાંભળ્યું છે.

ગામમાં બધાને એવી ખબર હતી કે ભીમણ્ણાને સ્વપ્નમાં અવારનવાર 'રાઘવેન્દ્ર સ્વામી' અને 'તિરુપતિના બાલાજી' આવે છે. એક વાર ભીમણ્ણાને મેં કહ્યું, "અમારા સ્વપ્નમાં તો કદી કોઈ આવતું નથી. તારા જ સ્વપ્નામાં કેમ આવે ?"

તેણે કહ્યું, "નલુ ! એવું નહીં બોલ, મને સ્વપ્નામાં દેવનાં દર્શન થાય છે તે સાચું જ છે."

દરેક બાબતમાં વાદવિવાદ કરવામાં તે કદી પાછો ન પડે, "મને ખબર નથી" એવું વાક્ય તો તેના મોઢામાંથી નીકળે જ નહીં. મંદિરના પૂજારી વયોવૃદ્ધ અને જ્ઞાની હતા. સ્વભાવે એકદમ મૃદુ અને દયાળુ. તે એક વખત કહે, "ભીમણ્ણા ! છેલ્લાં પચાસ વર્ષથી ભગવાનની પૂજા કરું છું, એક પણ દિવસ ચૂક્યો નથી. તો પણ દેવ એક વાર પણ મારા સ્વપ્નામાં આવ્યા નથી."

"'બધી નસીબની વાત છે.' ભીમણ્ણાએ ગર્વથી કહ્યું. કોઈએ તેને કદી પૂછ્યું નહીં કે "સ્વપ્નામાં આવેલ દેવે "બોલવાનું ઓછું કરી સંસારની જવાબદારી સંભાળી વ્યવસ્થિત રીતે તારું કર્તવ્ય સંભાળ એવું તને કહ્યું નહીં ?" આવું કોઈએ પૂછ્યું હોત તો ભીમણ્ણાના ભાથામાં તે માટેના ઉત્તરનું બાણ તૈયાર જ હોય. ભીમણ્ણા એક સામાન્ય માણસ. તેનામાં એવો કોઈ ગુણ નહીં, પણ તેના ખુશમિજાજી અને આનંદી સ્વભાવ માટે માન થાય અને નવાઈ પણ લાગે, કારણ કે ભીમણ્ણાના જીવનમાં તકલીફની કમી ન હતી.

ઉંમરલાયક મા-બાપ યોગ્ય ઉપચાર ન થવાથી મરણ પામ્યાં. દીકરો બે વર્ષથી ઘર છોડી જતો રહ્યો હતો. સાંભળીને મને દુઃખ થયું એટલે મેં કહ્યું, ''ભીમણ્ણા ! 'છોકરો ઘર છોડી ગયો છે' તેનો વિચાર કરી દુઃખી થતો નહીં, આવી જશે આજ નહીં તો કાલ !''

''નાસી ગયો છે એવું કોણે કહ્યું ? છોકરો છે, તેને જવું હોય ત્યાં જાય અને સુખી થાય, હું શું કામ ચિંતા કરીને દુઃખી થાઉં ?'' ભીમણ્ણાએ ઊલટું મને તત્ત્વજ્ઞાન સમજાવ્યું.

ઘણા સમય પછી એક વાર ભીમણ્ણા પીપળાના ઝાડ નીચે ઓટલા પર બેઠો હતો. અનેક વખત ભીમણ્ણાને જોઈને મારા મનમાં ઉદ્‌ભવતો પ્રશ્ન આજે પૂછ્યા વગર ન રહેવાયું એટલે પૂછ્યું, ''ભીમણ્ણા ! તું હંમેશ આનંદમાં જ રહે છે. તને કોઈ વાતનું દુઃખ જ લાગતું નથી ? લોકો તારી આટલી મશ્કરી કરે છે, તને કંઈ ખરાબ નથી લાગતું ?''

એક જ ક્ષણ, ફક્ત એક જ ક્ષણ ભીમણ્ણા ગંભીર થઈ ગયો. પછી બોલ્યો, ''નલુ ! મારા મનનું દુઃખ કે મનની વાત મેં ક્યારેય મારા મોઢા પર દેખાવા દીધી નથી. જીવન એટલે હંમેશાં સુખ જ સુખ કે આરામ જ આરામ હોય તેવું થોડું છે ? અને કાયમ દુઃખ જ હોય તેવું પણ નથી. ગોળ અને કડવા લીમડાનું મિશ્રણ એ જ જીવન છે. મારા જેવું જીવન એટલે રંગ વગરનું ચિત્ર. દરેક જણે પોતાની મરજી પ્રમાણે તેમાં ગમતા રંગ ભરવાના હોય. રોતલ માણસ તેમાં રોતલ રંગ ભરે. કચકચિયું માણસ તેમાં કચકચાટ અને કકળાટ ભરે અને આનંદી માણસ તેમાં હસી-ખુશીના રંગ ભરે. મને જીવન સુંદર હોય, જિંદગી ખુશહાલ હોય તે ગમે છે એટલે હું તેમાં સુંદર જ રંગ હંમેશાં ભરું છું. ન રડતાં રડતાં, ન કકળાટ કે ન કચકચ કરતાં, જિંદગીનો કોઈ પણ 'રૂટ' હોય હું ખુશીખુશી સ્વીકારી લઉં છું. ક્યારેક રૂટ છોડી જવાનો વિચાર પણ કરતો નથી. મારે અમુક જ કે આ જ રૂટ જોઈએ એવી જીદ પણ કેમ ચાલે ? હંમેશાં મને હુબલી-ધારવાડ રૂટ જ મળે તેવું થોડું બને ? જીવનમાં ઈશ્વરે આપણે માટે નિર્ધારિત કરેલ રૂટ પર જ ચાલવું જોઈએ. ભલે તે ગમે તેવો ખાડાટેકરાવાળો હોય. સુખ પછી દુઃખ અને દુઃખ પછી સુખ, રાત પછી દિવસની જેમ આવવાનું જ છે.''

અશિક્ષિત ભીમણ્ણાનું આ તત્ત્વજ્ઞાન કેટલાએ સુશિક્ષિતોએ, શ્રીમંતોએ અને જીવનમાં સફળ કે અસફળ થયેલી વ્યક્તિઓએ અપનાવવા જેવું છે તેવું તમને નથી લાગતું ?

❐

અંગડી જયણા

અમારા સમકાલીન સગાંવહાલાંમાં કુલ ગણતરી કરીને જોયું તો તેમાં શાળાના અને કૉલેજના શિક્ષકો, પોસ્ટમાસ્તર, બૅંકમાં કારકુન કે ઑફિસર, એલ.આઇ.સી.માં ઑફિસર હોય એવા લોકોની સંખ્યા વધારે. હાલની પેઢીમાં ડૉક્ટરો, ચાર્ટર્ડ ઍકાઉન્ટન્ટ વગેરેની સંખ્યા વધી છે. વ્યવસાય કોઈ પણ હોય, પરંતુ પરદેશ ખાસ કરીને અમેરિકા જવું એ જ દરેકનું ધ્યેય હોય છે.

પરંતુ અમારા આટલા નજીકના સગાંઓમાં દુકાન ચાલુ કરનારો એ એકલો અમારો જયણા. અમારામાંના બીજા કોઈને વ્યાપારમાં એટલો રસ ન હતો, તેથી જ અમે બધા આ દુકાનદાર ‘જયતીર્થ વસંતરાવ કુલકર્ણીને’ ‘અંગડી જયણા’ તરીકે જ ઓળખતા. અંગડી એટલે દુકાન.

જયણાનો સ્વભાવ પહેલેથી જ બીજા કરતાં જુદો. કહ્યું છે ને ‘પુત્રનાં લક્ષણ પારણામાંથી.’ એવું જ આ જયણાનું. શાળામાં જવાની ઉંમરથી જ તેની આ વ્યાપરવૃત્તિ દેખાઈ આવતી. પોતાના નિકટના મિત્રો સાથે તેનો આવો વ્યાપારી વ્યવહાર જ ચાલતો. “હું તને કેરી આપું તેને બદલે તું મને રંગીન પેન્સિલ આપ.” “આજે હું શાળામાં આવવાનો નથી. મારી મા પૂછે તો તેને કહેજે કે અમારા શિક્ષિકાબહેન આવ્યાં ન હતાં. કાલે તને જરૂર પડી તો હું તારી માને એમ જ કહીશ. આવી કેટલીયે જાતની તેની ગણતરી ચાલતી.”

કૉલેજમાં આવ્યા પછી તો તેનો આ ગુણ વધુ વિકાસ પામ્યો. સાયન્સ કે કૉમર્સ લેવાથી વધારે અભ્યાસ કરવો પડે તેથી તે આર્ટસની લાઇનમાં ગયો. આટ્‌ર્સમાં ફક્ત સવારના જ ક્લાસ હોય આથી બપોરના ઘણો સમય મળે. જયણાને ઘરમાં તો બીજું કંઈ કામ હતું નહીં એટલે તે પોતાના મિત્રની દુકાનમાં જઈને બેસે અને ત્યાં તેના ફાયદા અને નુકસાન વિશે ગપ્પાં ચાલે.

કંઈ પણ કહો દર મહિને નિયમિત પગાર દેનારી નવથી પાંચની નોકરીમાં

તેને જરાય રસ કે આકર્ષણ ન હતું. ‘વ્યાપારમાં જ પરમસુખ છે અને તેમાં જ ભરપૂર પૈસા છે’ એવી તેને સંપૂર્ણ ખાતરી હતી, પણ અનુભવ ? હતો જ ક્યાં ? ઘરમાં ઊઠતાંબેસતાં તેના મોઢે વેપારના ફાયદા વિશેના તેના વિચારો અને તેની જ વાતો ચાલતી અને તેની આવી વાતો સાંભળી સાંભળીને ઘરના બધાનું માથું જ પાકી જતું હતું.

“મા ! એક રોટલીના સાડા ચાર આના એટલે અઢાર પૈસા ખર્ચ થાય. એક વાટકી કેરીના રસના ચાલીસ પૈસા અને એક તાંસળા છાશના તેર પૈસા થાય.”

“માથું તારું. અરે ! જમવા ખાવાનો આવો તે હિસાબ માંડવાનો હોય ? મર્યા પછી ચિત્રગુપ્તને જવાબ આપવો પડશે.”

“શું જવાબ આપવો પડશે ?”

“પૂછશે કે તને અતિ દુર્લભ એવો પરમ પવિત્ર માનવ અવતાર દીધો હતો. કેટલા જણને તે અન્ન પાણી આપ્યું હતું ?” દાદી જાણે ધર્મરાજાના દરબારમાં પોતે હાજર હોય તેમ વિચારી બોલતાં હતાં, “અને ત્યારે તારા જેવો હિસાબ દેખાડ્યો તો ચાબુકના ફટકા મારી મારી ઉકળતા તેલની કઢાઈમાં નાખશે. ફરીથી મારી સામે આવો હિસાબ માંડ્યો તો જોઈ લેજે. મારે ભલે પછીથી બીજી વાર સ્નાન કરવું પડે, પણ લાકડીના ચાર ફટકા માર્યા સિવાય મારાથી રહેવાશે નહીં.”

દાદીનું આમ ભડકવું સ્વાભાવિક જ હતું, કારણ કે અન્નદાન પર તેને ખૂબ શ્રદ્ધા હતી, ‘અન્નદાનથી ઉત્તમ કોઈ દાન નથી’, આ ઉક્તિ તે પોતે હજાર વાર બોલ્યા કરતી.

અમારું ગામ ત્યારે તાલુકો ગણાતું. એ સમયમાં ગામમાં હોટલો પણ ખાસ ન હતી. થોડો પરિચય હોય તેવા માણસો પણ અમારે ઘરે જમવા આવતા. કામ માટે બહારગામથી આવેલા પાસે બીજો કોઈ પર્યાય પણ ન હતો. કોઈ આવે કે દાદાજી તેને હાથ-પગ ધોવા પાણી આપે. સ્વચ્છ ભીનું કપડું વીંટાળેલી માટલીનું ઠંડુંગાર પાણી પીવા આપે. એ વખતમાં ફ્રીજ તો ફક્ત શ્રીમંત લોકોના ઘરમાં જ હતાં. પાણીની સાથે ગોળનો ગાંગડો પણ આપે અને તરત જ હાક મારી કહેશે, “નલુ ! જલદી જા ! અને તારી દાદીને એક થાળી વધારે પીરસવાનું કહેજે અને મહેમાનને કહેશે, “શાંતિથી પાણી પીને નિરાંતે બેસો. નલુની દાદી જરા ધીમેધીમે કામ કરે છે ને એટલે વાર લાગી.”

પત્ની ઉંમરલાયક હોય, પણ રસોઈ બનાવીને બધાને જમાડી શકતી હોય તો બપોરના સમયે કોઈ માણસ થાક્યુંપાક્યું આવ્યું હોય તો તેને જમવા

બોલાવીએ તો શું વાંધો ? આમ, વિચારીને કોઈ પણ ઓળખાણ પીછાણ વગર તેનું નામ પણ જાણ્યા વગર આગ્રહ કરી તેને જમવા બોલાવી આવે. પોતાના ઘરેથી અન્નદાન ચાલુ રહે તે જ તેની ઇચ્છા એંસીમે વર્ષે પણ તેમનું જીવન સાર્થક કરી તેમનાં જીવનમાં ઉત્સાહ ભરી રહી હતી કે કોણ જાણે ?

અમારી દાદીની તેમના આ કાર્યક્રમમાં મૂક સંમતિ હોવાથી જ દાદાજી કોઈ પણ સમયે કોઈને પણ જમવા રોકી રાખવાની હિંમત કરી શકતા. ગામમાંથી કોઈ ખેડૂતને આવેલા જુએ કે તરત જ કહેશે, "નલુ ! જા જલદી, મોટા તપેલામાં ભાત માટે આંધણ મૂકી દે અને પીઠલાનું પણ મોટું તપેલું ચડાવજે." લાંબેથી ચાલીને આવેલ ખેડૂતોનો ખોરાક વધારે હોય અને મોટા તપેલા ચૂલા પર મૂકવાનું વૃદ્ધ દાદી માટે શક્ય ન હતું તે તેઓ જાણતા જ હતા.

આ રીતે અન્નદાનના વ્રતવાળા ઘરમાં જયણા જન્મ્યો હતો. મારો પિતરાઈ ભાઈ જયણા ગણિતમાં થોડો નબળો હતો. વેપારે તો જાણે તેના પર ભૂરકી જ છાંટી હતી. અમારા કાકા પોસ્ટમાસ્તર સીધાસાદા, કોઈપણ ચડાવઉતાર વગરનું સાદું જીવન અને એટલી સાદી વિચારપદ્ધતિ. ખાસ કોઈના વધારે વખાણ કરે નહીં કે ન કરે કોઈની ટીકા. નોકરીનો સમય પૂરો થાય કે કવિતા વાંચવામાં મગ્ન થઈ જાય. કુમાર ભારતી તેમણે જ મને શીખવાડ્યું હતું. જયણાનો વેપારપ્રેમ જોઈ તેમને હસવું આવતું.

જયણા બી.એ. થઈ ગયો પછી કાકા તેને બી.એડ. કરવાનો આગ્રહ કરતા હતા, પણ તેણે કંઈ તેમનું કહ્યું માન્યું નહીં. તેનું કહેવાનું એક જ હતું કે "માસ્તરગીરી કરવાનો અર્થ શું ? ઘેટાં સાચવીએ તેમ લોકોનાં છોકરાંઓને સાચવવાનાં ? અને એ છોકરાંઓ કંઈ આપણને માન આપવાનાં છે ? મારે શાળાના માસ્તર થવું નથી. કહે છે કે, 'શાળામાસ્તરને અક્કલ નહીં અને સ્ટેશનમાસ્તરને ઊંઘ નહીં.' તમને તમારી સરકારી નોકરી મુબારક ! મારે તો ફક્ત સ્વતંત્ર ઉદ્યોગપતિ જ થવું છે."

"તું તારે જેવો પતિ થવું હોય તેવો પતિ પછીથી થજે, પણ પહેલા એક નોકરી શોધીને કામે લાગ અને ઉમાપતિ તો થા !" કાકીનો આગ્રહ તો આવો હતો. ઉમા મારી ફઈની દીકરી. તેનાં લગ્ન જયણા સાથે કરવાં તેવું તેના જન્મ સમયે જ નક્કી થયું હતું.

જયણાએ ચોખ્ખું કહી દીધું કે, "મારે નથી કરવી માસ્તરગીરી કે નથી કરવા ઉમા સાથે લગ્ન. હું તો હમણાં લગ્ન કરવાનો જ નથી. બધાએ તેને ઘણી રીતે સમજાવવાનો પ્રયત્ન કર્યો, પણ તેણે કોઈને દાદ દીધી નહીં. આ ખબર પડી એટલે ઉમા ખૂબ રડી. છેવટે અમારા દાદાજીએ કહી દીધું કે,

"ધંધામાં ઠરીઠામ થયા પછી જ્યણ્ણા લગ્ન કરવાનો છે, પણ ક્યારે તે કોણ જાણે ? શું કરવાનું ? આ ઘર સાથે ઉમાનાં ઋણાનુબંધ નહીં હોય. તમે બીજો છોકરો જુઓ. જ્યણ્ણાનું નસીબ એની સાથે."

ઉમાનાં લગ્ન દેશપાંડેના છોકરા સાથે નક્કી થયાં. છોકરો બૅન્કમાં નોકરી કરતો હતો. લગ્ન કરીને ઉમા દિલ્હી ચાલી ગઈ. અમારા જ્યણ્ણાએ પોતાના વાણિજ્યપ્લાન કાર્યાન્વિત કરવાની શરૂઆત કરી.

"અરે જ્યુ ! વેપારમાં હંમેશાં લાભ જ હોય તેવું કંઈ નથી. તેમાં નુકસાન પણ થાય એટલે બધાને કંઈ વેપાર કરવાનું ફાવે નહીં. તેમાં તો માંડવાળ પણ કરવી પડે. નુકસાન સહન કરવાની તાકાત જોઈએ. માણસોની પરખ હોવી જોઈએ. માણસને જોઈને ઉધારી અપાય અને તે રીતે પૈસાની વસૂલી પણ કરતા આવડવી જોઈએ. આ બધું આપણા ઘરના વાતાવરણમાં કરવું સહેલું નથી." કાકાએ આ રીતે બધું તેને સમજાવીને કહ્યું.

"પહેલેથી કંઈ કહેવાનું રહેવા દ્યો. દુનિયામાં કોઈ ક્યારેય વેપાર કરતું જ નથી ? વેપારમાં આટલું જોખમ અને આટલી બધી તકલીફ હોત તો બધા 'શાળામાસ્તર' કે 'પોસ્ટમાસ્તર' જ થયા હોત. મારે કંઈક નવું કરવું છે. તેમાં મને પ્રોત્સાહન આપવાનું તો દૂર રહ્યું, ઊલટાના બધા મળીને મારા પગ ખેંચવાનો પ્રયત્ન કરો છો ?" જ્યણ્ણાએ બધા પરનો ગુસ્સો ઠાલવ્યો. તેનું કહેવાનું કંઈ ખોટું ન હતું. ઘરના બધાએ તેના પગ ખેંચીને પાછો પાડવા કરતાં પીઠબળ પૂરું પાડ્યું હોત તો સારું થયું હોત.

છેવટે જ્યણ્ણાએ 'પ્રોવિઝન સ્ટોર' શરૂ કર્યો. નામ રાખ્યું, "શ્રી ગુરુ રાઘવેન્દ્ર કિરાણા સ્ટોર્સ." બૉર્ડ કન્નડ અને અંગ્રેજીમાં લખ્યું હતું. દુકાનમાં સામાન ભરવા કરજ લેવું પડે તેમ હતું, કારણ કે ઘરમાં એટલા પૈસા ન હતા. આમ જુઓ તો તે અપેક્ષિત પણ ન હતું, કારણ કે અમારું ઘર અન્નદાન માટે પ્રખ્યાત હતું. ક્યારેય તે શ્રીમંતાઈ માટે પ્રખ્યાત હતું જ નહીં. બૅન્કમાંથી લોન લેવી પડી. જ્યણ્ણાની નાની બહેનનાં લગ્ન કરવાનાં હતાં એટલે કાકાએ પોતાના પ્રોવિડન્ટ ફંડમાંથી પૈસા કાઢી આપ્યા ન હતા.

શરૂઆતમાં દુકાન સારીચાલી. જ્યણ્ણા ગલ્લા પર બેસતો. માણસો મળવા આવવા લાગ્યા. માણસો જમા થાય કે જ્યણ્ણાનો અંદર ઑર્ડર છૂટે, "નલુ ! દસ કપ ચા." દુકાન ઘરને અડીને ઘરનો જ એક હિસ્સો હતો એટલે ભાડાનો ખર્ચ ન હતો. દિવસે દિવસે ચાનો ખર્ચ વધતો ચાલ્યો. તેની બહેન શકુ કહેવા લાગી, "અણ્ણા ! આટલા દિવસ દર મહિને એક કિલો ચા પૂરી થઈ રહેતી, આ મહિનામાં તો તે દસ દિવસમાં જ ખલાસ થઈ ગઈ."

"શકુ ! તને તે નહીં સમજાય. આને કહેવાય 'સેલ્સ પ્રમોશન ટૅક્નિક.' ગ્રાહકને આકર્ષિત કરવાનો તે મંત્ર છે. તેને લીધે ગ્રાહકો દુકાન તરફ આકર્ષિત થાય અને જતી વખતે કંઈક ને કંઈક ખરીદીને લઈ જાય. મોટાં મોટાં શહેરોમાં તે જોયું નથી. ત્યાં તો ગ્રાહકોને કોલ્ડ્રીંક અને ભેટ પણ આપે છે."

તેના આ વ્યાવહારિક જ્ઞાનની વાતો સાંભળી અમે તો અવાક્ જ થઈ જતા. જે કંઈ હોય તે પણ તેની આ નવી જાતની 'સેલ્સ પ્રમોશન ટૅક્નિક' અમારા ગામમાં ચાલી નહીં. પછી એક-બે મહિનામાં તો હેન્ડબિલ વેચ્યા વગર જ ગામમાં વાત ફેલાઈ ગઈ કે જયણાની દુકાનમાં 'ચા' મફત મળે છે. સવારે પોતાના ઘરે ચા પીધા વગર લોકો દુકાનમાં હાજર થઈ જાય અને ચા પીને દુકાનમાં જ 'સંયુક્ત કર્ણાટક' પેપર વાંચી દુકાનમાંથી કંઈ પણ ખરીદ્યા વગર ઘરે જવા નીકળી જાય.

મારી બહેનપણી માલતી મને અવારનવાર વ્યંક્ટેશના મંદિરમાં મળી જાય. એક વાર વાતવાતમાં તેણે પૂછ્યું, "નલુ ! તમારા જયણાની દુકાન કેવીક ચાલે છે ?"

"કહે છે કે સારી ચાલે છે, આપણને બીજી તો શું ખબર પડે ? માણસો તો ખૂબ આવે છે. તું કેમ નથી આવતી ?"

અમારા પિતાજી કહે છે, "જયણાની દુકાન ગપ્પાં મારવા માટે સારી છે, પણ ચીજવસ્તુઓ બહુ મોંઘી હોય છે. ચાર ડગલાં ચાલો કે હબસૂરાંની દુકાન છે, ચરંતીમઠની પણ જૂની દુકાન છે ત્યાં વસ્તુ સસ્તી મળે છે."

તે પણ શક્ય હોઈ શકે, કારણ કે હબસૂર કે ચરંતીમઠ કંઈ જયણાની વેપારની આ નવી ટૅક્નિક વાપરતા નથી. કામકાજ વગરના નવરાં લોકોને તે ઝાઝી વાર દુકાનમાં બેસવા જ ન દે.

"કંઈ લેવાનું છે કે નથી લેવાનું ?... પૈસા રોકડા આપો... આ લ્યો તમારો સામાન ! ...ઉધાર ? અરે પરપ્પા ! આની નોટ આપ તો ! તેનો હિસાબ લખી નાખું. સારું... બીજું તમારે શું જોઈએ છે ? નોટમાં સહી કરીને ? નમસ્કાર !..."

"અરે ! આ ઘરાકને શું જોઈએ છે, જો તો જરા" આવા ધંધાને લગતા બે-ચાર વાક્યો સિવાય વધારે કંઈ બોલવામાં કે બીજી કોઈ વાત કરવામાં જરા પણ ઉત્સાહ ન દેખાડે.

અનેક વર્ષોનો અનુભવ હતો તે લોકોને. વસ્તુની કિંમત પણ સમજી વિચારીને રાખી હતી. આજની ભાષામાં કહે છે તે 'હાય ટર્ન પોલિસી' હતી તે લોકોની. વધારે લોકો ખરીદી કરે તો નફો વધારે થાય તેવી સમજ તે

દુકાનદારોને હતી. તરંગી જ્યણણાને આવી કંઈ જ ખબર ન હતી. બીજાનું જોઈને વેપાર થોડો ચાલે ? જ્યણણાની દુકાન લંગડાતી લંગડાતી ચાલતી હતી.

ચરંતીમઠની દુકાન સવારે સાત વાગે ખૂલે તે રાતના બંધ થાય સાડા દસ વાગે. જ્યણણાને તો સવારે નાસ્તો કરવો જ જોઈએ, સંધ્યાવંદન કરવું જ જોઈએ. છાપું વાંચવું જ જોઈએ. આ બધું કામ પતાવ્યા પછી જ તે દુકાન ખોલે. ત્યાં સુધીમાં સાડા દસ વાગી જાય અને બપોરના દોઢ વાગ્યો કે આકાશ તૂટી પડવાનું હોય તેમ દુકાન થઈ જાય બંધ. આ અમારા જ્યણણાની કાર્યપદ્ધતિ.

એક વખત રામણણાને ત્યાં અચાનક મહેમાન આવ્યા. ઘરમાં ચાની ભૂકી ખલાસ થઈ ગઈ હતી. રામણણાની દીકરી ગીતા જ્યણણાની દુકાને ચા લેવા ગઈ. જ્યણણા ત્યારે દુકાન બંધ કરતો હતો.

"જ્યણણા ! જલદી ચાની ભૂકી જોઈએ છે."

"મોડી કેમ આવી, ગીતા ? અત્યારે તો જમવાનો સમય છે. આ સમયે ચા કેમ બનાવવાની ?"

"જ્યણણા ! આ પૈસા લે અને મને જલદી ચાનો ડબો આપ. ઘરે મહેમાન આવ્યા છે."

દુકાન ખોલવાની જ્યણણાની બિલકુલ ઇચ્છા ન હતી. "એમ કરને ગીતા, અત્યારે તે લોકોને જમવા બેસાડ. ચાર વાગે દુકાન ખૂલે ત્યારે આવીને ચા લઈ જજે." આટલું કહીને જ્યણણાએ દુકાન બંધ કરી જ દીધી.

એક વખત આમ જ ઉતાવળમાં મુલ્લાસાહેબે સાકર માગી ત્યારે જ્યણણા તેને કહે કે, "મસ્જિદનો એક સમય હોય છે ને ? એવું જ અમારી દુકાનનું છે. ચાર વાગ્યા પછી આવવાનું."

"જ્યણણા આવું કેમ ? ઘરેથી બીબી તારી દુકાનેથી વસ્તુ લાવવાનું કહે છે, પણ તું તો ઘરાક સામે જોવા પણ તૈયાર નથી. હું તો જાઉં છું હબસૂરાની દુકાને."

"અરે ! જા ! જા ! જ્યાં જવું હોય ત્યાં જા ! અમારી તો દુકાન બંધ એટલે બંધ." સાંજના ચાર વાગે જ દુકાન ખુલશે. ઉપરનો પ્રસંગ બન્યા પછી મુલ્લા કે ગીતા ક્યારેય તેની દુકાને ફરક્યાં જ નહીં. રાત્રે નવ વાગે 'નેશનલ બાતમ્યા' શરૂ થાય કે દુકાન બંધ. રવિવારે દુકાન બંધ. તહેવારની રજા. પછી દુકાન ચાલે કઈ રીતે ? એમાં વળી એક દિવસ કરિયણણા સાથે તેને બોલાચાલી થઈ.

"જ્યણણા ! તું ઘરાકને સમજે છે શું ? ઘરાક તો દેવ કહેવાય. તારી દુકાન ચાલશે તો ઘરાકથી જ ને ? હવે જલદી મને સામાન આપે છે કે નહીં ?"

"સરખી રીતે વાત કર કરિયણણા ! આ રીતે ખોટું પ્રેશર લાવવાનું રહેવા દે ! મને ટેન્શન થાય છે."

એવામાં શકુનાં લગ્ન નક્કી થયાં. લગ્નમાં જોઈતો બધો સામાન જયણણાની દુકાનમાંથી જ આવ્યો. ઘરમાં આ પહેલા જ લગ્ન હતાં. મહેમાનો બધાં સગાંસંબંધી અને ઓળખીતા હતાં. લગ્ન ખૂબ ઠાઠમાઠથી થયાં. ખૂબ માણસો આવ્યા હતા લગ્નમાં. રોજ જાતજાતનાં પકવાન અને મીઠાઈઓ બનાવવામાં આવી હતી.

ઘરની દુકાનનો માલ અને ઘરના જ રસોઈયા પછી પૂછવાનું જ શું ? એમાં વળી બંડલબાજ બિંદપ્પા રસોઈયાઓને કહ્યા કરે, "જરાયે ગોળ-ઘી વગેરે વાપરવામાં કસર રાખતા નહીં. ગોળ તો જ્યાએ છેક કોલહાપુરથી મંગાવ્યો છે, કેવો ફર્સ્ટક્લાસ છે ! પુરણપોળી બરાબર ગળી બનાવજો. મરાઠી લોકો જેવી સ્વાદ વગરની નહીં બનાવતા. (એમાં એ બિંદપ્પાનો કન્નડ પ્રેમ) એ પલ્લયા ! આવું નંદિની બ્રાન્ડ ઘી નહીં ચાલે હોં ! કાલે જ જયણણા કોલ્હાપુરથી તાજું તાવેલું ઘી લાવ્યો છે, તે ડબો કાઢ."

બહેનનાં લગ્ન માટે જયણણાએ દુકાનના દરવાજા ખુલ્લા જ મૂકી દીધા હતા. એટલે જ લગ્ન, જમણવાર વગેરે એકદમ સરસ રીતે પાર પડ્યું. જયણણાની દુકાનમાંની ચીજવસ્તુના વખાણ કરતા કરતા ખાઈપીને બધા તૃપ્ત થઈ ગયા. જિંદગીમાં આવું જમણ તો ક્યારેય ખાધું નથી અને ફરીથી ક્યારેય મળશે કે નહીં કોને ખબર વગેરે કહેતા કહેતા હાથ ધોઈને બધા રવાના થઈ ગયા.

એ મહિનામાં દુકાનનો બધો સામાન ખલાસ થઈ ગયો હતો. ગલ્લો પણ ખાલી થઈ ગયો હતો અને જયણણાના માથા પરનું કરજ આકાશને આંબી ગયું હતું. બેંક તરફથી નોટિસ આવી. પૂંછડી કપાયેલ બિલાડીની જેમ જયણણા ઘરેઘરે ફર્યો, પણ કોઈએ મદદ કરી નહીં. છેવટે એક વાડી વેચી કરજ ચૂકવ્યું. કરજ ચૂકવવા માટે જયણણા આમતેમ ભટકતો હતો ત્યારે દુકાન બંધ રાખવી પડી હતી. કોઈક વાર આવતા ગણ્યાગાંઠ્યા ઘરાકો પણ દુકાન બંધ જોઈ આવતા બંધ થઈ ગયા.

ચરંતીમઠની દુકાનમાં આવું ક્યારેય બનતું નહીં. કોઈ કામકાજ અંગે એક ભાઈ બહાર ગયો હોય તો દુકાનમાં બીજો ભાઈ બેસે. નોકરના હાથમાં તો તે ક્યારેય ચાવી આપે નહીં. સૌથી નાનો ભાઈ 'ચન્ના' કૉલેજમાં ભણે છે તો પણ જરૂર પડે ત્યારે કૉલેજ પાડીને ગલ્લા પર બેસે. તેના પિતાજી તેને કહેતા, "ચન્ના ! ડિગ્રી મેળવીને પણ તું ગલ્લા પર જ બેસવાનો છે તો અત્યારથી જ ક્યારેક ક્યારેક બેસતો જા. માણસને ઓળખતા શીખ. કોને

સામાન ઉધાર આપવો ? કોને ન આપવો ? એ બધું સમજી લે. પોસ્ટમાસ્તર, શાળાશિક્ષક વગેરેને ગમે ત્યારે ઉધાર આપવું. તેઓ ઉધાર લીધેલી વસ્તુના પૈસા ક્યારેય ડૂબાડશે નહીં. ગલ્લા પર બેઠો હોય ત્યારે કોઈ સાથે બહુ છૂટથી વર્તવું નહીં, કારણ કે લોકો આ છૂટનો ફાયદો ઉઠાવે છે, ચન્ના ! તારા કોઈ પણ પુસ્તકમાં આ લખ્યું નહીં હોય. એ તો તને આ ગલ્લા પર બેઠા પછી જ શીખવા મળશે.''

અમારા જયણ્ણાને આ વ્યાવહારિક જ્ઞાન કોણ આપે ? ઘરમાં માણસો તો ઘણાં હતા, પરંતુ તેમને પણ આવું વ્યાવહારિક અને વ્યાવસાયિક જ્ઞાન ક્યાં હતું ? જયણ્ણાને જરૂર હોય ત્યારે ગલ્લા પર કોણ બેસે ? બીજી દુકાનોમાં ઘર માટે ક્યારેય મફત માલ લઈ જવાતો નહીં. ઘર માટે ક્યારેક ગોળ કે મીઠા જેવી વસ્તુ જોઈએ તો તે પણ ઘરખર્ચના હિસાબમાં લખ્યા. પછી જ ઘરે લઈ જવાય. એટલું જ નહીં, મહિનાની આખરમાં તે પૈસા દુકાનમાં ભરી દેવામાં આવે.

અમારા જયણ્ણાએ વ્યાપારનો ચકચકાટ જોયો હતો, પણ તેની પાછળની જરૂરી વ્યવહાર કુશળતા, તકલીફ કે કઠોરતા સમજ્યો ન હતો. અન્નદાન માટે પ્રખ્યાત ઘરની કરજનો આવડો મોટો બોજો ઉપાડી શકવાની તાકાત નહોતી. તે પણ દાદા-દાદીની હાજરીમાં તો ઋણમુક્ત થવા વાડી વેચવા સિવાય બીજો કોઈ માર્ગ ન હતો. કમને દાદાજીએ વાડી વેચવા માટે સહી કરી આપી. ખૂબ ઇચ્છા હોવા છતાં જયણ્ણાએ દુ:ખી મને દુકાન બંધ કરી.

તે જ સમયે શાળામાં માસ્તરની જગ્યા ખાલી પડી હતી. જયણ્ણા તે નોકરી પર લાગી ગયો. બહારથી બી.ઍડ.ની પરીક્ષા આપી અને લગ્ન પણ કર્યાં. વૃદ્ધ દાદા-દાદીનું નિધન થયું હતું. હવે તો જયણ્ણા માસ્તરગીરી કરતો હતો તો પણ લોકો તેને અંગડી (દુકાનદાર) જયણ્ણા તરીકે જ ઓળખતા હતા.

કાળાનુક્રમે જયણ્ણા રિટાયર્ડ થયો. ગ્રૅચ્યુઇટી અને બીજા કંઈ પૈસા મળીને તેને બે લાખ રૂપિયા મળ્યા. એક જ દીકરો. તે પણ સૉફ્ટવેર ઍન્જિનિયર થઈને બૅંગલૂરુમાં સ્થાયી થયો હતો. જયણ્ણાના મનને કોઈક ખૂણે દુકાનનું પાગલપન લપાઈને બેઠેલું હતું જ. એક વાર હાથ દાઝ્યા હતા. વાડી વેચવી પડી હતી. મનમાં કંઈ પણ હોય, ઘરના વડીલોની વિરુદ્ધ જઈને ફરીથી એમાં પડવા જેવો દુરાગ્રહી તો તે નહોતો જ, તેથી મનની ઇચ્છા – આકાંક્ષાને મનમાં જ દબાવી દીધી હતી. આયુષ્યભર નોકરી કરવા છતાં એ દુકાન શરૂ કરવા જેટલી મૂડી ક્યારેય તેની પાસે જમા થઈ જ નહીં. હવે સંસારની બધી

જવાબદારી પૂરી થઈ ગઈ હતી. તેની પાસે પૈસા પણ હતા. ઠપકો આપવા ઘરમાં કોઈ વડીલ ન હતું. ફરીથી જયણણાના મનમાં દુકાન ચાલુ કરવાનો કીડો સળવળવા લાગ્યો.

અમારા ઉત્તર કર્ણાટકમાં પત્નીના બોલની કંઈ કિંમત જ નહીં. તેને તો તુચ્છ જ ગણવામાં આવે. જયણણા પણ તેમાં અપવાદ ન હતો. આ વખતે કરિયાણાના માલની દુકાન કરતાં કંઈક જુદું કરવાનું તેણે નક્કી કર્યું. તે માટે થોડી ચોકસાઈ કરી, થોડો વિચાર કર્યો અને 'ગિફ્ટ સેન્ટર' કાઢવાનું નક્કી કર્યું. ફક્ત આ વિચારથી જ તે ખુશી અને ઉત્સાહથી ફુલાઈ ગયો હતો. 'યુરેકા, યુરેકા' બોલતો શર્ટ પહેરીને તે દોડ્યો, 'મોડર્ન ગિફ્ટ સેન્ટર' નામની નવી દુકાને માથું ઊંચક્યું હતું.

આટલાં વર્ષો જૂની દુકાન બંધ હોવાથી તે જગ્યામાં જૂના માલનું ગોડાઉન થઈ ગયું હતું. દાદીના કાળની તપેલી અને માનાં વખતનાં પારણાં જેવી મ્યુઝિયમમાં મૂકવા જેવી વસ્તુઓથી દુકાન ભરેલી હતી. તે બધી બહાર કાઢી કોઈકને અને કોઈકને આપી દીધી. ફરીથી રંગરોગાન વગેરે ખર્ચ કરી જૂની દુકાન સજાવવામાં આવી ઘરડી ઘોડી ને લાલ લગામ જેવો દુકાનનો દેખાવ લાગતો હતો. સ્ટીલનાં વાસણો અને પ્લાસ્ટિકની જાતજાતની વસ્તુઓ જયણણાએ દુકાનમાં રાખી હતી. ઉદ્‌ઘાટન પ્રસંગે તેણે બધાં સગાંવહાલાંને આમંત્રણ આપી બોલાવ્યાં હતાં. બધાને કેસરી મસાલા દૂધ પીવડાવવામાં આવ્યું. દુકાન માણસોથી ભરાઈ ગઈ હતી.

"લગ્ન, જનોઈ, વાસ્તુપૂજા, જન્મદિવસ વગેરે માટે જોઈતી વસ્તુઓ અમારે ત્યાં સસ્તા ભાવે મળશે. ગિફ્ટ પેકિંગ ફ્રી." આવી જાહેરાતનાં હેન્ડબિલ ગામ આખામાં વહેંચવામાં આવ્યાં. બીજા દિવસથી દુકાનમાં માણસોની ભીડ ચાલુ થઈ ગઈ.

દુકાનનો પહેલો ઘરાક હતો શકુનો વર.

"પહેલી બોણી અમારી જ કરો. મારા મિત્રને ત્યાં લગ્ન છે. સારામાં સારી ભેટ આપો."

જયણણા ખુશ. તેણે પૂછ્યું, "કેટલા સુધીની કિંમતમાં આપું ?"

"ડિસ્કાઉન્ટ કાપીને પાંચસો રૂપિયા સુધીની આપજો." અડધો કલાક બગાડીને તેણે સ્ટીલનો ટ્રે સેટ પસંદ કર્યો. ગિફ્ટ પેક થયા પછી તેણે કહ્યું, "જયણણા ! કેશ લાવવાનું ભૂલી ગયો છું. ક્રેડિટ કાર્ડથી લઈશ ?" બહેનના વરને શું કહેવું ?

"ના, અમારે ત્યાં ક્રેડિટ કાર્ડથી પૈસા લેવાની રીત નથી."

"તો પછી તારી બહેન સાથે પૈસા મોકલાવી દઈશ." બનેવી તો આમ બોલીને નીકળી ગયા. ગલ્લો ખાલી જ રહ્યો. આ જ અનુભવ ગામલોકો તરફથી પણ મળવાની શરૂઆત થઈ ગઈ. દુકાનમાં ખૂબ માણસો આવ્યા. વેચાણ પણ સારું થયું, પણ રોકડા પૈસા આપવાવાળા બહુ ઓછા હતા. ઉધારીનું કારણ બધા જુદું જુદું આપતાં હતાં.

"કેશ ઓછા છે, પછી આપી જઈશ, બાકીના પૈસા." ઓછા એટલે પાંચસોને બદલે દસ રૂપિયા આપે અને બાકીના ચારસો નેવું ઉધાર. સંકોચી સ્વભાવને લીધે જયણ્ણા પણ કહી શકતો નહીં કે "તો સામાન હમણાં લઈ જવો રહેવા દે, પછી લઈ જજે."

કોઈક વળી કહેતું, "જયણ્ણા ! આ મહિનામાં છ લગ્ન, ચાર જનોઈ અને બે વાસ્તુપૂજા છે. એક સાથે પૈસા આપવાનું નહીં બને. હિસાબ લખી રાખજે. દર મહિને થોડા થોડા કરીને આપતો જઈશ અને આ કહેવાનું પણ હાથમાં ગિફ્ટ પેકેટ લીધા પછી. લેવા આવનારામાંના કોઈ સગાં હોય તો કોઈક હોય મિત્ર કે સહકાર્યકર. તેમનાં ઘરની પરિસ્થિતિ તો જયણ્ણાને ખબર જ હોય, બહાનાં ખોટાં હોવાની પણ ખબર હોય, પણ સંકોચી સ્વભાવને લીધે જયણ્ણા કોઈને ના ન કહી શકે."

કોઈકે વળી ઘડિયાળ વેચાતી લીધી હોય અને થોડા દિવસ પછી "આ તો બરાબર ચાલતી નથી, અમારા પૈસા પાછા આપી દે." એવી જીદ કરે.

"પૈસા તો પાછાં ન આપી શકું, તેને બદલે કોઈ બીજી વસ્તુ લઈ જા !"

"અમેરિકામાં તો પંદર દિવસ પછી પણ વસ્તુ પાછી લઈને પૈસા પાછા આપી દે." ત્રણ મહિના અમેરિકા રહી આવેલી બૅંગલૂરુની કોમલા રોફથી બોલી.

"આ અમેરિકા નહીં, આપણું ગામ છે" એટલું પણ જયણ્ણા જોરથી કહી ન શક્યો. સામાન બદલી આપવો પડ્યો અને દર વખતની જેમ પૈસા ઓછા જ મળ્યા.

"જયણ્ણા કાકા ! પ્લીઝ ! ઘરે પહોંચીશ કે ઠપકો જ ખાવો પડશે. બહારથી હમણાં જ આવ્યો છું. ઘરે જઈને તરત જ પૈસા લાવીને આપી જાઉં છું." દીકરાના દોસ્તે વેણ નાખ્યું તો જયણ્ણા ના પણ કેમ કહી શકે ?

આમ જ દુકાન ચાલુ રહી. મહિનાની આખરમાં દુકાનમાંના સ્ટેન્ડ ઉપરનો સામાન બચ્યો નહીં અને ગલ્લો પણ ખાલી રહ્યો. આ વખતે તો જયણ્ણાએ ઉધારી વસૂલ કરવાનો નિશ્ચય જ કર્યો હતો અને તે માટે તે ઘરેઘરે ઉઘરાણી કરવા ફરવા લાગ્યો.

તેને જોઈને જ રસોડામાં ઓર્ડર પહોંચી જાય, "જયણણા આવ્યો છે ચા બનાવજો." જયણણા ઉધારી વસૂલ કરવા આવ્યો છે તે સમજી જ ગયા હોય એટલે ચા આવે કે તરત જ ચાલુ કરી દે, "અરે જયણણા ! પૈસા માટે તેં શું કામ ધક્કો ખાધો ? અમે આપી જાતને ? તારી ઉંમર થઈ હવે, આરામ કર જરા" અને આમ કહી બને એટલા જલદી પૈસા આપી જવાનું વચન આપે. જયણણાએ પણ શરૂઆતમાં તેમના બોલવા પર વિશ્વાસ મૂક્યો, પણ કબૂલ કર્યા પ્રમાણે કોઈ પૈસા આપી ગયું નહીં. જયણણાએ બીજો ફેરો માર્યો. આ વખતે જયણણાના આવવાનું કારણ તો સમજી જ ગયા, પણ ચાનો ઓર્ડર અપાયો નહીં. તેને જોઈને શકુનો વર બોલ્યો, "જયણણા ! અરજન્ટ કામ છે, મારે જલદી જવું પડશે" કહીને તરત જ ઘરમાંથી નીકળી ગયો. શકુને પૂછ્યું તો તે બોલી, "પુરુષ માણસના કામકાજ અને વ્યવહારની મને શું ખબર પડે ? તેં પહેલા મને પૂછ્યું હોત તો મેં તને ના જ પાડી હોત. તેની આગળ વળી ક્રેડિટકાર્ડ ક્યાંથી આવ્યું ?" જયણણા પર તો જાણે આકાશ જ તૂટ્યું. બધી જગ્યાએ થોડા ઘણા ફરક સાથે આવો જ અનુભવ થયો. ત્રીજી વાર જયણણા જ્યારે વસૂલી માટે ગયો ત્યારે લોકોની ભાષા જ બદલાઈ ગઈ હતી.

"જયણણા ! આ જરા વધારે પડતું થાય છે હોં. પાંચ-દસ રૂપિયા માટે ઘર સુધી આવા ખોટા ધક્કા ખાય છે ! બહારના તો શું, શકુનો વર જ આમ બોલતો હતો. જયણણાને ખાતરી થઈ ગઈ કે ઉધારીની વસૂલી થવાની હવે કોઈ શક્યતા જ નથી."

આ રીતે બે-ત્રણ મહિનામાં જ 'મોડર્ન ગિફ્ટ સેન્ટર' કાયમ માટે બંધ થઈ ગયું. એક વાર જયણણા મને કહેતો હતો, "દાદા કહેતા તેમ ચાર જણને અન્નદાન કર્યું હોત તો મર્યા પછી ચિત્રગુપ્તને જવાબ આપવાની ચિંતા તો ન રહેત. મારી પાસેથી ઉધારીથી સામાન લેનાર જ મારી પર ગુસ્સો કરે છે. મળી જાય તો મેં જ કંઈ ભૂલ કરી હોય તે રીતે મારી સાથે વર્તે છે. આ તે કેવી વાત કહેવાય ?"

"જયણણા ! તેં જ કંઈ ભૂલ કરી હશેને ? વેપાર કરવાવાળા બધા કંઈ તારી જેમ બબ્બે વાર દેવાળું કાઢતાં નથી."

"તેમ નથી નલુ ! મેં એકદમ અનુભવ વિના વેપાર શરૂ કર્યો ત્યાં જ મેં ભૂલ કરી. વેપાર માટે મારી પ્રકૃતિ જ યોગ્ય નહીં. પહેલા ચાર વર્ષ બીજાને ત્યાં નોકરી કરીને વેપારની નીતિરીતિ સમજી લેવાની જરૂર હતી. વેપારની પોતાની એક નીતિ હોય છે, રીત હોય છે. શાળાશિક્ષકને હોય છે તેમ. મને તે ન આવડ્યું. ચરંતીમઠને ત્યાં અને હબસૂરાને ત્યાં પેઢી દર પેઢીથી વેપાર

ચાલતો આવે છે. ઘરના વડીલો પોતાની પછીની પેઢીને પોતાના અનુભવો કહીને વેપારની નીતિરીતિ સમજાવતા હશે અને છોકરાંઓ તે સાંભળતાં સાંભળતાં જ મોટાં થતાં હશે, પણ મને કોઈ સમજાવવાવાળું ન હતું. તેલ ગયું, ઘી ગયું – બધું જ ગયું. હું તો હાથ ઘસતો જ રહી ગયો.''

''જયણા ! હવે શું કરીશ ?''

''કંઈ નહીં. અમારા વ્યંક્ટેશ માટે એક સૉફ્ટવેર ઍન્જિનિયર છોકરી જોઈ છે. પતિ-પત્ની બંને નોકરી તો કરશે જ ને ? બાળ-બચ્ચાં થશે એટલે ફરજિયાત સાસુ-સસરાની જરૂર પડશે જ. એટલે ત્યારે જઈશું તેનું ઘર સંભાળવા. કેવો છે મારો પ્લાન ?''

''એટલે આ પણ એક પ્રકારનો વેપાર જ ને ?''

અને આ વાત પર હું અને જયણા પેટ ભરીને હસ્યા...

❐

ચતુર ચામવ્વા

ચામવ્વાને જોઉં કે મને ભાગવતમાંની ત્રિવક્રાની યાદ આવે. નજર ત્રાંસી, મોઢું વાંકું, ચહેરો વિકૃત, રંગ પાકો. કદરૂપી સ્ત્રીઓની સરખામણી કરો તો ચામવ્વાને તેની રાણીનું બિરૂદ આપવું પડે. દેહ જેવો વાંકો, મન તેનાંથી પણ વાંકું. ભાગવતની કથામાં શ્રીકૃષ્ણે આવીને ત્રિવક્રાને સારી કરી હતી તેમ આને સારી અને સીધી કરવા તો જિન મહાવીરને પૃથ્વી પર આવવું પડે.

આ ચામવ્વાની વાત તો તેનાં લગ્નથી જ શરૂ થાય. દહેજ અને કેટલાં પણ પૈસા આપવાની તૈયારી છતાંયે જૈન સમાજમાંથી કોઈ ચામવ્વા સાથે લગ્ન કરવા તૈયાર ન થયું. અભ્યાસ જેમ તેમ કરી ત્રીજી-ચોથી ચોપડી સુધી કર્યો હતો. વડીલની સ્થિતિ સાધારણ. ગામના અન્ય ચાર-છ જણની જેમ મધ્યમ વર્ગથી પણ નીચી કક્ષામાં આવે તેવી. ચામવ્વા જિનભક્ત, દેરાસરમાં દર્શન કરવાનું જવાનું ક્યારેય ચૂકે નહીં. વર્તનમાં ભરપૂર ભક્તિ. તેની ભક્તિનાં ફળ રૂપે તિજોરી સામેથી ચાલીને તેને ઘરે આવી હતી.

શિક્ષિત ન હોવા છતાં બુદ્ધિ તેની એકદમ તીક્ષ્ણ. 'અ' એટલે 'અક્કિ' એ 'અક્કિ' એટલે 'તાંદુલ' એટલું સમજવા જેવી બુદ્ધિ તેનામાં હતી. સતત ફાયદા અને નુકસાનનો વિચાર કરીને જ બોલે. તારવ્વા તેની મા હતી, પણ ચામવ્વા તેની ગુરુ હતી. ઉનાળામાં ક્યારેક પડતા કમોસમી વરસાદની જેમ તારવ્વાનાં મનમાં ક્યારેક અચાનક લાગણી કે ભાવનાનો ઊભરો આવી જાય, પણ ચામવ્વાને તો પ્રેમ, મમતા, અંતઃકરણ વગેરે શબ્દો સાથે કંઈ જ સંબંધ ન હતો. એમ જોવાં જાઓ તો ચામવ્વા ક્યારેય કોઈની ઉપર ગુસ્સે ન થાય. ક્યારેય કડવાશથી બોલે નહીં, ઊલટાનું સામા માણસના મનને સ્પર્શી જાય તેવી મીઠી ભાષા બોલે, પણ અંદરથી તો કડવા કારેલાં જેવું કડવાપણું અને માણસનાં મનની તો ભગવાનનેય કંઈ ખબર હશે કે નહીં કોને ખબર ?

ચામવ્વાના મામાને ચાર દીકરાઓ હતા. બધા ચામવ્વા કરતા મોટા. તારવ્વાએ પોતાના ભાઈને પગે પડી વિનંતી કરી કે ચારમાંથી કોઈ પણ એક સાથે મારી ચામવ્વાનાં લગ્ન કરી લે, પણ ભાઈ તૈયાર ન થયો.

"તારા ! મારે પણ આંખ છે. હું શું કામ મારા દીકરાને ચામવ્વા સાથે લગ્ન કરવા જબરદસ્તી કરું ? લગ્ન સિવાય બીજું કંઈ કામ હોય તો બોલ !" ભાઈ વીરણ્ણાને બહેન માટે લાગણી ન હતી એવું ન હતું, પણ લગ્નની તો તેણે ના જ પાડી. પિયર આવેલી બહેનને સાડી-ચોળી, બંગડી વગેરે આપીને માન રાખવામાં તેણે ક્યારેય કસર કરી ન હતી.

મહાવીર – વીરણ્ણાનો ધીરધારનો ધંધો હતો. તેમાં તે ખૂબ પૈસા કમાણો હતો. છોકરાઓ પણ આજ્ઞાંકિત હતા. બાપની કમ્મરે તિજોરીની ચાવી હતી ને ? વીરણ્ણાના છોકરાઓ કંઈ ખાસ ભણ્યા ન હતા. તેઓને ભણવાની જરૂર લાગી ન હતી અને વીરણ્ણાએ પણ એવો આગ્રહ રાખ્યો ન હતો, કારણ તિજોરી સોનાંરૂપાથી ભરેલી હતી. તેઓનું સંયુક્ત કુટુંબ હતું. વીરણ્ણા, તેનો ભાઈ જિનદેવ અને વીરણ્ણાના ચાર દીકરાઓ મળી ધીરધારનો ધંધો કરતા હતા.

જિનદેવની પત્ની પાર્વતી નરગુંદ ગામની હતી. તેનાં પિયર પક્ષના બધાં થોડું ઝાઝું ભણીને પૂના, કોલ્હાપુર, ગડહિંગ્લજ વગેરે સ્થળે સ્થાયી થયાં હતાં. જિનદેવને કોઈ સંતાન ન હતું. કંઈક કામ અંગે બીજે ગામ ગયેલ જિનદેવનું સાપ કરડવાથી મૃત્યુ થયું. વીરણ્ણા પાર્વતીની જવાબદારી લેવા તૈયાર હતો. "આ ઘર તારું જ છે, આ છોકરાઓ પણ તારા છે. તું સુખેથી અહીં અમારી સાથે જ રહે." બધાનાં સમજાવવા છતાં પાર્વતીએ કોઈનું કંઈ સાંભળ્યું નહીં અને પિયર નરગુંદ જતી રહી. તેના ભાંડરડાંએ તેને ચડાવી, "તારા દેર પાસે જે માલમિલકત છે તે કંઈ તેના એકલાની જ નથી, તારા પતિએ પણ તે માટે ખૂબ મહેનત કરી છે, તારો ભાગ તેની પાસે માગી લે."

પાર્વતીએ ભાગ માગ્યો અને અહિંસાપ્રિય વીરણ્ણા ક્રોધથી વીરભદ્ર થઈ ગયો. પાર્વતીને ધમકાવીને તેણે કહ્યું, "તારા ભાંડરડાંનું સાંભળીને તું ભાગ માગે છે ? ભાગ કેવો અને વાત કેવી ? એક કાણી કોડી પણ મળશે નહીં."

તે એકદમ ગભરાઈ ગઈ, પણ તેનો ભાઈ પૂનામાં વકીલ હતો, તેણે કોર્ટમાં કેસ દાખલ કર્યો. પાર્વતીની કેટલીએ ના છતાં તેનો ભાઈ માન્યો નહીં. વીરણ્ણાનો ગુસ્સો આસમાને પહોંચ્યો. રાતોરાત તેણે કાગળપત્ર તૈયાર કરાવી લીધા અને આપ્ટે વકીલે સલાહ આપી કે ભરેલી તિજોરી ઘરમાંથી અન્ય જગ્યાએ ફેરવી નાખો. મજૂરોની મદદથી તિજોરી બહાર તો કાઢી પણ મૂકવી

ક્યાં ? ઘરની બધી સંપત્તિ તેમાં જ હતી. ઘરમાં હોય તો અડધો હિસ્સો પાર્વતીને આપવો પડે. તેને બહેન તારવ્વા યાદ આવી. ગમે તેમ કહો, નાની બહેન હતી. લોહીનો સંબંધ તો ખરો. તેનાં સિવાય બીજા કોને ઘરે તિજોરી મૂકાય ? તારવ્વાને પૂછ્યું તો તેણે પોતાને ઘરે તિજોરી મૂકવાની તરત જ હા પાડી. રાતોરાત તિજોરી તારવ્વાને ઘરે ફેરવી નાખવામાં આવી. બીજે દિવસે હિસ્સો માગવા આવેલ પૂનાવાળો પાર્વતીનો ભાઈ તો દંગ જ રહી ગયો. આવડા મોટા ઘરમાં હતું શું ? સાવ ખાલી ઘર, તિજોરીનો પત્તો નહીં. ભરપૂર કરજ. હિસ્સામાં તો અડધું કરજ જ માથે પડવાનું હતું તે ચોખ્ખી વાત હતી.

"તિજોરી ક્યાં છે ?"

"મને શું ખબર ?"

"અમારા બનેવી જિનણ્ણા હતા ત્યારે તો હતી."

"અમારે ત્યાં તો નથી. પૂછો તમારા જિનણ્ણાને."

મરી ગયેલા જિનદેવને કોણ અને કઈ રીતે પૂછે ? ઊલટાનું જિનણ્ણા પાસેથી પોતાને શું શું લેવાનું છે તે વિશેની પ્રોમિસરી નોટ્સ દેખાડી. તેમાં સાચું-ખોટું જોવા વારેવારે કોર્ટના ધક્કા કોણ ખાય ? નિરુપાય પૂનાનો પાર્વતીનો વકીલ ભાઈ પૂના પાછો જતો રહ્યો. વકીલની પત્ની મરાઠી જૈન. તે બોલી, "આમાં ખરું શું અને ખોટું શું તે કોણ કહેશે ? અમારા મહારાષ્ટ્રમાં તો આટલો અન્યાય નહીં હોં, પાર્વતીબહેન ! અહીંનું બધું જવા દ્યો. તમે અમારે ત્યાં ચાલો. ત્યાં તમને ટ્યૂશન અપાવી દેશું."

આ સાંભળીને પાર્વતીને તો સાપે છછૂંદર ગળ્યા જેવું થયું. છેવટે નિરુપાયે બધાં ગામ છોડીને નીકળી ગયાં. તેઓએ ગામનું પાદર છોડ્યું હશે કે તરત જ વીરણ્ણા તારવ્વાના ઘર તરફ દોડ્યો.

દર વખતની જેમ તારવ્વાએ તેનું સ્વાગત કર્યું.

"તારા ! તેં તો ભાઈનું ઘર સલામત રાખ્યું. પિયર સાચવવાનું બધું પુણ્ય તને જ મળશે. આ નાગપંચમીએ પિયર આવજે રેશમી સાડી પહેરાવીશ !"

તારવ્વા કંઈ બોલી નહીં.

"મોડું થાય છે, તારવ્વા ! માણસોને લઈને તિજોરી લઈ જવા આવ્યો છું. અમારે હવે નીકળવું જ જોઈએ. તિજોરી ક્યાં મૂકી છે ? દરવાજો ખોલ."

"દરવાજો ખુલ્લો જ છે."

વીરણ્ણા ગભરાઈ ગયો. ખોલી ખાલી જ હતી, "તિજોરી ક્યાં છે ?"

"મને શું ખબર ? કાલે તો અહીં જ મૂકી હતી. અમારા ઘરમાં ઉંદર ઘણા છે. તેણે ખાધી હશે."

તારવ્વાનાં બોલવાનો અર્થ વીરણ્ણા બરાબર સમજ્યો હતો. વીરણ્ણા વીરભદ્ર બની ગયો, "તારા ! કોની સાથે ખેલ ચાલુ કર્યો છે ? ખબર છે કે નહીં ?"

"ખબર છે. તું જેવી રીતે પારવ્વા સાથે વર્ત્યો એવી રીતે હું તારી સાથે વર્તું છું." તારવ્વાએ શાંતિથી જવાબ આપ્યો.

તે પછી વીરણ્ણાની પત્ની શાંતવ્વા આખા ગામમાં કહેતી હતી, "આ બધી ચામવ્વાની શિખવણી છે." પેટમાં ઘૂમરી લેતી આગ બહાર આવવાનું અશક્ય હતું. વીરણ્ણા હતાશ થઈ ગયો. હવે કરવું શું ? આમાંથી રસ્તો કેમ કાઢવો ? તિજોરીની વાત પર કાયમનું પાણી ફેરવી દેવું ? તિજોરીની વાત ભૂલી જવી તે શક્ય જ ન હતું. આનો ઉપાય એક જ હતો. ત્રિવક્ર અને કુરૂપ ચામવ્વાને વહુ તરીકે ઘરમાં લઈ આવવી અને તો જ તિજોરી તારવ્વાના કબજામાંથી બહાર કાઢી શકાશે.

તે જ દિવસે સાંજના ગોધૂલીનાં મુહૂર્તમાં ખાસ કંઈ ઠાઠમાઠ સિવાય એકદમ સાદાઈથી લગ્નપત્રિકા પણ છપાવ્યા વગર, સમાજના ચાર-છ માણસોની હાજરીમાં, મંદિરના પુરોહિતની પાસે વિધિ કરાવી ચામવ્વા વીરણ્ણાની પુત્રવધૂ અને નાગેન્દ્રની પત્ની બની તે લોકોના ઘરે આવી. નાગેન્દ્રને આ લગ્નમાં કંઈ રસ ન હતો. પહેલા તો તેણે ના જ પાડી હતી, પણ વીરણ્ણાએ હુકમ કર્યો, "જો તારે આ લગ્ન ન જ કરવાં હોય તો મારી મિલકતમાંથી તારો હિસ્સો ગયો તેમ સમજી લેજે."

કોઈ પણ પ્રકારનું શિક્ષણ નહીં, કોઈ નોકરી નહીં, પિતા પર જ છોકરો સંપૂર્ણપણે આધારિત હતો, તેથી ના પણ કેવી રીતે કહી શકે ? આ રીતે ચામવ્વા અને તારવ્વાએ પોતાનો દાવ સાધી લીધો. ચામવ્વાએ દાવ તો સાધી લીધો, પણ કદી કોઈએ તેને પ્રેમ કર્યો જ નહીં અને તેણે ક્યારેય એવી અપેક્ષા પણ રાખી ન હતી.

તેની સાસુ શાંતવ્વાને તો આ નણંદની દીકરી સામે દેખાય કે ગુસ્સાનો પારો માથા પર સવાર થઈ જાય. ચામવ્વાના મનમાં ભાવના જેવું કંઈ હતું કે નહીં કોણ જાણે ? દરેક વાતમાં વ્યાવહારિક દૃષ્ટિથી જોવાની તેની પ્રકૃતિ જ થઈ ગઈ હતી. તેને કોઈનો ડર ન હતો. કોઈ કાંઈ પણ કહે, ગમે તેમ વર્તે તે બધાની સામે કંઈ ધ્યાન ન દેતાં તે ખુશ જ રહેતી હતી. દરરોજ ફક્ત દેરાસરમાં જવાના તેના નિયમમાં કોઈ જ ફેરફાર થયો ન હતો, પણ ઊલટી તેની શ્રદ્ધા વધી હતી.

તિજોરી પાછી આપી દીધા પછી વીરણ્ણા વહુને ત્રાસ આપી ઘરમાંથી

બહાર કાઢી મૂકશે તેવી તારવ્વાનાં મનમાં શંકા રહ્યા કરે તે સ્વાભાવિક હતું. ઘરે પાછી આવેલી તિજોરી ખોલીને વીરણ્ણાએ જોયું કે તરત જ શું બન્યું તે વિશે વીરણ્ણાને ખ્યાલ આવી ગયો કે તિજોરી મૂકતી વખતે ચાવી તે તારવ્વાને ત્યાં જ ભૂલી.. ગયો હતો. તિજોરી ખોલીને જોયું તો તેમાંની કેટલીયે વસ્તુ ગાયબ હતી. મોગલકાળના સોનાના સિક્કા, સોનાના જૂના દાગીના અને અનેક દુર્લભ વસ્તુઓ બેપત્તા હતી. કાયદા મુજબ તો આવી ઐતિહાસિક મહત્ત્વવાળી વસ્તુ ઘરમાં રાખવી એ જ ગુનો હતો. એ વસ્તુઓ તો દેશનાં વસ્તુ સંગ્રહાલયમાં જ હોવી જોઈએ એની ચામવ્વાને કેવી રીતે ખબર હશે, કોને ખબર. ગામના લોકો કહેતા હતા, "પૂનાવાળી ભાભીએ શીખવાડ્યું હશે." જે હોય તે પણ ટૂંકમાં એક વાત તો સાચી જ હતી કે મહત્ત્વની વસ્તુઓ ગુમ હતી.

વીરણ્ણાએ તારવ્વાને પૂછ્યું તો તે હાથ ઝાટકીને બોલી, "ભાઈ ! છરી પણ તારી અને ભોપળું પણ તારું, કાપવું કે રાખવું તે તું તારી રીતે જ નક્કી કર ! મને તો આમાં કંઈ જ ખબર નથી."

ચામવ્વા અવારનવાર પિયર જતી ત્યારે નરગુંદ પણ જઈ આવતી. ત્યાં પાર્વતીના પૂનાવાળી ભાભીને મળતી, એવું ગામમાં લોકો કહેતા. જે હોય તે નાગેન્દ્ર અને વીરણ્ણા આ બાબતમાં સાવ ચૂપ હતાં એ વાત સાચી. ચામવ્વાએ ધીમેધીમે ઘરનો એકએક વહેવાર હાથમાં લેવાની શરૂઆત કરી દીધી હતી. મોટી પુત્રવધૂ માટે બસેર સોનું રાખી મૂક્યું હતું. દરરોજ દેરાસર જતી વખતે પહેરી જવાનું અને ઘરે આવ્યા પછી પાછું તરત જ તિજોરીમાં.

ચામવ્વાને દિવસ રહ્યા હતા. તેણે સાસુ શાંતવ્વાને કહ્યું, "મારી ભાભીને પણ દિવસ રહ્યા છે તેથી ત્યાં મારી સુવાવડ બરાબર નહીં થાય. હું પિયર જવા કરતાં મારી માને જ અહીં મારી સુવાવડ કરવા બોલાવી લઈશ." શાંતવ્વાએ પોતાની રીતે વિરોધ કર્યો, પણ ચામવ્વાએ જાતજાતનાં નાટક કરી પોતાની વાત જ પકડી રાખી. વીરણ્ણાએ પણ નરમાશથી કહેવાનો પ્રયત્ન કર્યો, પણ આ બાબતમાં તો ચામવ્વાનું જ ધાર્યું થયું.

ચામવ્વાની સુવાવડ કરવા તારવ્વા આવી. દીકરીની સુવાવડ સારી રીતે કરી. બધાની સાથે તેનો વ્યવહાર, તેનું બોલવું-ચાલવું બધું એકદમ મીઠાશથી. બારસાને દિવસે સોનાના દાગીના ફરીથી તિજોરીમાંથી બહાર નીકળ્યા. બધા દાગીના પહેરીને ચામવ્વા બારસાને દિવસે ફરતી હતી. દિવસ આથમવાને સમયે તારવ્વાએ દીકરીને કહ્યું, "અંધારું થવા લાગ્યું છે, જા બહેન ! દાગીના બધા તારા સસરાને આપી આવ."

થોડી વાર માટે તો વીરણ્ણા પણ બહેનનું બોલવાનું સાંભળી પીગળી

ગયો અને બોલ્યો, "રહેવા દે ! સવારે આપજે."

પરોઢિયે ઘરમાં બધાની ઊંઘ ઊડી તે તારવ્વાની રાડારાડથી, "મારી નાખ્યા રે, કોઈ જલદી આવે, મરી ગઈ મારી દીકરી, બચાવો ! બચાવો !"

લંગોટ પહેરી વ્યાયામ કરતો નાગેન્દ્ર અને ફાટેલું ધોતિયું પહેરેલ વીરણણા, ઢોરને ચારો-પાણી નાખતો નોકર, બધા દોડી આવ્યા. જોયું તો શું ? ચામવ્વાના વાંકા મોઢામાં કપડાંનો ડૂચો ખોસેલો હતો, દાગીનાનો ડબ્બો ઊંધો પડ્યો હતો. ઘોડિયામાં બાળક શાંતિથી સૂતું હતું. ચામવ્વાના હાથ-પગ બાંધેલા હતા અને તારવ્વા આકાશપાતાળ એક કરતી રાડારાડ કરી રહી હતી.

નાગેન્દ્રએ પહેલા તો ચામવ્વાના બાંધેલા હાથ-પગ છોડ્યા. ચામવ્વાએ કહ્યું કે, "રાત્રે બધા દાગીના પિત્તળના ડબ્બામાં મૂકીને તે સૂતી હતી. પરોઢિયે તારવ્વા સુવાવડીના ઓરડામાંથી બારણું ખોલી નહાવાની ઓરડીમાં ગઈ. કોઈ અંદર આવ્યું તેવું લાગ્યું, પણ તેને લાગ્યું કે તારવ્વા જ આવી પણ સામેથી કોઈ કાળાં કપડાં પહેરેલા બે માણસો આવ્યા. મોઢામાં કપડાનો ડૂચો મારી, હાથ-પગ બાંધી, પલંગ નીચેથી પિત્તળના ડબ્બામાંના દાગીના પાઘડીમાં બાંધીને ભાગી ગયા."

આ વાત પર વિશ્વાસ મૂકવો તો કેમ ? અને ન મૂકવો તો પણ કેમ ? અમુક લોકોનું કહેવાનું એ થયું કે પોલીસમાં ફરિયાદ કરવી. થોડી વાર વિચાર કરી વીરણણાએ ફરિયાદ કરવાની ના પાડી. પોલીસ તપાસ થયા પછી આગળ શું શું થાય તે તેને જ ખબર હતી. આવી તપાસ થાય તો ઘરની કેટલીએ બીજી ભાંજગડ બહાર આવશે તે બધું તે જાણતો હતો. એ તપાસમાંથી પોતાના નવા સંસારની ગુપ્ત વાતો પણ બહારની સ્ત્રીઓને ખબર પડી જવાની તેને બીક હતી.

આ રીતે સુવાવડ સારી રીતે પાર પડી, પણ ઘરમાંનું સો તોલા સોનું ગયું. સુવાવડ કરવા બદલ દીકરીએ માને ઉત્તમ પ્રકારની રેશમી સાડી આપી. તારવ્વાએ પણ દોહિત્રને બે તોલાની ચેન, દીકરીને સાડી અને જમાઈને પણ ધોતી ઉપરણો આપીને પોતાને ઘેર જવા નીકળી ગઈ.

બીજે વર્ષે ચામવ્વાના પિયરમાં સમૃદ્ધિના દિવસો આવ્યા. નવું ઘર લીધું. નવી દુકાન કરી અને એ લોકોએ પણ ધીરધારનો ધંધો ચાલુ કર્યો. ચામવ્વાએ પોતાની માને કહ્યું, "મા, તું તિજોરી ક્યારેય નહીં વસાવતી."

ગામ લોકો બોલતા કે તારવ્વાને તેની દીકરીએ જ આ બધું શીખવાડ્યું છે અને ચામવ્વા પિયરની સમૃદ્ધિને ફક્ત 'જિનપ્રભુ'નો પ્રસાદ કહેતી.

થોડાં વર્ષો પછી ચામવ્વાને બીજો દીકરો જન્મ્યો ત્યારે પણ ચામવ્વાનો

વિચાર તો તારવ્વાને બોલાવવાનો હતો, પણ વીરણ્ણાએ ચોખ્ખી ના પાડી અને પછી કોણ જાણે ચામવ્વાએ પણ જીદ ન કરી.

આમ જ દિવસો પસાર થતા જતા હતા. ભાઈઓ બધા જુદા થઈ ગયા હતા. ચામવ્વાનાં સાસુ-સસરા મૃત્યુ પામ્યાં હતાં. હવે ઘરની માલકિણ ચામવ્વા જ હતી. બંને દીકરાનાં લગ્ન પોતાની મરજી પ્રમાણેની વહુ લાવી કરી દીધાં હતાં. બંનેનાં પિયરમાં દીકરા જ ન હતા. ફક્ત દીકરીઓ જ હતી. ચામવ્વાનું બોલવાનું તો સાકરમાં ઝબોળેલું. ઘરમાં કંઈ કામ ન કરતાં હાથમાં જપમાળા લઈ આરામથી ઘરની બહાર એક ઓટલો બનાવ્યો હતો તેની પર બેસી સતત જાપ જપ્યા કરતી. તેની ત્રાંસી નજર ક્યાં જોતી તે કોઈને ખબર પડતી નહીં. વહુઓનાં પિયરિયાંને ક્યારેય બોલાવતી નહીં કે વહુઓને પિયર મોકલતી નહીં. ક્યારેક કોઈ આવી ચડે તો પોતે જ તેની પાસે બેસી વાતો કરતી રહે. વહુઓને તો કોઈ ને કોઈ કામે લગાડી દે. બોલવામાં જ ફક્ત મીઠાશ. પ્યાર, પ્રેમ, ભાવના-લાગણી જેવું કંઈ જ નહીં. કોઈને એક ગ્લાસ પાણી પણ ન આપે.

ખૂબ ચાલાકીથી પોતાની બંને વહુ વચ્ચે ઝઘડા ચાલુ કરાવી દીધા હતા. બ્રિટિશરોની નીતિ તેને બરાબર સમજાણી હતી. બંને એક થઈ જાય તો પોતાનો પ્રભાવ રહે નહીં, તેવી તેની સમજણ હતી. ચામવ્વાનો પતિ નાગેન્દ્ર તો તેની આગળ મિયાંની મીંદડી થઈ ગયો હતો. ઘરની આર્થિક લગામ તો ચામવ્વાના હાથમાં હતી.

ચામવ્વાની મોટી વહુ શીલા ક્યારેક ક્યારેક મને મળી જાય. ભણેલી અને હોશિયાર છે શીલા. પરીક્ષામાં હંમેશ ઉત્તમ નંબરે પાસ થઈ હતી. ચામવ્વાનો મોટો દીકરો કૉલેજમાં પ્રોફેસર છે. શીલા દેખાવમાં પણ સુંદર છે. તેનાં પિયરની સ્થિતિ પણ ખૂબ સારી છે. તેના પિતા બૅન્કમાં ઑફિસર છે. તેનાં આખા કુટુંબ સાથે મારે ખૂબ સારો પરિચય છે.

"શીલા ! શું કહે છે તારી સાસુ, ચામવ્વા ?"

"કંટાળી ગઈ છું, માસી ! નફરત થઈ ગઈ છે મને તો. ઘરમાં બે નાનાં છોકરાંઓ છે. કામ કરવાવાળું કોઈ નથી. એ તો સવારે સાત વાગે કૉલેજ જવા નીકળી જાય છે. સવારે તો એટલી ધમાલ થઈ જાય કે બસ, સાસુજી તો જરાય મદદ ન કરે."

"પણ તમારે ત્યાં ખોટ શી છે ? કામવાળી બાઈ રાખવાની શક્તિ છે ને તમારી ?"

"શક્તિનો પ્રશ્ન જ નથી, માસી. ધીરધાર કરનારાનું ઘર છે, બધી વાત વ્યાજના દરના હિસાબે જ થાય. મારા પિયરમાં તો આવું નહીં. મને તો આમાં કંઈ સમજાતું જ નથી."

"તારા સસરા કંઈ કહેતા નથી ?"

"જોરુ કા ગુલામ" નામનો સિનેમા જો કાઢવાનો હોય તો આ જ દંપતીને મોકલવા જોઈએ.

માસી ! મને તો એક વાત સમજાતી નથી કે અમારી સાસુજી આટલી કદરૂપી હોવા છતાં અમારા સસરાજી તેની સામે નોકરની જેમ કેમ વર્તતા હશે ? અને અમારાં નસીબ જુઓ, અમારાં લગ્નને દસ વર્ષ થયાં, પણ એ તો હજી ચામવ્વાનો દીકરો જ છે. શીલાનો પતિ હજી થયો જ નથી. શું જાદુટોણાં કર્યાં હશે આ ડોશીએ ? કંઈ સમજાતું નથી.

શીલાના આ પ્રશ્નનો તો મારી પાસે પણ કંઈ જવાબ ન હતો. મને મનમાં થયું કે ચામવ્વાને જ પૂછું, પણ સાંજના જપમાળા ફેરવતી બેઠેલી ડોશીને જોઈને થયું કે આને કેમ પૂછું અને શું પૂછું ? મને જોઈને તેણે જ બૂમ પાડી, "આવ નલિની આવ ! કેટલા દિવસથી દેખાતી જ નથી. છોકરીઓ કેમ છે ? તું સાસુ સાથે રહે છે કે જુદી રહે છે ?"

"એવું છે ને ચામવ્વા કે હું અને મારી સાસુ બંને નોકરી કરીએ છીએ. સાથે રહીએ તો બંનેને તકલીફ થાય એટલે પહેલેથી જ અમે જુદાં રહીએ છીએ."

"તકલીફ થાય ? તકલીફ વગરની તો દુનિયા જ નથી, નલુ !" મારી મા તારવ્વા કહે છે, "જીવનમાં તકલીફ તો આવે. માનો તો તકલીફ લાગે, ન માનો તો નહીં. તકલીફ સમજીને ચાલશું તો તે ડુંગર જેવડી મોટી લાગશે. તકલીફ કરતાં આપણી જાતને આપણે મોટી ગણશું તો તકલીફ આપણને તુચ્છ અને નગણ્ય લાગશે."

અરે વાહ ! શું તત્ત્વજ્ઞાન છે આ ડોશીનું ?

મેં પૂછ્યું, "એટલે શું, ચામવ્વા ?"

"તને હનુમાનની વાત ખબર છે કે નહીં ? રામ-રાવણ યુદ્ધ વખતે હનુમાન લક્ષ્મણ માટે ઔષધી લેવા ગયા અને આખો ડુંગર ઉપાડીને લાવ્યા. ડુંગર ઉપાડવાનું શક્ય છે ખરું ? પણ હનુમાને શું કર્યું ? પોતાની જાતને ડુંગર કરતાં મોટી બનાવી દીધી અને ડુંગર ઉપાડી લીધો. એવું જ છે આ તકલીફોનું. જિંદગીમાં ગમે તેટલી મોટી તકલીફ આવે તેને બહુ મહત્ત્વ ન આપવું અને તેને નગણ્ય કરી હિંમતથી તેનો સામનો કરવો. બીજી એક વાત 'હંમેશ મોઢું હસતું રાખવું', હજાર સંકટમાંથી રસ્તો કાઢવાનો શ્રેષ્ઠ માર્ગ એ જ છે. તકલીફમાંથી માર્ગ કાઢવો તે આપણા હાથમાં જ છે. તેમાં બીજું કોઈ કંઈ પણ કરી શકે નહીં. તમારી જાત માટે એટલું પણ ન કરી શકો તો

સુખી સંસારની કલ્પના પણ શી કરવી ? નલુ ! હું કંઈ તારા જેવી ખૂબ ભણેલી નથી અને મારો આ દેખાવ પણ તમે બધા જુઓ છો ને ? આવી બધી તકલીફો સાથે મારો ઘરસંસાર અને મારી જિંદગી મેં વ્યવસ્થિત રીતે પાર પાડી કે નહીં ?''

આમાં ના-હા કરવા જેવી શક્યતા જ ક્યાં હતી ? ચામવ્વાએ હોશિયારી અને ચતુરાઈથી પોતાનો સંસાર નિભાવ્યો જ હતો ને !

❑

ઈર્ષાળુ અનસક્કા

કોઈ પણ શુભ કે અશુભ પ્રસંગે દૂરથી જ અવાજથી જે ઓળખાઈ જાય તે અનસક્કા. અવાજ તેનો કર્કશ અને એકદમ તીણો. તેના જેટલી ઊંચાઈ કોઈ સ્ત્રીમાં મેં જોઈ નથી. આજનો જમાનો હોત તો 'મિસ ફેમિના'માં તે ભાગ લઈ શકી હોત. ઊંચાઈ સાથે શરીર પણ ખડતલ. ટૂંકમાં અનસક્કાનું નામ ભીમવ્વા હોત તો તે બરાબર યોગ્ય લાગત. આવું જ ઘણાં લોકો કહેતાં. તેના શરીરનો બાંધો જો સ્ત્રીઓનું સંપૂર્ણ રાજ્ય હોય તો તેના સેનાપતિ થવા લાયક હતો. તેની ધાક, તેની અકડ અને તેનો વીરતાપૂર્વકનો આવેશ અને ધૂર્ત સ્વભાવ આ બધું જ તેનામાં હોવા છતાં શું કામનું ? અમારા ઉત્તર કર્ણાટકમાં જન્મી તે તેનાં કમનસીબ.

એક વાર હું તેની સાથે ચપ્પલની દુકાનમાં ગઈ હતી ત્યારે સ્ત્રીઓથી એકલા દુકાનમાં ખરીદી કરવા જવાનું નહીં એટલે અમારાં જેવા ટીણિયા-મીણિયાને તેઓ સાથે લઈ જાય. દુકાનમાંની ચપ્પલની એક પણ જોડી અનસક્કાના પગના માપની ન મળી. એક નાની પડે તો બીજી એકદમ ટાઈટ થાય. ત્રીજી જોડીમાં પગ નાખ્યો અને એટલી ફીટ હતી કે કાઢવા જતા પટ્ટો જ તૂટી ગયો. છેવટે ચપ્પલ દેસાઈએ (અમારા ગામમાં ચપ્પલની દુકાનવાળાને આમ જ બોલાવવાની રીત છે.) કહ્યું, "બાઈ સાહેબ ! લેડીઝ ચપ્પલમાંની બધી જ જાત તમને દેખાડી દીધી. તમે જેન્ટ્સ ચપ્પલમાંની છેલ્લી સાઇઝ જુઓ."

એ સાંભળીને જાણે શંકરનું ત્રીજું નેત્ર ખુલ્યું. ગુસ્સાથી તેના પર જાણે આગ ઓકતી હોય તેમ બોલી, "અરે ! એઈ તારે મા-બહેન છે કે નહીં ? તેની સાથે પણ તું આમ જ બોલે છે કે શું ?"

તેના આવા વર્તનથી તો દુકાનદાર હાંફળોફાંફળો થઈ ગયો. તેની આમાં

શું ભૂલ થઈ તે કંઈ સમજાયું નહીં. આ મકોડી પહેલવાન દેસાઈની મા-બહેન પણ તેનાં જેવી જ સુકલકડી અને ઠીંગણી જ હશેને ? તેને માટે તો ચપ્પલ દેસાઈએ છોકરાંઓના વિભાગમાંથી જ ચપ્પલ જોયાં હશે. અનસક્કાને જોઈને તેણે આવું કહ્યું તેમાં તેની શી ભૂલ હતી ? દેસાઈ પછી જેમ તેમ હિંમત કરીને બોલ્યો, ''અમારી દુકાનનાં બધાં ચપ્પલ તમને દેખાડી દીધાં. હવે તમારે જે કરવું હોય તે કરો.'' છેવટે પુરુષોના વિભાગમાંની ચપ્પલની સૌથી મોટી જોડી લઈને અમે દુકાનમાંથી બહાર નીકળ્યા.

ઘરે આવીને અનસક્કાએ પોતાની શૌર્યગાથા કહેવાની શરૂ કરી, ''મેં તો તે ચપ્પલ દેસાઈને ખખડાવી જ નાખ્યો,'' મેં તો કહ્યું, ''સારા ચપ્પલ રાખવાની ત્રેવડ ન હોય તો દુકાન શું માંડીને બેઠો છે ? માલ સારો રાખો નહીં તો દુકાન જ બંધ થઈ જશે. એ તો બિચારો શિયાવિયા જ થઈ ગયો.''

અનસક્કાને મોઢે આજ સુધી કોઈના પણ વિશે સારો શબ્દ કે સારી વાત સાંભળવા મળી નથી. તેનું બોલવાનું જ બધું નકારાત્મક. કોઈને પણ માટે એક પણ વાક્ય હકારાત્મક બોલે જ નહીં.

અમારા એરિયામાં અનસક્કા એટલે ઑલ ઇન્ડિયા રેડિયો. તેની પાસે દુનિયાભરની વાતો અને સમાચાર હોય. એટલે એક વાર મેં તેને પૂછ્યું, ''અનસક્કા ! વકીલનો દીકરો કૉલેજમાં પહેલો આવ્યો, ખબર છે તને ?''

''દીકરો તો જોશી વકીલનોને ? લગાડી હશે લાગવગ કોઈકની. નહીં તો એ માંકડા જેવો છોકરો વળી પહેલો ક્યાંથી આવે ?'' અનસક્કાનું જેવું શરીર છે તેવી જ જડ તેની બુદ્ધિ છે.

''અનસક્કા ! સાંભળ્યું છે કે હિરેમઠની દીકરી બહુ ડાહી ને હોશિયાર છે.''

અનસક્કાની ગાડી ચાલુ થઈ જાય, રિવર્સ ગિયરમાં.

''એનાં વિશે કંઈ પણ બોલવું રહેવા દે હોં, નલુ ! ફક્ત તાડ જેવી ઊંચી થઈ ગઈ છે. બુદ્ધિ તો નાના બાળક જેવી જ રહી છે. એક નંબરની 'ઢ' છે 'ઢ.'''

''એવું શેનાં પરથી કહે છે તું ?''

''અરે, પરમદિવસે ધારવાડના બસસ્ટોપ પર ઊભી હતી. જવું હતું તેને હુબલી અને બેઠી હાવેરીની બસમાં.''

''તો એમાં શું ખોટું થયું ? હાવેરીની બસ હુબલી થઈને જ જાયને ? પહેલા હુબલી આવે અને પછી હાવેરી આવે.''

''એમાં કંઈ ખોટું ન હોત તો હુબલીની જુદી બસ શું કામ રાખી હોય ?

એવું જ હોત તો બધી જ બસ હાવેરીની જ ન રાખી હોત ?''

તેનો મોટો અવાજ અને તેના વકીલ જેવા પ્રશ્નો ! તેનો કંઈ જવાબ ન આપી શકીએ એવું નહીં, પણ તેનો ફાયદો કંઈ હોય તો ને ? ઊલટાની અનસક્કા જ કોઈ તેની સામે દલીલ કરે તો કહેશે, ''બાપ રે ! તેનું તો કંઈ બોલવાનું છે ? બાઈ માણસે થોડું નમ્ર રહેવું જોઈએ નહીં તો આવી બાઈ તો મા-બાપનું નામ બગાડે.'' અનસક્કાએ પોતે મા-બાપનું નામ કેવું બદનામ કર્યું હતું તે બધાં જ જાણતાં હતાં, પણ તેવું તેને મોઢે કહેવાની કોઈમાં હિંમત ન હતી.

અનસક્કાની મા તો ગરીબ ગાય જેવી હતી. પિતા તો તેના હતા નહીં. કેવા ચોઘડિયામાં જન્મી હશે આ છોકરી કોણ જાણે ? તે પોતે જ ઘણી વાર બડબડાટ કરતી કે, ''જો હું મૂછાળો મરદ હોત તો કુટુંબીઓએ પચાવી પાડેલી અમારી જમીનનો કબજો ક્યારનો મેળવી લીધો હોત.'' બુદ્ધિ અને ખડતલ શરીર ધરાવતી બાપ વગરની અનસક્કા કાકાઓનાં કુટુંબમાં મોટી થઈ હતી. એક જ દીકરી એટલે તેની બધી જમીન કાકા-બાપાએ પચાવી પાડી હતી.

તેના માટે માગાં તો ઘણાં આવ્યાં હતાં, પણ તેની મા દીકરીને ધારવાડ જિલ્લા બહાર આપતાં ગભરાતી હતી. બહુ બહુ તો તે વિજાપુર જિલ્લા સુધી દીકરી દેવા તૈયાર હતી. છેવટે ધારવાડની શાળામાં નોકરી કરતા એક શિક્ષક સાથે અનસક્કાનાં લગ્ન થયાં. તેના વર – અમારા ગોપાલકાકાનો સ્વભાવ અતિશય નરમ. બોલવાનું સાવ ઓછું. વ્યાવહારિક કુશળતા તો બિલકુલ નહીં. સાવ અણઘડ કહો તો પણ ચાલે.

તે સમય પ્રમાણે નાની ઉંમરમાં તેનાં લગ્ન થયાં હતાં. અનસક્કા ત્યારે દસ વર્ષની હતી અને ગોપાલકાકા બાવીસ વર્ષનાં. લગ્ન પછી અનસક્કાની ઊંચાઈ વધવા લાગી. પહેલા લીમડાના ઝાડ જેવી, પછી આંબલીના ઝાડ જેવી અને પછી થઈ ગઈ તાડ જેવી ઊંચી. પતિ કરતાં ઊંચાઈ વધવા માંડી એટલે સાસુ ગભરાણી. કંઈક ગામઠી ઔષધો અનસક્કાને ખવરાવ્યાં તેને પરિણામે તો તે ઊલટી વધુ ઝડપથી વધવા લાગી. કાકા તો તેની કરતાં ઠીંગણા જ રહી ગયા. તેને લીધે અનસક્કા અને ગોપાલકાકાને સાથે જતા કદી કોઈએ જોયા નહીં. ગંગા તો બંનેને ગિલ્લી-દંડા જ કહેતી.

મેં ફક્ત એક વખત તે બંનેને સાથે જતાં જોયાં હતાં. તેના દીકરાના લગ્નનું આમંત્રણ દેવા બંને રિક્ષામાં જતાં હતાં ત્યારે મારા જેવું કોઈક તો સાથે હોય જ. જે ઘરે આમંત્રણ આપવાનું હોય તે ઘરની સામે જ રિક્ષા

ઊભી રાખે. પહેલા અનસક્કા ઊતરે પછી હું અને પછી ગોપાલકાકા. કાકાનું બધું કામ ધીમું, રિક્ષામાંથી ઊતરી ધોતિયું બરાબર કરી, માથા પરની ટોપી સરખી કરી અંદર પહોંચે ત્યાં સુધીમાં તો અનસક્કા ધબધબ કરતી ઘરમાં જઈને આમંત્રણ આપીને બહાર પણ આવી જાય. કાકા નમ્રપણે અંદર જઈને કહેશે, "આણે બધું કહ્યું જ હશે, બધાએ ભૂલ્યા વગર જરૂર લગ્નમાં આવવાનું છે."

કાકા બહાર આવે ત્યાં સુધીમાં તો અનસક્કા રિક્ષામાં પણ બેસી ગઈ હોય અને પછી ચારે ઘરે સંભળાય એટલું મોટેથી કહેશે, "અરે ! જલદી ચાલોને હવે, હજી તો આમંત્રણ આપવાનાં એંસી ઘર બાકી છે."

અને આવું સાંભળી કાકાને દોડાદોડી થઈ જાય. રસ્તામાં ઊંબરા આવે કે પથ્થર કશા તરફ ધ્યાન આપ્યા વગર દોડે રિક્ષાની દિશામાં, એટલે અનસક્કાનો બબડાટ ચાલુ થઈ જાય, "લોકો કહે છે તે કંઈ ખોટું નથી કે, "સ્ટેશનમાસ્તરને ઊંઘ નહીં અને શાળામાસ્તરને અક્કલ નહીં, તમે કેમ ત્યાં કમળીનાં ઘરમાં આટલી બધી વાર ખોટી થઈ ગયા ?"

"હું ? હું ક્યાં ખોટી થયો ?" કાકા ગભરાઈ જાય. કમલા ગોપાલકાકાની દૂરની સગી થાય. અનસક્કાને તેના પર ગુસ્સો વધારે.

"તે કમલી કંઈ સીધીસાદી બાઈ નથી. મારા દીકરાનાં લગ્ન નક્કી થયાં તેમાં તેણે કેવું મોઢું બગાડ્યું તે જોયું ને ? તેની દીકરી સાથે ન કર્યું તેનો જ આ ગુસ્સો. તમે કંઈ એમ આ તમારી કાગડી સાથેનું સગપણ છોડો નહીં એટલે જ હું સાથે આવી. આમંત્રણ આપીને તરત જ સટકી જવાનું હોય ને ? તે તો ચૂપચાપ ઊભી હતી. ઊલટાના તમે જ ગપ્પાં મારતાં ઊભા રહ્યા હતા."

એક પણ અક્ષર બોલવાનું કાકાને સૂઝ્યું નહીં. અનસક્કા અવિરત બોલતી જ રહી. કાકા સાવ ચૂપ. મને આ બધી વાતમાં કંઈ સમજાયું નહીં. આખા દિવસમાં શું શું બન્યું તે બધી વાત રાત્રે સૂતા વખતે દાદીને કહેવાની મને ટેવ. "દાદી ! કમલઅક્કા અને અનસક્કા વચ્ચે ઝઘડો શાનો છે ?"

"તને કોણે કહ્યું ?"

સવારે બનેલી બધી વાત મેં દાદીને કરી, "આ અનસક્કાને કાંઈ અક્કલ જ નથી. ક્યારે કોને શું કહેવું તેનું ભાન જ નથી તેને. નાના-મોટા જોયા વગર બોલે જ રાખે છે."

મારી મા વચ્ચે જ બોલી, "એટલે જ રોજ કહું છું કે નલીને અનસક્કા સાથે ન મોકલો પણ મારું સાંભળે કોણ ?" માએ વાત ક્યાંની ક્યાં કાઢી.

"ઘરે આવીને બોલાવી જાય તો ના કેમ કહેવાય ? મારામાં તો એવી હિંમત નથી હોં !"

વાત ફરી ચાલુ થઈ કમલક્કાના ઘરની. કમલક્કાની દેખાવડી દીકરી અનસક્કાના દીકરાને દેખાડી હતી. છોકરાને છોકરી ગમી હતી. અનસક્કાને કમલક્કાને ત્યાં જમવા જવાનું હતું. નક્કી કરેલા સમય કરતાં અનસક્કા મોડી પહોંચી. કમલક્કાને ઘરે ત્યાં જમવાનું પતી ગયું હતું. અગિયાર વાગ્યાને બદલે ત્રણ વાગે પહોંચી તો કમલક્કા પણ શું કરે ?

લગ્ન પહેલાં જ મહેમાનની આવી કિંમત અને આવી મહેમાનગતિ ? આ ઘરની દીકરી આપણને ન જોઈએ એકીમતે આ નિર્ણય લેવાયો અને અનસક્કાએ ઘરના અન્ય કોઈએ પૂછ્યા વગર લગ્નની ના પાડી દીધી. છોકરો અનંતા ધીમેથી બોલ્યો, "મા ! છોકરી સારી છે." આ સાંભળી અનસક્કા એકદમ ભડકીને બોલી, "અંત્યા ! ફરીથી આમ બોલ્યો તો જોઈ લેજે. એના કરતાંએ સુંદર છોકરી તારે માટે શોધી દઈશ. મોઢું બંધ રાખજે હવે તારું."

અનસક્કાનું નસીબ જ સારું હતું. લોકો કહે છે કે તેની સાસુ આનાં સ્વભાવને લીધે જ પોતે જ વહુની જેમ નરમાશથી વર્તવા લાગી હતી. કોઈક તહેવાર હતો, હવે મોટી થયેલી વહુ સારી લાગે એમ સમજી સાસુએ હોંશથી પોતાના દાગીના તેને પહેરવા આપ્યા. તે જ દિવસે સંધ્યા સમયે કોઈ કાળે મરી ગયેલી સાસુની મા કે કોઈ દેવી અનસક્કાનાં શરીરમાં આવી અને તે ધૂણવા લાગી અને ઘૂમતી ઘૂમતી બોલવા લાગી, "અનસક્કાનાં શરીર પરના દાગીના જે કોઈ કાઢી લેશે તે લોહી ઓકી ઓકીને મરશે. તેનાં શરીર પર જે દાગીના છે તે બધા તેના છે." એક વાર દેવીએ જ આવું કહ્યું પછી કોઈ શું કરે ? સાસુ જિંદગીભર હૈયાહોળી કરતી રહી, પણ અનસક્કાએ તો દેવીના આદેશનું શબ્દેશબ્દ પાલન કર્યું.

અનસક્કાને બે સંતાન. બંને દીકરાઓ જ. બંને હોશિયાર, ભણેલાગણેલા અને સારી નોકરી પર છે. માએ દોરેલી લક્ષ્મણરેખા ઓળંગવાનું શક્ય જ નથી. આ કલિયુગમાં આવા અત્યંત આજ્ઞાધારક છોકરાંઓ હોય તે પણ નસીબ જ ને ? અનસક્કાની વહુઓ પણ સારી છે. પોતાના પતિ જ માથી એટલા ગભરાય છે તો વહુને તો સાસુ સામે સવાલજવાબ કરવાની હિંમત જ ક્યાંથી હોય ? એમ જ સમજોને કે અનસક્કાનો અવાજ સાંભળીને જ બંને ગભરાતી હતી. આમ તો છોકરાઓ અનસક્કા સાથે રહેતા ન હતા. એક મુંબઈમાં અને બીજો બૅંગલુરુમાં રહેતો હતો. દર મહિને બંનેએ અમુક પૈસા મોકલવા એવું અનસક્કાએ નક્કી કરેલું હતું.

ઈશ્વરને માથે ચડાવવાનું ફૂલ ચૂકી જવાય પણ અનસક્કાને મળતા ડી.ડી. ડ્રાફ્ટમાં કંઈ ભૂલ ન થાય. ગાય જેવા ગોપાલકાકા પણ પોતાનો પગાર પહેલી તારીખે અનસક્કાના હાથમાં જ મૂકી દેતા. તેમને પણ, "હજામત કરાવવા જવું છે, પાંચ રૂપિયા જોઈએ છે" કહી તેની પાસે હાથ લાંબો કરવો પડે અને જો અનસક્કા કંઈ બહાનું કાઢી પૈસા ન આપે તો હજામત કેન્સલ.

બધું જ હોવા છતાં અનસક્કા અસંતોષી હતી. સદાય અતૃપ્ત. અવ્યક્ત અસંતોષ અને ઈર્ષા તો તેનાં લોહીમાં જ હતાં.

કોઈની દીકરી કે વહુ દેખાવડી હોય તો અનસક્કાની તેને વિશે કંઈક ને કંઈક ટીકા ચાલુ થઈ જાય, "છે શું એ માલતીના શરીરમાં ? નિચોવી નાખો તોય એક ચમચી જેટલું પણ લોહી ન નીકળે અને એનો તે કંઈ વાન ગોરો કહેવાય ? ભીંત પર ચૂનો લગાડ્યો હોય તેવું લાગે. કહે છે ને ગોરા તો ગધેડા પણ હોય. કર્યા હશે મેકઅપના લપેડા અને મેકઅપ કરે તો કોઈ પણ દેખાવડા લાગે. નમણાશ દેખાય છે ક્યાંય નાક-આંખમાં ?"

તેની પડોશણ વિજ્યાબાઈએ સોનાનાં કડાં કરાવ્યાં હતાં. તેણે હલદી-કંકુનું ફંક્શન રાખ્યું હતું. તેમાં આવનાર સ્ત્રીઓએ કડાનાં વખાણ કરતાં કહ્યું, "કડાં સરસ લાગે છે હં વિજ્યા ! નવાં કરાવ્યાં ? કોની પાસે બનાવરાવ્યાં ?"

"રેવણકર પાસે."

અને તરત જ પાછળથી સંભળાયું, "રેવણકર ? એ તો તાંબું ભેળવે છે તાંબું."

"તાંબું ભેળવ્યા સિવાય એકલા સોનાનાં કડાં કેવી રીતે બને ?" મારી માએ કહ્યું.

"સાચું કહું, વિજ્યા ! તને સોના કરતાં મોતીનાં કડાં વધારે શોભે, નહીં ! કંઈ કહેવાય છે ને 'કાળાધોળા ?' અનસક્કાએ મારી સાક્ષી પુરાવી અને હું પણ ઉત્સાહથી બોલી, "હા, હા, 'બ્લેક ઍન્ડ વ્હાઇટ' એટલે કૉન્ટ્રાસ્ટ મેચિંગ." વાન વિજ્યાબાઈનો વધારે પડતો કાળો હતો. તેનું મોઢું એકદમ પડી ગયું અને મારી માએ મારી સામે આંખો કાઢી મને ધમકાવી.

"મને શું ખબર ? અનસક્કાએ પૂછ્યું એટલે મેં કહ્યું."

એક વાર રાજશેખર પાટીલને ત્યાં વાસ્તુપૂજામાં ગયાં હતાં. પાટીલે સારા એવા પૈસા ખર્ચી અતિશય સુંદર બંગલો બંધાવ્યો હતો. બધાએ તેના ખૂબ વખાણ કર્યા, પણ અનસક્કાનાં મોઢામાંથી એક પણ સારો શબ્દ નીકળ્યો નહીં. ઊલટાની તે બોલી, "આનો શું અર્થ ? કમાયેલી બધી મૂડી ઘર બનાવવામાં જ વાપરી નાખીને શું ફાયદો ? મોટામોટા રજવાડાના રાજાઓએ પોતાના

રાજમહેલ વેચવા કાઢ્યા છે. અત્યારના સમયમાં આવડું મોટું ઘર બાંધવાની શી જરૂર ?''

કોઈએ નાનું ઘર બાંધ્યું હોય તો એમાં એ અનસક્કા કંઈક ટીકા તો કરે જ. ''આ તે કંઈ ઘર કહેવાય ? આવા ધોંકડા જેવા ઘર કરતાં તો પક્ષીના માળા સારા હોય. આવડા ઘરમાં તો રહેવાય કેમ ? એક અંદર જાય તો અંદરના બીજાએ બહાર જ નીકળવું પડે. ઘરમાં હાથ-પગ હલાવવા જેટલી જગ્યા તો હોવી જોઈએને ? આવું ઘર બાંધવા કરતાં તો ઘર ન બાંધવું સારું.''

કમલક્કાની દીકરીનાં લગ્ન થઈ ગયાં. અનસક્કા પણ તે લગ્નમાં જઈ આવી. છોકરી ઘણી દેખાવડી હતી. વાન થોડો ઘઉંવર્ણો હતો, પણ નમણાશ, સપ્રમાણ બાંધો અને ઊંચાઈને લીધે છોકરી ખરેખર સુંદર લાગતી હતી. અનસક્કાની કૉમેન્ટ્રી શરૂ થઈ ગઈ.

''જોડી એકબીજાને બરાબર શોભે છે હોં. છોકરો ગામનકટ્ટી ગામનો રાજકુમાર ! અને છોકરી ઉણકલ ગામની વૈજંતીમાલા ! મારી વાત સાચીને ? તમને કેમ લાગે છે ?''

આવું બોલવાવાળાની સાથે કોણ વાદવિવાદ કરે ?

અનસક્કા અને ગોપાલકાકા વર્ષમાં એક વાર મુંબઈ અને એક વાર બૅંગલૂરુની સફર કરી આવે. એક અઠવાડિયું મુંબઈ અને એક અઠવાડિયું બૅંગલૂરુ. તેઓનાં પાછાં આવ્યાં પછી બધાએ તેનાં બંને દીકરાઓના ગુણગાન સાંભળવા પડે, ''અંત્યાએ મને જરીની સાડી આપી એટલી ભારે છે કે મારાથી તો ઊપડતા ઊપડતી નથી. હું તો ના જ પાડતી હતી, પણ તેણે મારું સાંભળ્યું જ નહીં. એટલી બધી લાગણી છે તેને મા માટે.''

''વહુ શું કરે છે ? કેમ છે તે ?''

''છે સાવ મૂંજી, મોઢું જ ખોલે નહીં ને ! પછી કેવી છે તે કેમ ખબર પડે ? ગોળગોળ જ જવાબ આપે. સરખી વાત જ કરે નહીં.''

મારી દાદી કહે છે કે, ''અનસીનો સ્વભાવ મને ખબર છે ને ! વહુને તો વેચીને દાળિયા ખાઈ જાય તેવી છે. જેવી તે ત્યાં જાય કે વહુ જાય પિયર. એમાં બૅંગલૂરુ સાવ અજાણ્યું ગામ. ત્યાં પારકી પંચાત કરવા ન મળે. ત્યાં કોઈ એની ટીકા-ટિપ્પણ સાંભળવાવાળું ન હોય એવી જિંદગી તો અનસક્કાને નિરર્થક જ લાગેને ? એટલે આવી જાય આઠ દિવસમાં પાછી.''

સ્થાનિક સમાચારપત્ર વાંચતાં વાંચતાં તેની રનિંગ કૉમેન્ટ્રી થઈ જાય શરૂ. કોઈ સામાજિક કાર્યકર્તાનો ફોટો જોઈને તરત જ કહેશે, ''આ વળી

સમાજસેવક ક્યારથી થઈ ગયો ? પૈસા આપીને ફોટો છપાવ્યો હશે ?'' ''ઓહોહો ! આ વળી શાંતાબાઈનો ફોટો ? વિદેશપ્રવાસ કરીને આવી તેમાં શું ધાડ મારી ? આજકાલ તો હાલીમવાલી પણ અમેરિકા જાય છે. અમેરિકા તો આંટાફેરા કરવા જેવું થઈ ગયું છે. એમાં વળી છાપામાં ફોટા શું છપાવવાનાં ? અને આ તો વળી લગ્નનું આમંત્રણ લાગે છે, તે પણ છાપામાં ? ભાગીને લગ્ન કર્યાં છે તે બધાને આમ પેપરમાં આપી જણાવવાનું ?'' અને દીકરાને કહેતી, ''આ બધું શું ? મને તો આ કંઈ બરાબર ન લાગે.''

તેનો દરરોજનો કાર્યક્રમ જ આ 'રનિંગ કૉમેન્ટ્રી' કરતાં રહેવાનો. ફક્ત થોડી ઝાઝી રસોઈ બનાવી લીધી કે ઘરમાંથી બહાર. પાછળનું બધું ગોપાલકાકાએ સંભાળવાનું. જતાં જતાં તેનાં સૂચનો તો ચાલુ જ હોય, ''કૂકર ઉતારી લેજો. દહીં જામી ગયું હોય તો ફ્રીજમાં મૂકી દેજો. હું સંન્યાસ આશ્રમમાં જઈને આવું છું.'' આમ કહીને ઘરમાંથી નીકળી કે પાછી ફરે બપોરના જમવાના સમયે. જમવાનું પતે કે વર્તમાનપત્રનું વાંચન અને પછી આખા ગામની ભાંજગડના સમાચાર કાકા સમક્ષ રજૂ કરવાના. ચાર વાગે કે દરવાજા પરની વેલનાં ફૂલ ઉતારી તેની સુંદર વેણી બનાવી અંબોડામાં નાખી, કોઈમ્બતુરી સાડી પહેરી મારુતિ મંદિરમાં કથા સાંભળવા જવાનું અને પાછા ફરવાનું રાત્રે જ.

અમારા ગામના ચર્ચ પાસે રહેતી સુશીલાને અનસક્કા માટે ખૂબ આદરમાન. તે કહેતી, ''તમે ગમે તે કહો, અનસક્કા જેટલી હિંમત તો પુરુષોમાં પણ નથી હોતી. પરમ દિવસે મારા પતિ ચર્ચના કામ માટે બહારગામ ગયા હતાં. ચર્ચ ગામની બહાર. ભુતાવળ જેવું મોટું કમ્પાઉન્ડ. ઘરમાં હું અને નાની શશીકલા એકલાં જ. એમાં અમાસની અંધારી રાત. આઠ વાગી ગયા તોયે મારા પતિનો કંઈ પત્તો નહીં. મને ડર લાગવા માંડ્યો. યેસણ્ણાને ઘરે સૂવાનું કહ્યું હતું, તે આવ્યો જ નહીં. તેને બોલાવવા ગઈ તો તે તો પીને નશામાં ચકચૂર.''

''પછી તેં શું કર્યું ?''

''પહેલા તો બહાર જવાની બીક લાગતી હતી, પણ પછી હિંમત કરીને અનસક્કાને ઘરે ગઈ. બહારની ઓસરીમાં તે અને કાકા કંઈક વાત કરતાં હતાં. મને જોઈને તરત જ બોલ્યા, ''હજી તારો પતિ નથી આવ્યો ? યેસણ્ણાની વાત સાંભળીને તે તરત જ ઊઠીને મારી સાથે આવવા તૈયાર થઈ ગયા. મારે તો કહેવું પણ ન પડ્યું કે તમે મારી સાથે આવોને ! અને અમારે ઘરે એક ચટાઈ પાથરીને સૂઈ ગયા. સાચું કહું તે ઘરે ન હતા અને રાત્રે બહારથી

ચિત્રવિચિત્ર અવાજ આવતાં હતાં, મને ઊંઘ આવતી ન હતી અને બહુ બીક લાગતી હતી, પણ અનસક્કા છે ને ઘરમાં એ વિશ્વાસે ગાઢ ઊંઘ આવી ગઈ. સાચું કહું એ ઘરમાં હતાં એટલે મારામાં જાણે હજાર પુરુષોની હિંમત આવી ગઈ.''

અનસક્કા આગળ જાતજાતની વાતો હોય. તેમાં સાચી કેટલી અને ખોટી કેટલી એ ઝંઝટમાં પડવું નહીં. અનેક દુર્ગુણો હોવા છતાં અનસક્કામાં એક ગુણ છે. કોઈનાં ઘરમાં કંઈ પણ તકલીફ હોય તો ત્યાં દોડીને પહોંચી જાય. કોઈ સ્ત્રી ઘરમાં એકલી હોય તો વગર કહ્યે અનસક્કાની સવારી ત્યાં પહોંચી જ જાય. અનસક્કા એકલી હોય તો પણ કોઈ ચોર આ કૉલોનીમાં આવવાની હિંમત કરે નહીં. કૉલોનીમાં તોફાની છોકરાંઓ કહેતાં હોય કે, ''અનસક્કા તો એસ.પી. થવી જોઈતી હતી. કોઈને ત્યાં મરણ થયું હોય તો તે ત્યાં પહોંચી જ જાય. રસોઈ બનાવીને ત્યાં મોકલાવી દે. શુભ કાર્યમાં તે સહભાગી હોય કે નહીં અશુભ કાર્યમાં તે સૌથી પહેલા મદદમાં હાજર જ હોય. તેનો મદદરૂપ થવાનો ગુણ બધા જાણતા હતા એટલે જ તેનો આવો સ્વભાવ હોવા છતાં બધાં તેની બધી વાત ચલાવી લેતા.''

આ જ રીતે એક વાર અનસક્કા કોઈને ઘરે તેની સોબત માટે ગઈ હતી. ત્યારે હું ગોપાલકાકા માટે છાશ આપવા ગઈ હતી. કાકા મને નાનપણથી ઓળખતા હતાં અને મારા પર ખૂબ પ્રેમ રાખતા. અત્યારે હું મધ્યમ વયની થઈ હોવા છતાં પહેલાની જેમ જ પ્રેમથી વર્તતા.

''આવ નલિની આવ ! હવે તો પહેલાની જેમ તારું અહીં આવવાનું બનતું જ નથી.''

''હા, કાકા ! કામને લીધે પિયર આવવાનું બનતું નથી.''

''કેમ છે તારે સાસરે બધાં ?''

''બધાં સારાં છે, કાકા ! અનસક્કા ઘરમાં નથી તો ઘર કેવું ખાલી ખાલી લાગે છે ?''

''હા ! એક સાચી વાત કહું, નલી ? મને અનસીનું બહુ ખરાબ લાગે છે.''

''ખરાબ ? કેમ કાકા ?''

''ખરેખર તો તે ખૂબ સારી, બુદ્ધિ ખૂબ તીવ્ર છે. યાદશક્તિનું તો કંઈ પૂછવા જેવું જ નથી અને ઉત્સાહ તો અપરિમિત, પણ યોગ્ય શિક્ષણ નહીં, ઘરમાંથી કોઈ સંસ્કાર મળ્યા નહીં તેથી નદીનો પ્રવાહ સીધે રસ્તે ન જતા આડોઅવળો ફંટાઈ ગયો છે અને એટલે જ તેનું બોલવા-ચાલવાનું, તેનું વર્તન

આવું છે. તેના જીવને જરાય શાંતિ નથી. તેણે વ્યવસ્થિત અભ્યાસ, વાંચન-લેખન કર્યું હોત તો વિદુષી થઈ હોત. હું સમજાવું કે કંઈ કહું તેમાં તે બિલકુલ ધ્યાન આપતી જ નથી, પણ મેં તેને બરાબર સમજી લીધી છે - ઓળખી લીધી છે.''

''અરે વાહ ! શાળામાસ્તર ગોપાલકાકા મનોવૈજ્ઞાનિક જેવી વાતો કરે છે. હું તો આશ્ચર્યચકિત થઈ સાંભળી જ રહી.''

કાકાએ તેની નબળી કડી સમજી લીધી હતી. સંસારરથ ખેંચવા તેમણે ખેંચતાણ ન કરતાં તેને સહકાર જ આપ્યો હતો. તેનું નેતૃત્વ માન્ય કરીને જ ચાલતા રહ્યા.

અને, તેને લીધે જ તેઓનો સંસાર સુખેથી ચાલતો રહ્યો.

❑

ગર્વિષ્ઠ ગંગા

ગંગા, ગંગી, ગંગક્કા જેવા કેટલાંએ તેનાં નામ, પણ ખાસ તો ગર્વિષ્ઠ ગંગા તરીકે જ પ્રખ્યાત હતી, બધાં તેને તે જ નામે ઓળખતા અને બોલાવતા.

ગંગા તેની જુવાનીમાં ખૂબ સુંદર દેખાતી. ગોરો વાન, કાળા ભમ્મર વાળ, નમણી મુખાકૃતિ અને મોટીમોટી સુંદર આંખો. આને લીધે તે બધાંમાં જુદી જ તરી આવતી. હોશિયાર પણ એટલી જ. ઘરમાં રહીને જ બી.એ. થઈ હતી. નવલિકા-નવલકથા વાંચવાની શોખીન. હિન્દી સારું જાણે. ભરતગૂંથણ પણ સારું આવડે. પોતાના દેખાવ અને હોશિયારીનું તેને ખૂબ અભિમાન. તેનાં મા-બાપને શિવશંકર અને ગંગા આ બે જ સંતાન. શિવ મોટો, તેને ક્યારેય વિદ્યા ચડી નહીં. જમીન જાયદાદ પૂરતી હતી. શિવ મહેનતુ હતો, તેથી ખેતીવાડીમાં ધ્યાન આપતો અને પોતાની રીતે સુખી હતો, પણ ગંગાને ખેતીવ્યવસાય પ્રત્યે તિરસ્કાર જ રહેતો. બુદ્ધિ ન હોય તે જ ખેતી કરે તેવું તે સ્પષ્ટતાથી બોલતી.

આ ગર્વિષ્ઠ ગંગાને ક્યારેય કોઈ સાથે હસી બોલીને ગપ્પાં મારતાં મેં જોઈ જ ન હતી. સતત બીજાની ટીકા કર્યા કરવી અને બીજાના દેખાવની મશ્કરી કરવી એ તેનો સ્વભાવ થઈ ગયો હતો.

ગંગાની કલા-કારીગરી વિશેની કુશળતા વખાણવા જેવી હતી. પરમેશ્વર પણ મોટો કલાકાર જ છે ને ? એટલે જ તેણે ગંગા જેવી ઉત્કૃષ્ટ કલાકૃતિ નિર્માણ કરી. સંક્રાત વખતે મોટીમોટી સુરેખ રંગોળી કાઢવાનો અને ભરતકામનો તેને ખૂબ શોખ હતો. કોઈના ઘરે ક્રોશિયાનું ગૂંથેલું તોરણ કે ટેબલક્લોથ જોયો હોય તો ઘરે આવીને માથાકૂટ કરીને તે બનાવે જ છૂટકો. એટલું કરીને તેને સંતોષ ન થાય. જોનાર દરેક જણ તેનાં વખાણ કરે અને 'મૂળ કૃતિ કરતાંએ તેનું કામ વધારે સરસ છે' એવું બધાં કહે તેવી તેને અપેક્ષા રહેતી. 'હું જ

બધાં કરતાં શ્રેષ્ઠ છું' એવી ભાવના તેનાં મનમાં ઘર કરી ગઈ હતી.

તેનું દિલ બહુ ટૂંકું હતું. કોઈ ગમે તેટલું કહે કોઈને તે જરા સરખું ભરતકામ કરી ન આપે. તેની કલામાં અને કામમાં એટલી ચોકસાઈ અને સફાઈ હતી કે જો કોઈ શહેરમાં તે રહેતી હોત તો એકાદ કલાશાળામાં જરૂર મુખ્ય શિક્ષિત બની હોત.

ત્યારે હું આઠેક વર્ષની હોઈશ. ગંગાની શારદા કરીને એક બહેનપણીનાં હુબલીમાં લગ્ન હતાં. લગ્નમાં જવાની ગંગાએ જીદ પકડી. જૂના વિચારનાં તેનાં મા-બાપ તેને એકલી મોકલવા તૈયાર ન હતાં. છેવટે મને તેની સાથે મોકલવાનું નક્કી કર્યું. સવારે જઈને સાંજના અમારે પાછું આવવું તેવું નક્કી થયું. લગ્નમંડપમાં બધાનું ધ્યાન ગંગા તરફ જ ખેંચાતું હતું. કન્યા શારદા કરતાં તે જ વધારે સુંદર દેખાતી હતી. ગંગા શારદા સાથે ગપ્પાં મારતી બેઠી હતી, તેની પાછળની પંગતમાં વરરાજાના મિત્રો જમવા બેઠા.

એક ઊંચા યુવાને મારી પાસે આવીને પૂછ્યું, "તારું નામ શું ?"

"નલિની."

"તારી સાથે કોણ આવ્યું છે ?"

"ગંગક્કા."

"તે તારી શું સગી થાય ?"

"ઊભા રહો, ગંગક્કાને પૂછીને કહું.

"રહેવા દે, તારી ગંગક્કા ક્યારે ગામ જવાની છે ?"

"આજે જ, અમારા શિવણ્ણાએ કહ્યું છે કે ગમે તે થાય છેલ્લી બસમાં પણ રાત્રે ઘરે પહોંચી જવું. એવી તેમની આજ્ઞા છે."

"ગંગી તારામાં મારું મન લાગ્યું" એવું કોઈ પાછળથી ગાતું હતું. છેલ્લી બસમાં હું અને ગંગા ગામ જવા નીકળ્યાં. તે યુવાન પણ તે જ બસમાં હતો. ગંગક્કાને પણ તે ધ્યાનમાં આવ્યું જ હશે. ગામ આવ્યું એટલે અમે બસમાંથી ઊતર્યાં. તે યુવાન પણ ઊતર્યો અને જતાં જતાં કહ્યું, "નલિની ! શિવણ્ણાને કહેજે, શશીકાન્ત મળ્યો હતો, મુંબઈમાં છે, આવતે અઠવાડિયે આવશે."

મેં ડોકું હલાવી કહ્યું, "સારું." ગંગા ધીમેથી હસી. ગંગાનાં લગ્નની પણ વાતો ચાલતી હતી. કોઈ પણ છોકરો દેખાડો તેને કોઈ પસંદ જ ન આવે. શારદાનાં લગ્નમાં તેને જોઈ શશીકાન્ત આકર્ષાયો હતો. પોતે આવવાને બદલે માગું નાખવા તેણે પોતાના મામાને મોકલ્યા. ગંગાએ આવા કેટલાએ છોકરાઓ જોયા હતા. તેની દૃષ્ટિએ શશીકાન્તમાં એવું ખાસ વિશેષ કંઈ ન હતું. અનેક નવલકથાઓ વાંચીવાંચીને તેણે તેના સ્વપ્નના રાજકુમારનું એક કલ્પનાચિત્ર

આલેખ્યું હતું. દેખાવમાં સુંદર, ખૂબ ભણેલો, સરકારી નોકરીમાં ઉચ્ચ હોદ્દા પર હોવો જોઈએ. સાસરામાં કોઈની ખટપટ ન જોઈએ. ઘરમાં ફક્ત રાજા-રાણી બે જ હોવાં જોઈએ. આ સામાન્ય શશીકાન્તનો ગજ ક્યાં વાગે ?

શશીકાન્તના મામા પર ગંગાને ગુસ્સો આવ્યો. ગુલાબનાં ફૂલ જેવી પોતે અને તેનો આવો સાધારણ જીવનસાથી ? શશીકાન્તના મામાને સંભળાય તેમ અંદરથી ખૂબ મોટેથી બોલી, "શશીકાન્તને કહેજો, 'પહેલા પોતાનું મોઢું કાચમાં જુએ અને પછી મારો હાથ માગવાની હિંમત કરે.'"

આ સાંભળીને ઘરના બધા ગભરાણા, 'ગમે એટલું કરો આપણે તો છોકરીવાળા કહેવાઈએ' આવું વિચારનારા તે સીધાસાદા માણસો. મા-બાપે કેટલું સમજાવવા પ્રયત્ન કર્યો, પણ કોઈ ફાયદો નહીં. શશીકાન્તના મામાથી આ અપમાન સહન ન થયું. તેમણે કહ્યું, "એવું તે શું છે આ છોકરીમાં ? રૂપનું આવું અભિમાન સારું નહીં." બનેલી બધી જ હકીકત શબ્દેશબ્દ તેમણે શશીકાન્તને કાને નાખી. સાંભળીને શશીકાન્તને પણ બહુ ખરાબ લાગ્યું. છેવટે તેણે પોતાની જાતને જ દોષ દીધો.

ગંગાને તેના મામાનો દીકરો સતીશ બહુ ગમતો, પણ લગ્ન તેની સાથે જ થવા જોઈએ એવું કંઈ તેનાં મનમાં ખાસ ન હતું. તે ડૉક્ટર હતો. ક્યારેક ક્યારેક તેને ઘરે આવતો. એક દિવસ પોતાનાં લગ્ન નક્કી થવાની વાત તેણે કરી. ગંગાને ખૂબ આઘાત લાગ્યો. તેને થયું, 'મારા જેવી રૂપવતી સામે હોવા છતાં તે બીજી કોઈ છોકરીનો વિચાર પણ કેવી રીતે કરી શકે ?' તેણે ખાસ કંઈ મન પર ન લીધું, પણ એટલું તો તેના મનમાં જરૂર થયું કે હું સતીશ સાથે લગ્ન કરી શકી હોત તો ! સતીશનાં લગ્નમાં તે ખાસ ગઈ. નવવધૂને જોઈને તે ખૂબ ખુશ થઈ. છોકરી દેખાવમાં એકદમ સાધારણ હતી. તે પણ ડૉક્ટર હતી. લગ્નમંડપમાં બધાને સંભળાય એવી રીતે મોટેથી બોલી, "કાગડી દહીંથરું લઈ ગઈ, કાગડી જેવી જ તેનાં નસીબમાં હોય તો કોઈ શું કરી શકે ?" નવવધૂએ આ શબ્દો સાંભળ્યા.

સમય તેની ગતિથી આગળ સરકતો રહ્યો, 'સતીશ કરતાં પણ ચડિયાતા છોકરા સાથે લગ્ન કરીશ' એવા સપનામાં કેટલોય સમય ગંગા રાચતી રહી, પણ તેનું તે સ્વપ્ન સ્વપ્ન જ રહ્યું. આ સમયમાં તેને જોવા આવેલ દરેક છોકરામાં કંઈ ને કંઈ ખોટ દેખાતી જ રહી. આ નાળિયેરના ઝાડ જેવો લંબૂ છે, તો આનું નાક મોટું છે. આના આટલા પગારમાં હું કેવી રીતે રહી શકું ? આને તો પોતાનું ઘર પણ નથી અને આ દારાસિંહ ! કેવો કાળો ? અમાવાસ્યાની રાત્રે જન્મ્યો લાગે છે. આવા આવા એકબે નહીં, હજાર દોષ કાઢે. મા-બાપ

કંઈ બોલે તો અગાશીમાં જઈને બેસી જાય. શિવશંકર મનમાં ને મનમાં ચિડાય. તેને થાય કે અતિરૂપને લીધે આને બહુ અભિમાન આવ્યું છે, થોડી કાળી હોત તો સારું હતું.

અનસક્કા કહેતી, ''ગંગા જેવી વહુ મારે તો જોઈએ જ નહીં. પોતાને ત્રિપુર સુંદરી સમજી અરીસા સામે જ બેસી રહે તો મારા દીકરાને રસોઈ કરવી પડે.'' તેનાં પોતાનાં ઘરમાં અડધા ઉપરાંતનું કામ ગોપીકાકા જ કરતા તે તેણે આ બોલતાં વખતે વિસારે પાડી દીધું.

મા-બાપ મૃત્યુ પામ્યાં. બેનનાં લગ્નની વાટ જોઈ કંટાળેલા શિવાએ પોતાનાં લગ્ન નક્કી કરી લીધાં અને પછી ઘર કુરુક્ષેત્રમાં ફેરવાઈ ગયું. મા-બાપ હતાં ત્યારે તેની કટકટ સહન કરી લેતાં, ''બિચારીને સંસારના સુખદુ:ખની ખબર નથી. એક વાર લગ્ન થઈ જશે એટલે બધું ઠીક થઈ જશે.'' તેનાં લગ્ન જ થયાં નહીં અને તેની બાબતમાં કંઈ ઠીક પણ થયું નહીં.

ગંગાને જોઈતો હતો સર્વગુણ સંપન્ન વર. દેખાવથી કામદેવ, ધનથી કુબેર, અધિકારથી ઇન્દ્ર. ઉપરાંત ઘરમાં સાસુનો ત્રાસ નહીં. કોઈ જવાબદારી નહીં અને છોકરાની નોકરી તો સરકારી હોવી જોઈએ. ગંગાને આવી અનેક અપેક્ષા હતી.

આ દુનિયામાં ગંગાની અપેક્ષા પ્રમાણેનો સર્વગુણ સંપન્ન વર ભાગ્યે જ હશે અને હોય તો આવી ગામડિયણ ગંગા સાથે લગ્ન શા માટે કરે ? શશિકાન્ત પાસે ડિગ્રી નહીં, ફક્ત ડિપ્લોમા હતો. સ્થિતિ સાધારણ હતી એટલે તેને નકાર મળ્યો હતો. મુંબઈ જઈ તે એક કંપનીમાં નોકરીએ લાગ્યો. તેનાં મા-બાપે તેના માટે બૅન્કમાં નોકરી કરતી એક છોકરી શોધી. કંઈ જ ખટખટ કર્યા વગર શશિકાન્તે લગ્ન કરી લીધાં. શુભ પગલાંની કાવેરી જાણે લક્ષ્મીરૂપે જ ઘરમાં આવી. શશિકાન્તે પોતાનો ધંધો શરૂ કર્યો. કાવેરીએ તેને તેમાં ખૂબ સારો સાથ આપ્યો. પાંચ વર્ષમાં શશિકાન્તનો ધંધો ખૂબ વિકસ્યો અને તે ખૂબ શ્રીમંત થયો. આજે તો વિમાન સિવાય તે ક્યાંય જતો નથી. તેની પત્ની કાવેરી ગામમાં આવી ત્યારે નખશિખ દાગીનાથી લદાઈને ફરતી હતી. તેની સાસુ તો તેને લક્ષ્મી જ માનતી. આ બધું જોઈને ગંગા ઈર્ષાથી સળગી જતી. ત્યારે થોડી સમજણ અને વિવેક જાળવ્યો હોત તો આજે પોતે જ કાવેરીની જગ્યાએ હોત. ગંગા મનથી આ સમજતી હશે, પણ કંઈ દેખાવા દેતી નહીં. તેના મામાનો દીકરો સતીશ પણ શ્રીમંત થઈ ગયો હતો. પતિ-પત્નીએ પોતાનું નર્સિંગહોમ ખોલ્યું હતું. આ બધું જોઈને ગંગાના મનને બહુ દુ:ખ થતું હતું.

ભાભી ગિરજા એક સામાન્ય સ્ત્રી છે. બહુ હોશિયાર કે ડાહી નહીં

તો એટલી ખરાબ પણ નહીં. ગંગા પોતાનો ગુસ્સો, બધી નારાજગી પોતાની ભાભી પર કાઢે. ઘરમાં કંઈ જ કામ ન કરે. નોકરી કરવાનો તો તેણે કદી વિચાર જ કર્યો ન હતો અને જ્યારે નોકરી કરવાની ઇચ્છા જાગી ત્યારે ઉંમર વીતી ગઈ હતી.

એક ગામના જમીનદારનો છોકરો ગંગાને જોવા આવ્યો. દેખાવમાં તો સાવ સાધારાણ હતો. જમીન ઘણી હતી. ગંગાને તેણે પસંદ કરી. બધા બહુ ખુશ થયા, પણ ગંગાએ તેમાં પણ વાંધો કાઢ્યો, 'ગામડામાં રહેવાનું હોય તો મારે તેની સાથે લગ્ન નથી કરવા. શહેરમાં ઘર રાખવાનો હોય તો હું તૈયાર છું.'

છોકરો હસવા લાગ્યો. મારી ગામની આટલી જમીન છોડી શહેરમાં રહેવા જાઉં ? તે શક્ય જ નથી. એ કોઈ રંભા કે ઉર્વશી નથી. તે તૈયાર હોય તો પણ આવી ઉદ્ધત છોકરી સાથે લગ્ન કરવાં હું જ તૈયાર નથી અને લગ્નની વાત ત્યાં જ ભાંગી પડી.

આખો દિવસ કામકાજ કંઈ નહીં. ફક્ત નવરાશ જ નવરાશ એટલે વિચારોથી મન ખિન્ન જ રહે. પોતાથી નાની છોકરીઓનાં લગ્ન નક્કી થાય એટલે ગંગા ઘરને નરક બનાવી દે. મા-બાપ અને શિવશંકર પર દોષનો ટોપલો ઓઢાડી જે સામે આવે તેના પર આગ ઓકવાનું ચાલુ થઈ જાય.

શરૂઆતમાં ગિરજાને બહુ ખરાબ લાગતું, પણ તે બહુ ધ્યાન આપતી નહીં, પણ ધીમેધીમે તેને આ બધું અસહ્ય લાગવા માંડ્યું હતું. 'રોજ મરે તેને કોણ રડે ?' ગિરજાએ તેની સાથે બોલવાનું બંધ કરી દીધું. એક ઘરમાં બે રસોડા થઈ ગયાં. ગિરજા પર ભડકેલી ગંગા પોતાની રસોઈ પોતે જ બનાવી લેવા લાગી. પહેલા ગંગા દરેક લગ્નમાં સજીધજીને પહોંચી જતી તે તેણે છોડી દીધું. લગ્નમાં જવાનું તેણે બંધ કરી દીધું. લોકોનો સંપર્ક ધીમેધીમે ઓછો થવા લાગ્યો અને ગંગાનો રઘવાટ વધતો જ ચાલ્યો.

ગિરજા મા બની અને ગંગાની ઈર્ષા આકાશને આંબવા લાગી. પોતાની જ ઉંમરની, પોતાનાં જેટલી સુંદર નહીં એવી ગિરજા મા બની ? તેને પતિનો પ્રેમ મળ્યો અને માત્ર હું જ આ બધા સુખોથી વંચિત રહી ? તેનો ગુસ્સો દુઃખમાં પરિવર્તિત થવા લાગ્યો અને શરૂ થઈ તેની રોકકળ. ભૂત વળગ્યું હશે તેમ માની દોરાધાગા બાંધ્યા. રાઘવેન્દ્ર સ્વામીની પૂજા અને શિશુનાથ સાહેબના મેળામાં તેનાં પરથી ઉતારી સાકર ઉડાડવામાં આવી. બધું કરવા છતાં ગંગાનાં વિચિત્ર વર્તનમાં કંઈ ફરક પડ્યો નહીં. મનને ખૂણે બેઠેલ અહંકાર – અભિમાન જ્યાં સુધી મનમાં હશે ત્યાં સુધી આવું દુઃખ થવાનું જ. આ વાત ગંગા ક્યારેય સમજી નહીં.

આ બધું જ્યારે ખૂબ અસહ્ય બન્યું ત્યારે ગિરજા કહેવા લાગી, "તેને જુદી કરી દો. જોઈએ તો થોડી જમીન તેનાં નામે કરી આપો. હું ના નહીં પાડું, પણ આ શૂર્પણખા સાથે રહેવાનું મારે માટે શક્ય જ નથી. આ ઘરમાં કાં તો હું રહીશ, કાં તો તે રહેશે." જે રીતે ગંગાનો ત્રાસ વધતો ચાલ્યો તે જ રીતે ગિરજાની જીદ પણ વધતી ચાલી. શિવશંકરને તો આ બાજુ ખાઈ અને તે બાજુ કૂવો એવી પરિસ્થિતિ થઈ. આવી બહેન સાથે રહેવાની ઇચ્છા તો તેને પણ ક્યાં હતી ? કારણ કે ગંગા તેને ડગલે ને પગલે ટોકતી, "તું તે કેવો પુરુષ છે ? બૈરીના પાલવની આડમાં જ છુપાઈ રહે છે."

છેવટે શિવશંકરે તેને જુદું ઘર કરી આપ્યું. ગામમાંથી કોઈએ તેનો દોષ ન કાઢ્યો. ઊલટા બધા તેની પ્રત્યે સહાનુભૂતિ દેખાડતાં કે એ પણ બિચારો શું કરે ? આવી કજિયાખોર બહેન સાથે રહીને તો કોઈ પણ કંટાળી જાય. તેણે પોતાનો સંસાર પણ નિભાવવાનો હોય ને ?

અડધું ખેતર તેનાં નામ પર કરી આપ્યું. ખેતરમાં કામ બધું શિવશંકર જ કરે અને પેદાશ ગંગાને આપે, એટલે ગંગા હવે સ્વતંત્ર છે, પણ ખાસ કોઈ તેની પાસે આવતું નથી. એકએક ક્ષણ તેને એકએક યુગ જેવી લાગે છે. ક્યારેક કોઈ આવે તો તેની સામે કોઈકની અને કોઈકની ટીકા કર્યા કરે એથી આવનાર વ્યક્તિ તેની વાતોથી કંટાળી જાય. તેનો આવો સ્વભાવ બદલાયો જ નહીં.

જુવાની ઓસરવા લાગી હતી અને હવે તેને એકલતાનો અનુભવ ડંખતો હતો. લગ્નની શક્યતા પણ હવે નહીંવત્ થવા લાગી હતી અને એટલે તે વધુ ને વધુ ઉતાવળી થતી જતી હતી. આટલું બધું થઈ ગયું છતાંયે ગિરજા તેને માટે વર શોધતી રહેતી, પણ ગંગાને તેનાં પર વિશ્વાસ ન હતો.

ગંગા ક્યારેક ક્યારેક અમારે ત્યાં આવતી. મારી દાદી તેનાં મનનું સમાધાન કરવા તેને કંઈક ને કંઈક શિખામણ આપે, પણ તેમાંનું કેટલું તેનાં મગજમાં ઊતરતું હશે તે તો ભગવાન જ જાણે. બે દિવસ પહેલાં ગિરજા અને શિવણા દાદી પાસે આવ્યાં હતાં અને કહેતાં હતાં, "માસી ! તમે જ કહો, ગંગાને એક છોકરો દેખાડ્યો. છોકરો એન્જિનિયર છે. પી.ડબલ્યુ.ડી.માં નોકરી કરે છે. નાનપણમાં પોલિયો થયો હતો એટલે જરા ખોડંગાતો ચાલે છે. તેને ગંગાનો ફોટો ગમ્યો છે, પણ ગંગી અમારું સાંભળવા જ તૈયાર નથી." "તેની વેરે તારી દીકરી દેવી હોય તો દે !" આમ બોલે છે. મારી દીકરી તો હજી છ વર્ષની છે. આવું બોલે તેને શું કહેવું ? માસી ! ગમે તેમ કરીને તમે તેને લગ્ન કરવા સમજાવો.

ગંગાને દાદીનો સંદેશો મળ્યો એટલે મળવા આવી. લૂલા-લંગડા સાથે ગંગા લગ્ન કરે તે શક્ય જ ન હતું. આવીને બોલી, “માસી ! તમે શિવાનું કંઈ સાંભળતા નહીં. હું ઘરમાંથી નીકળું તેની જ રાહ જોઈને બેઠો છે. ખેતર પણ મળી જાયને પોતાને ? હું લગ્ન કરીને જઈશ તો પણ ઘરને તાળું મારીને જઈશ. તેને તો આપીશ જ નહીં.”

આવી આ ગંગા જઈને સમુદ્રને ક્યાંથી મળે ? સમુદ્ર પણ જો બે હાથ પસારી તેને મળવા વાટ જોતો હોય તો પણ આ હઠ કરીને રેતીમાં લુપ્ત થઈ જવા તૈયાર થાય, પણ સમુદ્રને મળવા તો ન જ જાય. પોતાનાં સમૃદ્ધપણાથી જગત આખાના જીવન સમૃદ્ધ કરનાર સાગરને જઈ મળવાનું તેના ભાગ્યમાં જ નથી કે સ્વભાવમાં નથી ? ઈશ્વર જ જાણે અને બીજી જાણે ગંગા પોતે !

ગંગા માટે વધુ એક વર શોધ્યો મારાં દાદીએ. મારી એંશી વર્ષની દાદી લાકડીને ટેકેટેકે વરને ઘરે જઈને ચોક્સાઈ કરી આવી. છોકરો પિસ્તાલીસ વર્ષનો હતો અને તેનો ભાઈ પાંત્રીસનો, બેનોનાં લગ્ન પતાવતા પતાવતા બંને ભાઈઓની ઉંમર થઈ ગઈ હતી. છોકરાને સારી નોકરી હતી, ઘરમાં સાસુ નહીં અને બધું જ સારું હતું. શિવો પણ ખુશ થયો. ગંગાએ છોકરાને જોયો. છોકરાએ ગંગાને પસંદ કરી, પણ ગંગાએ તો ના જ પાડી. કારણ આપ્યું તે પણ વિચિત્ર, “તેનો નાનો ભાઈ કેવો દેખાવડો છે ? આની ઉંમર તો પિસ્તાલીસ કરતાં વધારે લાગે છે.”

આમ જુઓ તો ગંગા પણ ચુમ્માલીસ વર્ષની હતી. ઉંમરની બાબતમાં તો દાદીની ભૂલ થવાની શક્યતા જ નહીં. ગંગા મારા મામાની સહાધ્યાયી અને તે અત્યારે પિસ્તાલીસ વર્ષના થયા છે, પણ ગંગાનું મગજ કેમ કામ કરતું હોય તે કહી શકાય નહીં. આ પ્રસંગ પછી ગંગાએ અમારે ત્યાં આવવાનું જ છોડી દીધું. દાદીનાં સૂચનમાં તેને અપમાન લાગ્યું.

આમ જ દિવસો પસાર થતા જતા હતા. એક દિવસ બજારમાં પરશુરામ ગૌડા મળી ગયા. તેમને ગંગા મળી હશે. તેમણે મને કહ્યું, “ગંગા મળી હતી, જોઈને બહુ દુ:ખ થયું. તેને લાયક કોઈ છોકરો હોય તો કહેવું જોઈએ.”

“કોણ ગંગા ?”

“તે જ શિવાની નાની બહેન, વાળ સફેદ થઈ ગયા છે, પણ તેને લગ્ન કરવા છે. ઉંમર શું હશે તેની ? મારી જાણ મુજબ તો પંચાવન થયાં હશે, પણ કહેવું કઈ રીતે ? તેણે પરશુરામ ગૌડાને શું કહ્યું હોય તે કોણ જાણે ? એટલે મેં તો કહ્યું, “ઉંમરની તો મને ખબર નથી.”

“તારી દાદીને પૂછી જોજે તેને ખબર હશે. મારે બે બૈરીનાં મળીને

દસ બાળકો છે, પણ તેમની ઉંમર જાણવી હોય તો તારી દાદી પાસે જ આવું.''

''ગંગાએ મને પોતાની ઉંમર ચાલીસ વર્ષ કહી છે. તેને બીજવર ચાલશે, પણ પહેલા લગ્નના તેને કોઈ સંતાન ન હોવાં જોઈએ. આવી શરત મૂકે તો લગ્ન ક્યાંથી થાય ?''

હું તો ચૂપ જ રહી. ઘરે આવીને નેવુંને આરે પહોંચેલ પણ વિલક્ષણ યાદશક્તિ ધરાવતી દાદીને બધી વાત કરી ત્યારે તે બોલી, ''ગાંડી છોકરી ! હવે લગ્નનો વિચાર કેવો ? માસિક ગયું, બધું પતી ગયું. હવે તો... હવે તો... તેણે ભગવાનનું નામ લેવું અને ભાભી સાથે સંપીને રહેવું જોઈએ.'' અને પછી બોલી, ''જુવાની ચાર દિવસની હોય તે ઉંમરે તો ગધેડો પણ ઘોડા જેવો સુંદર દેખાય. સ્ત્રીની જુવાની જલદી ઓસરી જાય. આ દુનિયામાં પોતાની ઇચ્છા પ્રમાણે પતિ કે પત્ની કોઈને મળતાં નથી, જે મળે તેને જ યોગ્ય માની સંસાર નિભાવવો પડે. લગ્ન કર્યાં એટલે ફક્ત સુખ જ સુખ મળે તેવું કંઈ નથી અને તે એટલું સહેલું પણ નથી. લગ્ન કરીને ફક્ત પોતાનો જ વિચાર કરનારને દુઃખી જ થવાનો વારો આવે છે. લગ્ન કરીને સીતાએ વનવાસ ભોગવ્યો. દ્રૌપદીને પાંચ પતિ હોવા છતાં ભરી સભામાં તેનું અપમાન થયું. આ બધી વાત ગંગાને ક્યારે સમજાશે ?''

ગર્વિષ્ઠ ગંગા કંઈ અનુભવથી સમજી કે નહીં કોણ જાણે ? પણ દાદીમા કહેતાં હતાં તે જીવનનો ગર્ભિત અર્થ સાંભળી હું તો આશ્ચર્યચકિત થઈ ગઈ.

❑

પરોપકારી અક્કમ્મા

'અક્કમ્મા' – તેનું સાચું નામ શું તે કોઈને જ ખબર નહીં. બધા તેને આ જ નામથી બોલાવતા. તેને પૂછીએ તો જવાબ મળે, "નામમાં શું છે ? લક્ષ્મી નામ હોય તે બધા શ્રીમંત જ હોય ? જેનું નામ રામ હોય તે બધા સત્યવાદી જ હોય છે ? મારું નામ કંઈ પણ હોય, હું તો જે છું તે આ જ અને આવી જ છું."

કોઈ પણ શુભ પ્રસંગ હોય કે અશુભ, અકમ્મા દરેક પ્રસંગે હાજર જ હોય. ગામના કોઈ પણ ઘરના કોઈ પણ પ્રસંગ અકમ્મા ન હોય તો ઉકલે જ નહીં. પરમ દિવસની જ એક વાત જુઓ ને – અંબાને લગ્નનાં દસ વર્ષ પછી બાળક જન્મ્યું અને તે પણ દીકરો. વૃદ્ધ સાસુ ખૂબ ખુશ થઈ, પણ શું કરવું ? ખુશીનો પ્રસંગ કેમ ઊજવવો તે કંઈ તેને સૂઝે નહીં. યાદ આવી અકમ્મા. તેને બધી જ ખબર હોય એટલે તેને જ બોલાવવાનો સંદેશો મોકલ્યો.

અકમ્મા તુરંત હાજર. જેવી તેને ખબર પડી કે અંબા સુવાવડ માટે કે.એમ.સી. હૉસ્પિટલમાં દાખલ થઈ છે એટલી ખબર પડતાં જ ત્યાં પહોંચી ગઈ. દસ વર્ષે સીમંત આવ્યું હતું, ખોળો ભરવા જેવી કોઈ જ ધાર્મિક ક્રિયા થઈ જ ન હતી. એવું તે કેમ ચાલે ? લીલો બ્લાઉઝ પીસ, પાંચ કેળાં અને ખોળો ભરવા શુકનનાં મૂઠી ચોખા પૉલિથીન બૅગમાં સાથે જ લઈ ગઈ. હૉસ્પિટલમાં કોઈને અંદર જવાની પરવાનગી તો મળે નહીં. ગમે તેમ કરી કોઈને કોઈની ઓળખાણ કાઢી, લાવેલી બધી વસ્તુ અંબાને પહોંચાડી દીધી. સુવાવડ થાય તે પહેલા ખોળો તો ભરાવો જ જોઈએને ?

અંબાનાં સાસુ-સસરાની બધી જ ચિંતા દૂર થઈ ગઈ. દીકરો જન્મ્યો તે ખબર મળ્યા ત્યારથી એ શુભ સમાચારની ઇનચાર્જ નિમાઈ ગઈ, 'અકમ્મા.' ફટાફટ એક પછી એક હુકમ છૂટવા લાગ્યા. 'ચાલો, જલદી જલદી એક એક

કામની નોંધ લખવા માંડો. બજારમાં ધારવાડ ગલીના ધરમસિંગના પેંડા પ્રખ્યાત છે. ત્યાં તો લાઇન લાગી હશે. કોઈને લાઈનમાં ઊભા રાખી જેટલા મળે એટલા પેંડા મંગાવી લ્યો. ઓછા પડે એટલા 'હુબલી પેંડા ભંડાર'ના પેંડા પણ પ્રખ્યાત છે ત્યાંથી મંગાવી લ્યો અને બબ્બે પેંડાનાં પેકેટ બનાવી લ્યો.' આમ, પેંડા વહેંચવાથી થઈ જાય અક્કમ્માના કામની શરૂઆત. રાતનાં સુવાવડી પાસે કોણે સૂવું ? તે માટે અક્કમ્માને કહેવું જ ન પડે. ધાવણાં બાળકના કપડાંથી માંડી અન્ય જરૂરિયાતનું લિસ્ટ અક્કમ્માને મોઢે જ હોય.

આવા પ્રસંગે તો અક્કમ્માનાં શરીરમાં જાણે સાત હાથીનું બળ આવી જાય. બધાં કામની જવાબદારી તે એકલી જ નિભાવે. અમારા જેવા કોઈ બિનઅનુભવીએ તેમાંની થોડી જવાબદારી ઉપાડવા પ્રયત્ન કર્યો તો આવી જ બને તેનું. "આમાં કંઈ ખબર પડે છે તને ? છે અનુભવ તને કંઈ ? ઓડનું ચોડ કરી નાખીશ. તારી માની સુવાવડ મેં જ કરી હતી. તું જન્મી ત્યારે કેવી હતી ખબર છે ? સાવ સુકલકડી ! મેં સૂચવેલ કાઢો પી પીને આવી હાથી જેવી થઈ છે. માટે ચૂપ બેસ હવે અને મારું કામ મને કરવા દે." આમ કહી ધમકાવી જ નાખે અને આપણે સાવ ચૂપ.

પછીના તેર દિવસ આવા કોઈ ને કોઈ કામમાં વ્યસ્ત હોય, અક્કમ્મા. બાળકને પારણામાં સુવડાવવાના વિધિ સુધી બધાં કામોની ઇનચાર્જ અક્કમ્મા. કોના ઘરે પારણું સારું છે ત્યાંથી મંગાવી લેવું. કઈ માલિશવાળી સારી છે અને કઈ રસોયણ સારી રસોઈ બનાવે છે અને કોણ સમયસર આવીને પ્રસંગે સારી રીતે કામ પાર પાડે છે, આવા બધા જ તેના અભિપ્રાય કે સૂચનોમાં કંઈ જ ખામી કાઢવા જેવું હોય જ નહીં.

તેની આવડત, કામ પાર પાડવાની કુશળતા અને ચોકસાઈની ખરી કિંમત તો લગ્નપ્રસંગે થાય. લગ્ન લીધા કે તેમાં બે પક્ષ સંમિલિત હોય અને બેઉ પક્ષમાં કંઈ પણ ચર્ચા, ગેરસમજ વગેરે થવાની શક્યતા તો ખરી જ. છોકરાવાળા પોતાને શ્રેષ્ઠ સમજે. દેવા લેવાની બાબતમાં, વાડી કે હૉલ રાખવાની બાબતમાં અને જમણવારની બાબતમાં મતભેદ રહેવાના જ. આવા પ્રસંગે આનંદ અને ઉત્સાહ તો હોય જ, પણ મતભેદ થાય ત્યારે અક્કમ્માની ચતુરાઈ અને વ્યવહાર કુશળતાથી કામ મનદુઃખ વગર સરળતાથી પતી જાય. કરિયાવર તૈયાર કરવાથી માંડીને દીકરીને વળાવવા સુધી અક્કમ્મા અચૂક હાજર હોય.

જુઓને પરમ દિવસની જ વાત, શ્રીદેવીનાં લગ્ન નક્કી થયાં અને અક્કમ્મા ત્યાં હાજર. શ્રીદેવી આમ તો મારા જ સગપણમાં થાય. અક્કમ્માને તો તેની સાથે કોઈ જ સગપણ કે સંબંધ નહીં, પણ તેના અતિ ઉત્સાહી અને પરોપકારી

સ્વભાવને લીધે બધે જ તેની હાજરી અનિવાર્ય બને. મારામાં તો તેના સોમા ભાગનોય ઉત્સાહ નહીં.

એક વખત અકમ્મા બજારમાં મળી ગઈ. દુકાનમાં ચાંદલા, મોતી અને કાચ વગેરે વસ્તુ ખરીદી રહી હતી. મને નવાઈ લાગી. મેં પૂછ્યું, ''અરે અકમ્મા ! તું અહીં ? કોને માટે ખરીદે છે આ બધું ?''

''અરે, નીલુ ! તને ખબર નથી ? શ્રીદેવીનાં લગ્ન નક્કી થયાં છે. વેવાઈને પહેરામણી કરવી પડશેને ? કરિયાવરની વસ્તુ નાળિયેર, ડોલી, પંખા વગેરે સજાવવું પડશે. એમનેમ મૂકીએ તો થોડું શોભે ? એ માટે સામાન લેવા આવી છું.''

''અકમ્મા ! તેનાં ઘરના કરશે ને તૈયારી ? તું શું કામ બધું માથે લઈને ફરે છે ?''

''નલુ ! તેનાં ઘરમાં છે કોણ ? ભાભી સુવર્ણા, નમૂનો છે હોં ! ઘરમાં પ્રસંગ છે ને પિયર જઈને બેઠી છે. રમાતાઈને તો આવું બધું કંઈ આવડે નહીં. એકની એક દીકરી છે. તેનાં લગ્નમાં તેને સાસરે પહેરામણી વગેરે વ્યવસ્થિત ન થાય તો કેવું લાગે ? રમાતાઈની આંખમાં પાણી જોઈ મને જ બહુ ખરાબ લાગ્યું. મને થયું આપણાથી થાય તે મદદ કરીએ, એટલે આ બધું ખરીદવા આવી છું.''

''પૈસા આપ્યા છે ? આ બધું ખરીદવાના ?''

''હજી તો નથી આપ્યા. આપશે ને ? ક્યાં ભાગી જવાના છે ? અને ન આપ્યાં તો પણ શું ? મારા તરફથી આ શ્રીદેવીને લગ્નની ભેટ.''

આ અકમ્માનો સ્વભાવ જ મને તો સમજાતો નથી. કોનાં લગ્ન ? કોના ઘર માટે અને કોના માટે આ બધી તૈયારી ? પોતાની આંખો ફોડી આવી માથાકૂટ શું કામ કરતી હશે ? ભગવાન જાણે. મને ખબર છે નવ્વાણું ટકા માણસો આવી બધી વસ્તુના યાદ રાખીને તેને પૈસા આપતાં જ નથી. આ વાત અકમ્મા પણ જાણે છે અને છતાં પણ આવું બધું કોઈ માટે કરવાના તેનાં ઉત્સાહ અને હોશમાં ક્યારેય ઓટ આવતી જ નથી. પોતાના પૈસા જાય છે અને એવો કંઈ જશ પણ મળતો નથી એ જાણવા છતાંએ તેની આ બધી પ્રવૃત્તિ ચાલુ જ રહે છે.

''રાંદલ તેડવાનાં હોય કે મંડપ મુહૂર્ત જેવી ધાર્મિક ક્રિયા વખતે તો અકમ્મા સવારથી હાજર.''

''જલદી જમીને બધા ઉપરના રૂમમાં આવો. ત્યાં વેવાઈની પહેરામણી અને ભેટની વસ્તુઓ તથા વરવધૂનાં કપડાં દાગીનો વગેરે અને શ્રીદેવીનો

બીજો બધો કરિયાવરનો સામાન પાથરેલો છે, રમાતાઈ ! આ કબાટની ચાવી. દાગીના વગેરે સંભાળી લો. મને હવે કંઈ પૂછતાં નહીં. મીઠાઈ વગેરે બધું ભરાઈ ગયું કે નહીં ?'' દીકરીની મા કરતાં તો અકમ્માને ઉત્સાહ વધારે હતો.

''આ શ્રીદેવીના ઘર પરિવારની ભેટ અને આ બધી કાંજીવરમની સાડીઓ તો કેટલી મોંઘી છે, અમારા જમાનામાં તો આટલા રૂપિયામાં બે-પાંચ તોલા સોનું આવી જતું અને રમાતાઈ ! આ સાડીનું મેચિંગ બ્લાઉઝ હજી આવ્યું નથી ? કાલે તો દરજી કહેતો હતો, ''સવારે તૈયાર થઈ જશે.'' કોઈને સ્કૂટર પર મોકલીને મંગાવી લ્યો, નહીં તો રાતનાં કરિયાવર પૅક કરતી વખતે રહી જશે તો પછી ગરબડ થશે.''

જેને મેચિંગ બ્લાઉઝ પહેરવું છે તે શ્રીદેવી કરતાં તો અકમ્માને ચિંતા વધારે. ''આ મામાના ઘરની સાડી, મામાએ ખાસ બેંગલુરુથી મંગાવી છે. કાંજીવરમની કહે છે. આ સાડી પાંચ હજારથી તો ઓછી નહીં જ હોય અને આ ભેટ માસીઓએ મળીને આપી છે. આ મોતીનાં કડાં ખાસ હૈદ્રાબાદથી લાવ્યા છે. મોતીનો રંગ તો કેવો સરસ છે નહીં ? અરે ! પેલા અનારકલી કડાં ક્યાં છે ?''

અકમ્માને બધી વસ્તુનો વિગત વાર હિસાબ અને તે ક્યાંથી ખરીદ કરવામાં આવી છે તે વિશે બધી જ ખબર હોય. આ બધું પતે એટલે અકમ્માનું ધ્યાન જાય નાસ્તાના ડબ્બાઓ તરફ. ચકરી અને કચોરી, મોહનથાળ અને મગજ, શેકેલા પૌંઆનો ચેવડો અને તળેલા પૌંઆનો ચેવડો શેમાં શેમાં છે તે બધી જ તેને ખબર હોય. મહેમાનોને કયા ડબ્બામાંથી આપવાનું છે અને ઘરનાને કયા ડબ્બામાંથી તે સૂચના બધાને અપાઈ જ ગઈ હોય.

''પણ, અકમ્મા ! એવું જુદું કેમ ?''

''અરે નલુ ! તને ખબર નથી. મેં તો કેટલાંયે લગ્ન જોયાં છે. વરપક્ષના સગાંઓ નાની મોટી વાતમાં વાંધા કાઢે. આપણે નાનીનાની વાતમાં ચોકસાઈ રાખવી સારી અને વરની માને તો પોતાનો દીકરો પારકો થઈ જશે એ વાત મનમાં ખટકતી હોય એટલે કન્યાપક્ષની સરભરામાં કંઈક ને કંઈક ઊણપ દેખાવાની જ હોય.''

''અકમ્મા ! આ વાત તો મને જરાય માન્ય નથી. આપણી દીકરી આપણે ત્યાંથી તેમને ઘરે જવાની જ છે ને ? આપણે માટે પણ તે પારકી જ થઈને !''

''એ તો સાચું, પણ દીકરી જન્મે ત્યારથી જ દરેકને ખબર જ હોય છે કે આપણે ત્યાં તો એ પારકી થાપણ જ છે એટલે બધા માનસિક રીતે એ માટે તૈયાર હોય જ હોય છે.''

આટલી વાત કરે ન કરે ત્યાં તો અકમ્મા માટે કોઈની ને કોઈની બૂમ તો સંભળાય જ. લગ્નના આ બે દિવસમાં અકમ્માનું નામ બધાને મોઢે હજાર વાર સાંભળવા મળે જ. ઘરની સ્ત્રીઓ અને નોકરો સુધ્ધાંને લાગે કે અકમ્માની હાજરી ન હોય તો એકે કામ જાણે બરાબર થાય જ નહીં. ગમે તેવી મુશ્કેલ પરિસ્થિતિમાંથી રસ્તો કાઢવો તે તો અકમ્માનું જ કામ.

લગ્ન પતવા આવ્યાં. શ્રીદેવીની સાસુને વહુનું નામ બદલવું હતું અને ઉત્તર કર્ણાટકમાં એવી રીતે કે જે નામ રાખવું હોય તે ઉખાણાંમાં કહેવામાં આવે. શ્રીદેવી એકદમ ભડકી ગઈ, "હું શું કામ મારું નામ બદલું ? લગ્ન થયા એટલે છોકરાનું નામ થોડું બદલવાના છે ? હું પણ તેમની જેટલી જ ભણેલી, સૉફ્ટવેર એન્જિનિયર છું અને ઉખાણાં ? છી...! દસ વર્ષની છોકરીનાં લગ્ન કરો તો તે કરશે આ બધું નાટક. મને આવું કહેતાં નહીં. હું કંઈ આવું બધું કરવાની નથી."

રમાતાઈ ગભરાણા અને તેમણે તરત જ અકમ્માને શ્રીદેવીની સાસુ પાસે વાતનું સમાધાન કરવા મોકલી. શ્રીદેવીની સાસુએ કહ્યું, "જે મેં કહ્યું તેમ જ થશે. મારા ગુરુને મેં પહેલેથી જ કહ્યું હતું કે દર અઠવાડિયે શ્રીદેવીને મળે છે તો તેને પહેલેથી જ કહી રાખજે કે, અમારે ત્યાં નામ બદલવાનો રિવાજ છે અને ઉખાણું કહ્યા વગર કોઈનાં લગ્ન થયાં છે એ સાંભળ્યું છે ? હવે કંઈ નહીં. મેં કહ્યું તે કહ્યું."

અકમ્માએ નમ્રતાથી કહ્યું, "જુઓ, મારી વાત સાંભળો. તમારા દીકરાનું નામ 'ગુરુરાજ' એટલે સંન્યાસીનું નામ. તેને શોભે એવું કહ્યું નામ બોલો ! શ્રીદેવી એટલે લક્ષ્મી, તમે ચોખામાં એ લખવાનું કહી શ્રીદેવીને બૂમ પાડી બોલાવો. ચોખામાં લખ્યું એટલે ઉખાણું જ થઈ ગયું ને ? આ વાત કેમ લાગે છે તમને ?" શ્રીદેવીની સાસુને આ વાત કંઈક અનુકૂળ લાગી એટલે અકમ્માએ વાત આગળ ચલાવી.

"જુઓ ! આ છોકરાઓ પહેલેથી એકબીજાને મળે છે, વાતો કરે છે. આખો દિવસ તેઓના ફોન ચાલતા જ હોય છે. એકબીજાને નામથી જ બોલાવતા હોય છે. હવે ઉખાણામાં બોલવાની શું મજા ? તમારી જેમ નાનપણમાં લગ્ન થયાં હોય તો ઉખાણામાં નામ શોધવાની મજા હોય. યાદ કરી જુઓ તમારાં લગ્ન !"

શ્રીદેવીની સાસુને અકમ્માની વાત ગળે ઊતરી ગઈ અને શ્રીદેવીનો ગુસ્સો પણ શાંત પડી ગયો અને આગળનો બધી વિધિ સુખરૂપ પાર પડી ગઈ.

અકમ્માને ઘરબાર, પોતાનો સંસાર ન હતો એવું નથી. તેમના પતિ મારુતિ મંદિરના પૂજારી. સ્વભાવે એકદમ શાંત. પોતે ભલા ને પોતાની પૂજા ભલી. બીજી કોઈ વાતમાં તેમને કોઈ રસ નહીં. અકમ્માની કોઈ પણ પ્રવૃત્તિમાં આડા આવવાનો તેમનો સ્વભાવ જ નહીં અને અકમ્મા પણ પોતાની પ્રવૃત્તિ આડે પતિને કોઈ પણ જાતની તકલીફ કે અગવડ પડવા જ ન દે. પતિનો જમવા-ખાવાનો સમય સાચવીને અકમ્માની પોતાની પ્રવૃત્તિ ચાલતી હોય.

અકમ્માને મંદાકિની – એક જ દીકરી, તે લગ્ન કરી પૂનામાં સ્થાયી થઈ હતી. પોતાની પ્રવૃત્તિને લીધે અકમ્માને ખાસ પૂના જવાનું ન બને. મંદાકિની જ ક્યારેક ક્યારેક મા-બાપને મળવા આવી જાય. જમાઈ રેલવેમાં ક્લાર્ક એટલે રેલવેનો પાસ મળે. દીકરી પણ બાપ જેવી શાંત અને સરળ સ્વભાવની એટલે અકમ્માને કોઈની કટકટ નહીં.

લગ્નમાં આવેલી કે લગ્ન નિમિત્તે આપેલ ભેટની યાદી બનાવવી તે મોટું જવાબદારીનું કામ. બધી વસ્તુની નોંધ કરીને વ્યવસ્થિત કરીને મૂકવું વગેરે કામ અકમ્માનું જ. આ બધું કામ વૅકેશન હોય ત્યારે નવરા કૉલેજિયન છોકરાઓની મદદથી થઈ જાય. એક વાર ઉત્સુકતાથી મેં અકમ્માની બનાવેલ યાદી જોઈ. એક નોંધ હતી – "દેશપાંડે – સ્ટીલની થાળી, સાડી અને ધોતી – એકંદર કિંમત અંદાજે 'ચારસો રૂપિયા.'

"અરે અકમ્મા ! કિંમત સાથે નોંધ કરી છે ? એવું શા માટે ?"

"તો શું ? કિંમત ન લખવી યાદીમાં ? અરે ! તેમને ત્યાં પ્રસંગે વહેવાર કરવાનો આવે તો ખબર પડેને !" રોકડ રકમ, ક્રોકરી, ચાંદીનાં વાસણ કે સ્ટીલનાં વાસણ, કાપડ વગેરેના વિભાગ કરી અકમ્મા યાદી બનાવે.

લગ્ન પતી ગયાં. દીકરી પરણાવવાની ખુશી સાથે તેને પારકે ઘરે વળાવવાનું મનમાં થોડું દુઃખ પણ થાય. જતાં જતાં મા, બહેન વગેરેને ભેટીને શ્રીદેવી ખુશીખુશી સાસરે વિદાય થઈ. શ્રીદેવીની સાસુએ લગ્નની બધી વ્યવસ્થાના વખાણ કર્યાં. સાંભળીને બધાં ખુશ થયાં. લગ્ન સારી રીતે રાજીખુશીથી પાર પડ્યાં અને આ દરેક પ્રસંગની આધારસ્તંભ અકમ્મા પોતાને ઘરે જવા નીકળી ગઈ અને અકમ્માની ગરજ પતી ગઈ એટલે લગ્નવાળા ઘરમાં કોઈને તેનું ખાસ મહત્ત્વ પણ ન રહ્યું.

મેં ફરીથી અકમ્માને જોઈ તે શ્યામરાવના મરણપ્રસંગે. અચાનક હાર્ટફેઈલ થવાથી શ્યામરાવનું મરણ થયું હતું. છોકરાઓ તો અમેરિકા હતા. શ્યામરાવની પત્ની તો આઘાતથી બેભાન જ થઈ ગઈ. આ સમાચાર મળતાં જ સૌપ્રથમ દોડીને પહોંચી અકમ્મા.

"શાંતિ રાખો, રૂક્ષ્મણીતાઈ ! કોઈની સામે હાથ લાંબો કર્યા વગર જીવવું અને કોઈને ત્રાસ આપ્યા વગર આ દુનિયામાંથી વિદાય થવું તે કોઈને સહેલાઈથી મળતું નથી. જાનાર તો ઈશ્વરના ધામમાં ગયા. આપણે કોઈ જ દુનિયામાં સાથે જન્મ્યા નથી. સાથે કઈ રીતે જઈ શકીએ ? કોઈ પહેલાં જાય તો કોઈ પછી. જવાનું તો બધાને છે જ. તમે પહેલા શાંત થઈ જાઓ ! તમારા દીકરાઓને આ સમાચાર જણાવવા પડશેને ? ડાયરી ક્યાં છે ? નંબર તમે આપો તો કોઈ ફોન લગાડે." કોને કોને સંદેશો મોકલો. કોને જલદી બોલાવી આગળ વ્યવસ્થા કરવા જવાબદારી સોંપવી વગેરે દરેક વાતની જવાબદારી અકમ્માએ પોતે ઉપાડી લીધી. અમેરિકાથી છોકરાઓ આવી ગયા. બહારથી લાવવાનો જરૂરી સામાન અને કોને કોને બોલાવવા તે વિશેની યાદી સોંપી તે તેણે ઘરનાની જેમ સંભાળી લીધી. તેર દિવસની બધી જ ક્રિયા વ્યવસ્થિત પાર પડી.

"અકમ્મા ! તમે ન હોત તો કોણ જાણે અમારી મા એકલી શું કરત ? તમારો ખૂબખૂબ આભાર !" રૂક્ષ્મણીતાઈના દીકરાઓએ કેટલીયે વાર તેનો આભાર માન્યો અને તેમની રજા પૂરી થતાં અમેરિકા જવા નીકળી ગયા.

બધા માટે આટલું કરવા છતાં કોઈ અકમ્માની તબિયત વિશે કે કોઈ તકલીફ વિશે ક્યારેય પૂછતું નથી કે તેને આટલા કામ બદલ કે સમયસર આટલી મદદ કરવા બદલ કોઈ બક્ષિસ કે મહેનતાણું આપવા જેવો વિચાર કે વિવેક સુધ્ધાં કોઈએ કર્યો નથી. મને હંમેશ એ જ વાતની નવાઈ લાગે કે લોકો કેમ આવા નગુણા થતા હશે ?

રૂક્ષ્મણીતાઈ હોય કે રમાતાઈ, શ્રીદેવી હોય કે અંબા, પોતાને આટલી મદદ કરનાર પરોપકારી અકમ્માને કોઈ પણ રીતે કંઈ પણ આપીને તેનું ઋણ ચૂકવવાનો વિચાર કોઈને કેમ નહીં આવતો હોય ? કે પછી માગ્યા પહેલાં મદદ કરનાર અકમ્માની મદદની તેમને કંઈ કિંમત જ નહીં હોય ?

બે દિવસ પહેલાં દરગાહ સામે મુલ્લાસાહેબ હાથમાં કેળાંની લૂમ લઈને ઊભા હતા. "તાઈ ! અકમ્માને આ કેળાંની લૂમ પહોંચાડી દેશો ? મારે કામ માટે ખેતરે જવું પડે તેમ છે."

"પણ કેળાં કેમ, મુલ્લાસાહેબ ?"

"સુવાવડ વખતે મારી બીબીને બહુ તકલીફ થઈ હતી. હું અકમ્માને બોલાવી લાવ્યો. તેણે કોઈ દેવના મંત્ર-જાપ વગેરે કરી બાધા રાખી. ચાંદીનો રૂપિયો બાંધ્યો. પછી બીબીની સુવાવડ સરળતાથી થઈ. અકમ્માએ દેવને કેળાં ધરવાનું કહ્યું હતું, તાઈ ! અકમ્મા જેવું માણસ થાય નહીં. મારી બીબીને

મા નથી. સુવાવડ થયા પછી દસ દિવસ સુધી રોજ નરમ ભાત અને સૂપ તે જ પહોંચાડતાં. તાજું ઘી પણ તેમણે જ મોકલાવ્યું હતું.''

મને કેળાં આપીને મુલ્લાસાહેબ વાડીએ જવા નીકળી ગયા. અમારી વાડીમાં કામ કરતા મુલ્લાસાહેબ એકદમ નરમ સ્વભાવના માણસ. ઘરના માણસ કરતાંય અમારા માટે તેમને ખૂબ માયા. અકમ્મા પર પણ તેમને ખૂબ વિશ્વાસ.

એક વખત હું સાડી અને બે હજાર રૂપિયા લઈને અકમ્માને ઘરે ગઈ. ઘર નાનું જ હતું. હું ગઈ ત્યારે કાકા (અકમ્માના પતિ) સંધ્યા પતાવીને તરભાણાનું પાણી તુલસીનાં કૂંડામાં પધરાવતા હતા અને અકમ્મા બીજા દિવસની પૂજાની તૈયારી કરતી હતી. મને જોઈ અકમ્માને નવાઈ લાગી.

''અરે નલુ ! તું અચાનક ક્યાંથી ? કોઈ સાથે કહેવડાવ્યું હોત તો હું આવી જાતને ?''

''કેમ ? હું તારે ઘરે આવી તો શું બગડી ગયું ?''

''એમ નહીં, પણ મારી સુદામાની ઝૂંપડી...''

''પણ હું ક્યાં કૃષ્ણ છું ?''

અકમ્માએ પાથરેલી ચટાઈ પર બેસી ઘરમાં નજર ફેરવી. ગરીબાઈ હતી, પણ બધું વ્યવસ્થિત જગ્યાએ ગોઠવેલું હતું.

''કેમ નલુ ! શું થયું ? અચાનક કેમ આવી ? ઘરે તો બધાં ઠીક છે ને ?''

''કંઈ નહીં, અકમ્મા. કેટલાં વર્ષો થઈ ગયાં. મારી માની સુવાવડ કરી. મારી પણ કરી. મારા લગ્નમાં પણ કેટલી દોડાદોડ કરી હતી ! અમારા ઘરના દરેક પ્રસંગે હાજર રહી અમારા આનંદમાં તું સહભાગી થઈ, અમારે માટે તેં ખૂબ કર્યું છે. મારા તરફથી તારા માટે નાનકડી ભેટ લાવી છું.''

સાંભળીને અકમ્મા ઉદાસ થઈ ગઈ. તેની આંખમાં ઝળઝળિયાં આવી ગયાં. અકમ્માની આંખમાં મેં ક્યારેય આંસુ જોયાં ન હતાં. મને આંસુનું કારણ સમજાયું નહીં.

''નલુ ! સાચું કહું ? કોઈ કંઈ આપે તે આશાએ મેં ક્યારેય કોઈ માટે કંઈ કર્યું નથી.''

''અકમ્મા ! મને તે ખબર છે, પણ તું બધા માટે આટલું કરે છે તો તારા જેવી પરોપકારી સ્ત્રીને દરેકે થોડું તો કંઈક આપવું જ જોઈને ?''

''કોણ યાદ રાખીને આપે છે ? મેં દુનિયા જોઈ છે. કહે છે ને કે 'ગરજ સરી કે વૈદ વેરી.' તે એકદમ સાચું છે. કેટલીયે વાર એક મુઠ્ઠી પૌંઆ ખાઈને હું સૂઈ રહી છું. લગ્નવાળા ઘરમાં ડબ્બા ને ડબ્બા, કોઠીઓ ભરીને

નાસ્તાની ચીજો હોય, પણ તું થોડું લઈ જા એવું ક્યારેય કોઈએ મને કહ્યું નથી અને કોઈ કહે નહીં તો હું શું કામ માગું ?"

લાખો રૂપિયાના દાગીના, ભેટ વગેરે અનેક વસ્તુઓ શોધીશોધીને ખરીદી લાવે, પણ અકમ્માને કોઈ દસ રૂપિયા પણ આપે નહીં. બધાં માનતાં હશે અકમ્માને આપવાની કંઈ જરૂર નથી.

"નલુ ! મને બરાબર યાદ છે, તારાં દાદી કૃષ્ણાક્કા મને ક્યારેય ખાલી હાથે પાછી મોકલતા નહીં અને તારી મા પણ. તું ગમે તોયે તેની જ દીકરીને ? એટલે જ તને કોઈનાં લીધેલાં ઋણની ખબર છે !" અકમ્માને મોઢે પહેલી વાર આ વાત સાંભળી.

"આવો જ અનુભવ થાય છે તો શું કામ બધાને મદદ કરવા દોડે છે ?"

"હા, નલુ ! આપણાથી બને તેટલી બીજાને મદદ કરવી જોઈએ. આ દેહ કેટલો વખત રહેવાનો છે ? દેહ છે ત્યાં સુધી શક્ય તેટલો તેનો ઉપયોગ કરી લેવો. મનુષ્યદેહ વારેવારે મળતો નથી. મળ્યો છે તો બીજાને ઉપયોગી થવો જોઈએ. પહેલાંના જમાનામાં વટેમાર્ગુને માથા પરનો બોજો ઘડીક ઉતારીને વિશ્રાંતિ લઈ શકે તે માટે રસ્તામાં ઊંચા પથ્થર રાખેલ હોય છે."

"હા, અમારા ગામને પાદર પણ હોય છે."

"શું કામ તે રાખ્યા હોય છે ખબર છે ? તમારો ભાર તો તમારે જ ઊંચકવાનો હોય છે, પણ થોડી વાર માટે પણ તમારો ભાર તે પથ્થર પર ટેકવીને રાખવાથી, થોડો બોજો ઉતારીને બાજુ પર મૂકવાથી થોડું સારું લાગે, આરામ મળે. હું તે પથ્થરનું કામ કરું છું, શક્ય હોય અને મારાથી બને તેટલું. એ માટે કૃતજ્ઞતા કેટલી દેખાડવી તે સૌને સંસ્કારમાં મળ્યું હોય તે પર આધાર રાખે છે. તમારા ઘરનાં બાળકોને તેની બરાબર ખબર છે. બધાંમાં તે સમજણ હોતી નથી."

એ વિશે કંઈ જ બોલવાનું મને સૂઝ્યું નહીં.

અકમ્માએ આ તત્ત્વજ્ઞાન જીવતરના અનુભવમાંથી મેળવ્યું હતું. પોતાની આજુબાજુના લોકો માટે તે જે કંઈ કરતી તે મોટી સમાજસેવા જ કહેવાય, પણ કોઈ તે દૃષ્ટિથી તેની સેવાને મૂલવતું જ નહીં. તે માટે તેને કોઈ પુરસ્કાર મળતો નથી કે કોઈ તે માટે તેનું સન્માન કરતું નથી.

તેનાથી તેને કંઈ જ ફરક પડતો નથી. તેનાથી બને ત્યાં અને શક્ય તેટલી મદદ તે કરતી જ રહે છે. અનેક જણને તેની મદદનો લાભ મળ્યો હશે. આ રીતે નિષ્કામ ભાવે કર્મ કરનારી અકમ્મા લાખો લોકોમાં એકાદ

જ હશે. કંઈ પણ અપેક્ષા વગર કોઈને પણ મદદ કરવી એ તો તેનો સ્વભાવ જ છે. તેનામાં દેખાતી અપાર માનવતા નામાંકિત સમાજસેવક કે શ્રીમંત અને પ્રતિષ્ઠિત વ્યક્તિઓમાં પણ જોવા મળતી નથી. સમાજની કોઈ પણ વ્યક્તિને મદદ કરવા હંમેશાં અક્કમ્મા તત્પર જ હોય છે.

❑

કજોડું

અમારા ગામના બણણભટ્ટ અને પાર્વતીની ભગવાને નવરે દિવસે બનાવી હશે જોડી. 'નૉટ મેઇડ ફૉર ઈચ અધર'ની સ્પર્ધા જો કોઈએ આયોજિત કરી હોય તો પહેલું ઇનામ આ જોડીને જ મળે એમાં જરા પણ શંકા નહીં.

તેઓનાં લગ્ન જન્મપત્રિકા મેળવીને કર્યાં હતાં. કહે છે કે પત્રિકા બરાબર મળતી હતી. બણણભટ્ટ પોતે જ મોટા જ્યોતિષી. તેમણે જ પત્રિકા મેળવી હતી અને જન્માક્ષર સારા મળે છે તેમ કહ્યું હતું. તેમણે બીજાની જન્મપત્રિકા જોઈને કહેલું ભવિષ્યકથન સાચું પડ્યું હોય તો પોતાનું ભવિષ્ય બરાબર નહીં જોયું હોય ? કોણ જાણે ? કંડક્ટર ભીમણ્ણા તો એમ જ કહે છે કે આ બણણભટ્ટ કહે છે તે ફક્ત સાંભળવાનું, એની વાત કંઈ સાચી હોય જ નહીં. પોતાની પત્રિકા જ બરાબર મેળવી નહીં હોય તો બીજાની શું મેળવતો હશે ?

અને ગંગાનું ટીકાત્મક મંતવ્ય, ''આ બંનેનાં સંસારની ગત જોઈને તો થાય છે કે 'પાર્વતીની જન્મપત્રિકા જ ખોટી આપી હશે.'''

''અમેરિકા જેવા દેશમાં આ બંનેનાં લગ્ન થયાં હોય તો ક્યારના છૂટાછેડા થઈ ગયા હોત.'' કદી ન જોયેલ અમેરિકાનો દાખલો આપી બિંદપ્પાએ પોતાનો અભિપ્રાય વ્યક્ત કર્યો.

પાર્વતી ખૂબ દેખાવડી, ગોરો વાન, ગોળ ચહેરો, દાડમની કળી જેવા દાંત, લાલ ચટક હોઠ અને કાળા ભમ્મર ઘટ્ટ કેશ. બધામાં જુદી તરી આવે તેવી ઊંચાઈ અને સપ્રમાણ બાંધો. તેને જોઈને તો કોઈ કલાકારે કંડારેલી શિલ્પકૃતિ યાદ આવે.

રસ્તા પર તે નીકળે તો જોવાવાળા દરેકની નજર તેના પરથી ખસે જ નહીં. ગળામાં કાળા પારાનું મંગળસૂત્ર, કપાળમાં અર્ધચંદ્રાકાર ચાંદલો અને માથામાં ચાર સુગંધી ફૂલ. આટલા સામાન્ય શણગારમાં પણ પાર્વતી બધાથી

જુદી તરી આવે. પાર્વતીની કંઈ ટીકા ન કરે તો અનસક્કા શાની ? બોલ્યા વગર તેને ચેન જ ન પડે એટલે પાર્વતીને જોઈને અચૂક બોલે, "આનાં માથા કરતાં તો તેનો અંબોડો મોટો છે." વાત તો સાચી, પાર્વતીનો અંબોડો અને તેના મોટા વાળ જોઈને ઈર્ષાળુ અનસક્કા ઈર્ષા ક્યાંથી છુપાવી શકે ?

પાર્વતી કરતાં બણ્ણભટ્ટ સાવ ઊલટો. તેલથી લચપચ વાળ અને તેલથી ચકચકિત કપાળ. દાનમાં મળેલ ધોતી. એક સમયે તે જરૂર સફેદ શુભ્ર હશે. ગામ બહારના તળાવના કીચડવાળા ડહોળા પાણીથી તેનો રંગ બદલાઈ ગયો હતો. કમર પરથી ધોતી નીચે ઊતરી ન જાય તે માટે કમર પર ગમે તેવું કપડું બાંધ્યું હોય અને કોઈ પણ રંગનો ખભે ખેસ નાખ્યો હોય. સતત પાન-તમાકુ ખાઈને લાલ થઈ ગયેલા અને આગળ આવેલ દાંત. દરરોજ કોઈકની ને કોઈકની જનોઈ, લગ્ન કે શ્રાદ્ધ નિમિત્તે મળતું ભરપૂર મિષ્ટાનનું જમણ ખાઈ ખાઈને આગળ આવી ગયેલું ગાગર જેવું પેટ. દાઢી કરવા માટે તો તિથિ અને ચોઘડિયું જોવું પડે ને ? મુહૂર્ત સારું હોય તો દાઢી થાય ને ? તેથી દાઢીના વાળના ઠૂંઠા કાયમ વધેલા જ હોય. તિથિ યોગ્ય હોય અને બણ્ણભટ્ટને સમય હોય અને તે વખતે નાવી ગામમાં હોય, આ બધું સાથે હોય તો જ ભટ્ટની દાઢી થાય, પણ તે એટલી સહેલી વાત નહીં એટલે કાયમ દાઢીના વાળના ઠૂંઠાનો વિકાસ થતો જ રહે.

ઘણી વાર તો બણ્ણભટ્ટ વિદુષકનો જ અવતાર લાગે. પાર્વતી ઉત્તરધ્રુવ તો બણ્ણભટ્ટ દક્ષિણધ્રુવ. આ બંને વચ્ચે મેળ ક્યાંથી જામે ? બેઉનો સ્વભાવ પણ એકબીજાથી સાવ વિરુદ્ધ. પાર્વતીનું વર્તન અત્યંત વિનયી. કામની પદ્ધતિ પણ એકદમ વ્યવસ્થિત. તે જમી હોય તે થાળી પણ હમણાં માંજીને મૂકી હોય તેવી સ્વચ્છ. તેનું રસોડું પણ અરીસા જેવું ચકચકિત. તેનાં તાંબા-પિત્તળનાં વાસણો હંમેશાં આંબલી લગાડીને માંજીને ચકચકિત કરેલાં હોય. તેણે ધોયેલ કપડાં ધોબીના ધોયેલ કપડાં કરતાં વધારે સ્વચ્છ હોય.

બણ્ણભટ્ટનું કામ આનાથી સાવ ઊલટું. બધે જ ગંદવાડ. તે જમીને ઊઠે કે થાળીની આજુબાજુ ભાતના દાણા વેરાયેલા જ હોય તે બેઠેલ હોય ત્યાંથી ઊઠે કે આસનનો ગોટો જ વળેલ હોય. સ્વભાવ એકદમ ભૂલકણો. રોજ ને રોજ કંઈક તો ભૂલાયું જ હોય. એટલે ઘણાં તો તેને ગડબડ ભટ્ટ જ કહેતા. એક વાર હનુમંતરાવને ઘરે કોઈના શ્રાદ્ધ માટે જવાનું હતું તો દર્ભ જ ભૂલી ગયા. કોઈની અંત્યક્રિયા વખતે, અગ્નિદાહ માટે અંગારા લેવાનું જ ભૂલી ગયા. આવી તો રોજ કંઈ ને કંઈ ગડબડ હોય જ. અમારી અનસક્કા તો બોલે કે "આ ભટ્ટને લગ્ન માટે બોલાવવામાં જોખમ છે. કન્યાને પહેરાવવાનું

મંગળસૂત્ર વરના હાથમાં આપવાને બદલે પોતે જ કન્યાના ગળામાં પહેરાવી દેશે.''

ગંગા કહેશે, ''સારું છે આને દીકરી નથી, નહીં તો પતિ-પત્નીમાંથી કોના ગુણ આવત કોને ખબર ?'' અકમ્મા કહેતી, ''છોકરાં હોત તો તેને માટે પણ આ બંને સમજીને સરખી રીતે સાથે રહેતાં હોત.''

તે બંનેનો દૈનિક ક્રમ પણ વિચિત્ર હતો. પાર્વતીનો તેના સ્વભાવ પ્રમાણે ઉત્સાહ વધારે. તેને વાતો કરવી અને બધા સાથે ગપ્પાં મારવાનું ગમે. જાત જાતના નવાનવા પ્રયોગ કરવા ગમે. બહાર હરવું-ફરવું, સિનેમા જોવાનું બહુ ગમે. તો બણભટ્ટના વિચારો ત્રેતાયુગના. સિનેમા તો જોવાય જ નહીં. આખો દિવસ નામ-મંત્રના જાપ અને પાઠ કરવાના અને આખો દિવસ કંઈક ને કંઈક ધાર્મિક વાંચન કર્યા કરવાનું. વહેલી સવારે સાડા ચાર વાગે બ્રહ્મમુહૂર્તમાં ઊઠીને જેમતેમ શરીર ભીંજાય એટલા પાણીથી પાંચ મિનિટમાં સ્નાન કરી રૂદ્રાક્ષ માળા લઈને બેસી જાય. તેનો જીવ પૂજામાં જ હોય. કલાકોના કલાક પૂજા ચાલે. તે પછી નાસ્તો. નાસ્તામાં પણ પૌંઆ કે પાનકી – એ સિવાય બીજું કંઈ ન ચાલે. ખાઈને પોતાના કામે નીકળી જાય. વર્ષોનાં વર્ષોથી તેની આજ દિનચર્યા ચાલતી આવતી હતી.

પણ પાર્વતીનો દિવસ તો સવારે છ વાગે શરૂ થાય. ઘરની સાફસફાઈ પતે એટલે તેને એક કપ ચા તો જોઈએ જ. પૂજા અને કર્મકાંડમાં તેને પણ શ્રદ્ધા હતી, પણ એ જ જીવનનું ધ્યેય તેવું તે માનતી નહીં. જાતજાતની વાનગીઓ બનાવવી તેને બહુ ગમતી, પણ સૌથી મહત્ત્વની વાત તો એ કે તેને વાંચવાનો ખૂબ શોખ હતો. અમારા ગામનાં વાચનાલયમાંના મોટા ભાગનાં પુસ્તકો તેણે વાંચ્યાં હતાં. નવલિકા અને નવલકથા વાંચવી તો તેને બહુ ગમે.

વાર્તા વાંચતી બેઠી હોય તો ચૂલા પરનું દૂધ ઊભરાઈ જાય, ભાત દાઝી જાય અને દાળ બળી જાય તો પણ તેને ખબર ન હોય. તે પર અનસક્કાની ટીકાટિપ્પણ – ''ઘરસંસાર પ્રત્યે તેનું લક્ષ્ય જ ક્યાં છે ? જોઈ નહીં હોય જાણે બહુ મોટી લેખિકા !''

એક વાર પાર્વતીએ મને કહ્યું, ''નલુ ! મને હવે રોજરોજ પૌંઆ બનાવવાનો ને ખાવાનો કંટાળો આવે છે. ઈડલી-સંભાર, ઢોંસા અને મેંદુવડાં જેવી બીજી કેટલીય ચીજો ઉડીપીનાં લોકો પાસેથી શીખી તેનો ફાયદો શો ? સવારે નાસ્તામાં ઇડલી બનાવું તો ''સવારસવારમાં મને આવી આથાવાળી ચીજો ફાવતી નથી કરીને ખાય નહીં. કરું તો મારી એકલી માટે જ કરવું પડે. નલુ ! તું કાલે સવારે નાસ્તો કરવા અહીં આવજેને ! મને એકલીને તો એક કોળિયોય ગળે ઊતરતો નથી.''

એ પછી તો અવારનવાર એટલે એકાંતરે જ હું તેને ઘરે નાસ્તો કરવા જતી. ફણસનાં પાનમાં વીંટાળીને કરેલી શેવની પાનકી, મૈસૂરમાં કરે છે તેવી ચોખાની ભાખરી, નાચણીનાં ઢોંસા અને ઉત્તરપ્રદેશના પરોઠા. આવી કેટલીયે જાતની પહેલાં ક્યારે ન ખાધેલી કે ન જોયેલી વાનગીઓ મેં તેને ઘરે ખાધી છે. બણણભટ્ટ તો ગોમતેશ્વર જેવા નિશ્ચલ. સવારના પૌંઆનો નાસ્તો કરીને લગ્ન, બારસા કે કોઈનું બારમું કરવા માટે છૂટ્ટા. આમાંનું કંઈ ન હોય તો મહાદેવના મંદિરમાં જઈ રૂદ્રના જાપ કરવા બેસી જાય.

શરૂઆતમાં તો હું ક્યારેક ક્યારેક તેણે કંઈ નવી વાનગી બનાવી હોય ત્યારે તેને ઘરે જતી. એમ કરતાં કરતાં મારે તેની સાથે માયા થઈ ગઈ એટલે હું અવારનવાર તેને ત્યાં જવા લાગી. આમ તો તેની ઉંમર મારા કરતાં ડબલથી પણ વધારે હશે. કંઈ સંતાન ન હોવાને લીધે અમારા ગામમાં તો તેની ગેરહાજરીમાં તેને વાંઝણી કહીને વગોવવામાં આવતી. આ વાતની તો તેને પણ ખબર હતી.

પાર્વતી બુદ્ધિમાન હતી. આવડત પણ તેનામાં ઘણી હતી. કલાત્મક આરતી પૂરવી કે પ્લાસ્ટિકના ફૂલના જાતજાતના હારમાળા વગેરે બનાવવા કે રૂમાંથી ગણપતિનાં વસ્ત્રો બનાવવામાં તે નિષ્ણાત. લગ્ન કરીને હું સાસરે ગઈ ત્યારે પિયરમાંથી પત્ર આવે તેની ખૂબ આતુરતાથી વાટ જોતી ત્યારે પહેલો પત્ર આવ્યો તે પાર્વતીનો. તે મોતીના દાણા જેવા અક્ષરથી નિયમિત મને પત્ર લખતી.

લગ્ન પછી પિયર આવી ત્યારે પાર્વતીને મળવા ગઈ હતી ત્યારે તેણે મને પૂછ્યું, “નલુ ! આટલા દિવસ વર સાથે શું વાતો કરી ?”

“શું એટલે ? દરેક વિષયની વાતો કરી, ઑફિસનું કામ, સિનેમા, રાજકારણ, સાહિત્ય વગેરે, પણ તમે એવું કેમ પૂછો છો પાર્વતક્કા ?”

“કંઈ નહીં, નલુ ! મને તો સતત મનમાં એવું લાગ્યા કરે કે પતિ-પત્ની શું વાતો કરતાં હશે ?”

“પણ કેમ, પાર્વતક્કા ?”

“નલુ ! તું હવે મોટી થઈ ગઈ છે એટલે તને કહેવાનો કંઈ વાંધો નહીં અને આમ પણ અમારા સંસારનું રહસ્ય જ કંઈ નથી. તે ભલા અને તેનું કામ ભલું. આટલાં વર્ષમાં તેઓ ક્યારેય પણ મારી સાથે સરખી રીતે બોલ્યા નથી. ઘરમાં હું એક જીવંત પ્રાણી છું તેવી ખબર તેને હોય એવું એ મને લાગતું નથી, નલુ ! ઘરમાં બીજું કોઈ નહીં. પશુ-પક્ષી પણ નહીં...” આટલું બોલતાં તેની આંખમાં ઝળઝળિયાં આવી ગયાં.

"પાર્વતક્કા ! તું એકાદ કૂતરો કે બિલાડી કેમ પાળતી નથી ? ઘરમાં હોય તો તને એની તો સોબત મળે અને ઘરમાં વસતી લાગે."

"નલુ ! અમારા ઘરનાં અપવિત્ર-પવિત્ર વગેરેના નિયમો અને ક્રિયાકાંડની તને ખબર છે ને ? કૂતરો અડી જાય તો ના'વું પડે અને પાણી બધું ઢોળી નાખવું પડે, ફરીથી બધું પાણી ભરવું પડે. કૂતરો પાળું તો પાણી ભરીભરીને મારી તો હાલત જ થઈ જાયને ?"

આટલાં વર્ષોથી મનમાં જ દબાવીને રાખેલ અસંતોષ અને ઉકળાટનો ઊભરો ઠાલવવાનો માંડ તેને જાણે મોકો મળ્યો અને જાત સાથે વાતો કરવી હોય તેમ બોલવા લાગી –

"મારી માનું મૃત્યુ થયું ત્યારે હું ચાર વર્ષની હતી. ઘરમાં ઓરમાન મા આવી. તેણે મને ક્યારેય પોતાની નિકટ આવવા દીધી જ નહીં. હંમેશાં મારાથી એક અંતર જ રાખ્યું. તેને રાજી રાખવા હું કેટલાય પ્રયત્ન કરું, ગજા ઉપરવટનું કામ કરું, પણ તેને ક્યારેય મારી દયા આવી નહીં. પછી મારા પર પ્રેમ આવવાનો તો સવાલ જ ક્યાં રહ્યો ? આટલું તો એકાદ પથ્થર માટે કર્યું હોત તો કદાચ તે પથ્થર જરૂર પીગળ્યો હોત."

એ પહેલાં કદી તેનાં પિયર વિશે વાત કરવાનો સમય જ આવ્યો ન હતો અને તેણે ક્યારેય પોતાના મનનો ભાર આ રીતે હળવો કર્યો ન હતો. તેના વિશ્વાસને પાત્ર બનવા બદલ મારી જાત માટે ગર્વ થયો.

તેણે વાત આગળ ચલાવી, "લગ્ન થયાં તે પણ આવા માણસ સાથે ! હું મેટ્રિક પાસ થઈ હતી, તે પણ ફર્સ્ટક્લાસમાં. કૉલેજમાં જવાની ખૂબ ઇચ્છા હતી, પણ તે શક્ય જ ન હતું તેની મને ખબર જ હતી. કંઈ પણ નવું જોવા, જાણવાની અને શીખવાની મને ખૂબ હોંશ, પણ શું થઈ શકે ? અમારી વચ્ચે ઉંમરમાં દસ વર્ષનો ફરક હોવા છતાં મારા પિતાએ મારું સગપણ આમની સાથે નક્કી કર્યું. ઘરમાં પુષ્કળ નાણું-સોનું વગેરે પણ ખૂબ છે. સાસુ-સસરા હતાં નહીં. નણંદોના લગ્ન થઈ ગયાં હતાં. જવાબદારી કંઈ નથી એમ કહી લગ્ન નક્કી કર્યાં.

મારું સ્વપ્ન તો જુદું જ હતું. મને તો મારા પર ખૂબ પ્રેમ કરે એવો પતિ જોઈતો હતો, કારણ કે પ્રેમ મને પિયરમાં બિલકુલ મળ્યો જ ન હતો, નલુ ! લગ્ન વખતે મેં એક ઉખાણું તૈયાર કર્યું હતું –"

"કેવું ઉખાણું, પાર્વતક્કા ?"

"વીસ વર્ષ પહેલાંની વાત છે તોયે બરાબર યાદ છે મને. સાંભળ એ ઉખાણું –"

"પ્રેમનગરનો બલવાન સરદાર, હાથ પકડ્યો તેનાં પર સર્વાધિકાર,

ચતુર પ્રિયકર... સર્વગુણ સંપન્ન..." વધારે યાદ નથી આવતું, પણ આવા બીજાં વિશેષણો જોડીને બનાવેલું ઉખાણું બોલી પછી તેમાં તેનું નામ બોલી હતી, પણ વાસ્તવમાં એવો પ્રિયકર મને ક્યારેય મળ્યો નહીં. તેમનો સ્વભાવ, આચારવિચાર બધું જ અનોખું છે. કંઈ સ્પષ્ટ બોલે જ નહીં. એમ જુઓ તો બોલવાનું જ ઓછું. ઓછું શું ? બિલકુલ નહીં કહો તો પણ ચાલે."

"એવું હતું તો તારે જ વાતો કરતાં શીખવાડવું હતું ને !"

"તે પ્રયત્ન કરી જોયો. હું પૂછું તેનો જવાબ આપે પણ સામે ચાલીને પોતે કંઈ બોલે નહીં, નલુ ! સંતાન ન થયું તેથી હશે કે શું ? તેનું તો મને પણ ખૂબ દુઃખ થાય છે. જ્યારે તક મળે ત્યારે તેની બહેન 'કુલનાશીની' કહી મને દોષી ઠરાવવાનું ચૂકતી નથી. સંતાન માટે મેં કેટલાય વ્રત-વરતોલા કર્યા, બાધા-આખડી કંઈ બાકી રાખ્યું નથી. છેવટે પરમેશ્વરની ઇચ્છા માનીને ચૂપ જ બેસી રહેવું પડે ને ? પણ અમે બંને તો સુખેથી રહી શક્યાં હોત, ખરું કે નહીં ? પણ તેય નસીબમાં નહીં."

આમાં હું શું બોલું ? તેને પણ મારી આગળથી જવાબની અપેક્ષા ન હતી.

"નલુ ! પતિને જેની જરૂર ન હોય, તેની જરૂર કોઈને ન હોય. આવું છે મારું જીવન. ઘરમાં ખૂબ સોનાનાં દાગીના છે, પણ ક્યારેય મને તે પહેરવાની ઇચ્છા થતી નથી. પતિ-પત્ની વચ્ચે મનમેળ જ ન હોય તો એ દાગીના અને સોનું શરીર પર ભારરૂપ લાગે છે. મારા ગામમાં બધા કહે છે, "કેટલું બધું સોનું છે પાર્વતી પાસે ! નસીબ જ ઊઘડી ગયાં પાર્વતીનાં તો." મને પૂછે તો કહું કે નસીબ જ ફૂટેલું છે મારું તો. ગામ આખું મારા રૂપનાં વખાણ કરે છે, પણ સોગન છે, જો ક્યારેય મારા પતિએ એક સારો શબ્દ પણ કહ્યો હોય મારા વિશે તો."

"તારા રૂપ-ગુણની પ્રશંસા ગામ આખું કરે છે ને ? તો બણણભટ્ટ આગળથી તેવી અપેક્ષા તું શું કામ રાખે છે ?"

"નલિની ! તું પણ કોઈકની પત્ની છે ને ? તું જ કહે પતિના પ્રશંસાના બે સારા શબ્દો સાંભળીને જે ખુશી થાય તે આખા ગામની પ્રશંસા સાંભળીને થાય ખરી ? મેં કોઈ પણ સારી વાનગી બનાવી હોય, ઘર કેટલુંયે સાફસૂથરું અને સજાવીને રાખ્યું હોય, પણ તેની કોઈ કિંમત નહીં. જિંદગીમાં મારી ક્યાં ભૂલ થઈ છે તે જ મને તો સમજાતું નથી."

"પાર્વતક્કા બણણભટ્ટનો સ્વભાવ જ એવો છે, ખરું ને ? કોઈની સાથે તે નિકટતાથી વર્તે જ નહીં ને ?"

"એ સાચું જ છે, પણ આવા સ્વભાવની વ્યક્તિએ મારી જેવા સ્વભાવની વ્યક્તિ સાથે લગ્ન કરવાં જ ન જોઈએ. આવા માણસ સાથે સંસાર માંડવા કરતાં તો જીવ આપી દેવો સારો. હજાર વાર આવો વિચાર આવ્યો હશે, પણ આત્મહત્યા તો મોટું પાપ છે ને ? એમ સમજીને વિચાર માંડી વાળ્યો."

હું કંઈ બોલી નહીં. બણભટ્ટનો સ્વભાવ જ વિચિત્ર. પાર્વતી જેવા શોખ કે રસિકતા ન હતી અને એટલું સંસ્કારીપણું પણ નહીં. પાર્વતીને રોજ છાપાં વાંચવા, રેડિયો સાંભળવો અને સિનેમા જોવાનું ગમે અને બણભટ્ટ ? ભટ્ટના ઘરમાં જન્મેલો આ બણભટ્ટ, શ્રાદ્ધ, લગ્ન અને જનોઈની વિધિમાં જ રાચનાર, તેની બહેનો પણ આ વાતાવરણમાં જ ઊછરી હતી. તેની મા અને બહેનનું માનવું તો એવું જ હતું કે સ્ત્રીની જિંદગી એટલે ઘરકામ, રસોઈ, પાણી અને બાળકોને ઉછેરવાં. સ્ત્રીઓને વળી ભણીને નોકરી કરવાની શી જરૂર ? જાતજાતની વાનગીઓ શીખવાની શી જરૂર ? ખાવા પૂરતી રસોઈ આવડે એટલે બસ. જાતજાતની વાનગીઓ શીખી હોટલ ચલાવવી છે કે શું ? પુસ્તકો અને નવલકથાઓ વાંચવાથી પેટ થોડું ભરાવાનું છે ?

બણભટ્ટને પાર્વતીની ઇચ્છા કદી સમજાણી જ નહીં અને આથી પાર્વતી કાયમ દુઃખી જ રહી. સુસંસ્કૃત પાર્વતીને અસંસ્કૃત પતિ મળ્યો હતો. ગામના દરેક જણ કહેતા કે આવા નિરસ બણભટ્ટને પોતાની આવી સોના જેવી અને રૂપવતી ગુણવતી દીકરી કોણે આપી ? કોઈક સાવ આંધળો હોવો જોઈએ. બધું જોઈ-જાણીને દીકરીને કૂવામાં ધકેલી દીધી. બધા પાર્વતીની પીઠ પાછળ તેની મજાક ઉડાવતા.

કાળ ગમે તે હોય. આજનો કે પહેલાંનો, પત્ની પતિ કરતાં હોશિયાર હોવી જ ન જોઈએ. આવા પછાત સમાજમાં ઉછરેલ બણભટ્ટ પણ પત્નીનું ચડિયાતાપણું ક્યાંથી સહન કરે ? મેં પોતે મારી સગી આંખે જોયું છે કે કહેવાતા સંસ્કારી સમાજમાં પણ હોશિયાર પત્નીને ઘરમાં ગોંધી રાખી, ઊંચું માથું રાખી ફરનાર પતિનો સમાજમાં તોટો નથી. તો આ બણભટ્ટને શું કહેવું ?

પુસ્તકો વાંચી વાંચીને, લોકોમાં હળીમળીને પાર્વતી એકદમ ભાવનાશીલ થઈ ગઈ હતી તેથી વાસ્તવિક જીવનથી દૂર થતી ગઈ હતી. સ્વપ્નલોકમાં વિહરી રહી હતી. એક વખત મેં તેને સાવિત્રીના દીકરાનાં મુંડન વખતે જોઈ હતી. છોકરાને ભેટ પોતાના હાથે ન આપતાં મારી મારફત આપી હતી. પોતાને વિષે લોકો શું બોલે છે તે તેને ખબર હતી. સંતાન થવાની ઉંમર વીતી ગઈ ત્યારે બણભટ્ટે પોતાની બહેનના દીકરાને દત્તક લેવા વિશે પાર્વતીને પૂછ્યું હતું ત્યારે પાર્વતીએ તેનો સ્પષ્ટ ઇનકાર કરતાં કહ્યું કે, "સગાંવહાલાં કે

જ્ઞાતિમાંથી કોઈ પણ બાળક દત્ત લેવાનું નહીં. પછી તેનાં મા-બાપ આપણાં પર દાદાગીરી કરે. આપણને પ્રેમ કરવા બાળક જોઈતું હોય તો કોઈ અનાથાશ્રમમાંથી એક બાળકી દત્તક લઈ આવીએ.''

આ વાત બણણભટ્ટ માન્ય કરે તે શક્ય જ ન હતું. કેવું અનાથાશ્રમ ? કોને દત્તક લેવું ? જેનું કુળ ખબર નથી, ગોત્ર ખબર નથી અને એ ય પાછી દીકરી ? પાર્વતીનો આ વિચાર બણણભટ્ટને ક્યાંથી માન્ય હોય ? અને આમ જ બાળક દત્તક લેવાની વાત જ રહી ગઈ અને દિવસો આમ જ વીતતા ગયા. એક વાર પાર્વતી કહેતી, ''અમે કોઈ રાજામહારાજા નથી કે અમારું કોઈ મોટું રજવાડું નથી કે જેને વારસ હોવો જોઈએ. અમે છીએ ત્યાં સુધી આમ જ રહીશું. અમારી પાછળ અમારી બધી માલમિલકત, સંપત્તિ વગેરે ગામનાં મંદિરોમાં જશે.''

બણણભટ્ટ રોજ સાંજના ગામનાં છોકરાંઓને શંકરના મંદિરમાં એક ઝાડ નીચે ભેગાં કરી શ્લોક શીખવાડે. પછી છોકરાંઓને શિંગદાણા અને સાકરનો પ્રસાદ કે બીજો કંઈક પ્રસાદ આપે. બાળક માટેની મનની ભાવના વ્યક્ત કરવાની આ તેમની એક રીત હતી.

બણણભટ્ટનો સ્વભાવ ખરાબ હતો એવું ન હતું, પણ જે વિસ્તાર અને વાતાવરણમાં તે ઊછર્યો તેને લીધે તેનો સ્વભાવ આવો થઈ ગયો હતો. સંકુચિત વાતાવરણમાં રહીને તેની સ્થિતિ કૂવામાંના દેડકા જેવી થઈ ગઈ હતી. તેની આ દુનિયામાંથી ને બહાર આવવા જ માગતો ન હતો, એટલું જ નહીં, પણ માણસની દૃષ્ટિ અને તેની વિચારોની દુનિયાને વિશાળ કરનાર જ્ઞાનનું તેના જીવનમાં સ્થાન જ ન હતું અને તેને મન જ્ઞાનની કોઈ કિંમત જ ન હતી.

પવિત્ર-અપવિત્રના જડ વિચારોને લીધે તેનું બહાર જવાનું, હરવા-ફરવાનું મર્યાદિત થઈ ગયું હતું. બહારથી જમાનાની હવાને ઘરમાં પ્રવેશ કરવા માટેના દરવાજા જ બંધ હોવાથી તેનું માનસ અને વ્યક્તિત્વ રૂઢિબદ્ધ થઈ ગયું હતું. તેનાં વ્યક્તિત્વને પાંગરવાની કે ખીલવાની કોઈ તક જ મળી ન હતી.

ગોદાવરી – તેની મા – પોતે અશિક્ષિત. તેણે દીકરાને શીખવાડ્યું હતું, ''બેટા ! તારે ક્યાં ભણીને નોકરી કરવા જવું છે ? દેવપૂજાનું કામ પેઢી દરપેઢીથી ચાલતું આવ્યું છે તે જ તો તારે સંભાળવાનું છે. જમીન, જાયદાદ, ઘરબાર, પૈસા-સોનું પુષ્કળ છે. ખાધે ખૂટે નહીં એટલી એટલી મિલકત છે. મારો તું એકનો એક દીકરો છે. તારા સિવાય આ બધું સંભાળવાવાળું કોઈ નથી. ગામ છોડીને તું ભણવા માટે બહાર જાય તે કેમ ચાલે ?''

આવા વિચારો અને વાતાવરણમાં ઊછરેલ બણણભટ્ટને એ જ સમજાતું

ન હતું કે આ બધું આટલું બધું હોવા છતાં પાર્વતી નિરાશ અને નાખુશ કેમ રહે છે ? ઘરમાં દાન-ધર્મ અને ક્રિયાકર્મમાંથી આવતી ચીજવસ્તુ અને પૈસામાંથી ઘર આરામથી ચાલતું. પૂજાઅર્ચના અને ક્રિયાકર્મ કરીને સુખેથી અને આરામથી જિંદગી જીવી શકાય તેમ હતું. તો પછી પુસ્તકો વાંચીવાંચીને, વિચાર કરીકરીને દુઃખી થવાનો શો અર્થ ? – આવું હતું બણ્ણભટ્ટનું માનવું અને કહેવું. ગોપાળરાવે અનસક્કાને બરાબર સમજી કરીને તેની રીતે પોતાના વિચારો કેળવી લીધા હતા અને તેની રીતભાત અને સ્વભાવને સ્વીકારી લીધા હતા તેથી તેમની જીવનનાવ સરળતાથી ચાલી રહી હતી, પણ પાર્વતી ક્યારેય બણ્ણભટ્ટને પોતાના વિચારો સમજાવી શકી નહીં કે તેના વિચારોને અપનાવી શકી નહીં તેથી તેમના સંસારમાં બંને વચ્ચેની તિરાડ વધતી જ ગઈ.

બે દિવસ પહેલાં બણ્ણભટ્ટનો એક જ લીટીનો પત્ર આવ્યો હતો, ''તારી સખી સૌ. પાર્વતીનું આજે સવારે હૃદયાઘાતને લીધે નિધન થયું છે. ઈશ્વરઈચ્છા પાસે આપણું કંઈ ચાલતું નથી.''

પાર્વતી મૃત્યુ પામી હતી. સુંદર, દેખાવડી, હોશિયાર પાર્વતી મૂઠીભર રાખ થઈ ગઈ. મનમાં અનેક આશા-આકાંક્ષા ધરબીને નીલા આકાશમાં ક્યાંય અદૃશ્ય થઈ ગઈ.

આ ક્ષણે અનેક સ્વરૂપે પાર્વતી મારી નજર સમક્ષ તરવા લાગી. લગ્ન સમયે અનેક સ્વપ્ન આંખમાં આંજીને આવેલી પાર્વતી જીવનભર અતૃપ્ત જ રહી. ચેતનાથી ભરપૂર એવી પાર્વતી અનંતમાં વિલીન થઈ ગઈ હતી.

બણ્ણભટ્ટને હું શું લખું ? તેરમાને દિવસે જઈ આવું ? શું કરું ? કંઈ સૂઝતું નથી. આ અણઘડ, જડ બણ્ણભટ્ટ પાર્વતી વગર કેમ જીવશે ?

મૌનપણે જ મારી આ ખાસ વડીલ સખીને મનોમન શ્રદ્ધાંજલિ અર્પી દીધી. ચૌદ દિવસ પછી ફરીથી બે લીટીનો પત્ર આવ્યો. મારી માએ તે લખ્યો હતો – ''આજ અચાનક બણ્ણભટ્ટ ઘરમાં જ મૃત્યુ પામ્યા છે.''

જીવતાં હતાં ત્યારે ક્યારેય બંને જણ સાથે બહાર નીકળ્યાં હોય તેવું કોઈએ જોયું નથી. કદી સાથે જમતાં જોયાં નથી. એકબીજા સાથે કદી વાત કરતાં પણ જોયાં નથી, પણ છેવટના પ્રવાસમાં ગણતરીના દિવસોના અંતરે બંને આ દુનિયામાંથી વિદાય થઈ ગયાં. બણ્ણભટ્ટ તો જાણે પાર્વતીની ક્રિયાકર્મ પતાવવાની જવાબદારી પૂરી કરીને તેની પત્નીની પાછળ ચાલી નીકળ્યા.

''કેટલું આશ્ચર્યજનક લાગે નહીં ?''

પાર્વતીએ તો પોતાના મનની વાત, મનનું દુઃખ, અતૃપ્ત ઇચ્છાઓ વિશે મને વાત કરીને ક્યારેક પોતાનાં મનનું દુઃખ હળવું કર્યું હતું, પણ બણ્ણભટ્ટનું

શું ? તેણે તો પોતાના મનની વાત કોઈને કરી હશે કે નહીં તે કોણ જાણે ? જીવનસાથીના ચાલ્યા ગયા પછી તેનો જીવનમાંથી રસ જ ઊડી ગયો હશે ને ? કજોડા બદલ અનસક્કા સદાય પાર્વતીને દોષી ઠરાવતી પણ એ કજોડું તો છેવટે પક્ષીની જોડીની જેમ જ અવકાશમાં ઊડી ગયું.

❑

સ્વાર્થી સાવિત્રી

સાવિત્રીનો સ્વાર્થ એ તો તેનું વારસાગત વરદાન હતું. તે જે વાતાવરણમાં ઊછરી હતી તે વાતાવરણ જ તેનાં સ્વાર્થનું કારણ હતું. તેની મા મંદક્કા અતિશય સ્વાર્થી. પિતા વેંકણ્ણા પણ સામાન્ય માણસ કરતાં તો સ્વાર્થી જ, પણ સાવિત્રી તો ૨+૨=૪ ને બદલે ૨+૨=૮ હતી. પોતે મોટી થઈને કેવી થશે તેની ઝલક તો તેણે નાનપણથી જ દેખાડવાની શરૂઆત કરી હતી. "સાવિત્રી ! તું જે કરે તે ખોટું છે." એવું સમજાવીને કહેનાર મા-બાપ તેને મળ્યાં ન હતાં.

સાવિત્રી દેખાવમાં સુંદર હતી. પિતા એન્જિનિયર અને તે પણ પી.ડબલ્યુ.ડી.માં એટલે વધારે કંઈ કહેવાની જરૂર જ નહીં. મંદક્કા તો હંમેશ શરાફની દુકાનમાં જ બેઠી હોય અને પિતા વેંકણ્ણા હંમેશ ટૂર પર જ હોય. આવી પાર્શ્વભૂમિ પર સાવિત્રી એટલે સાવક્કા મોટી થતી ગઈ. કોઈને અમસ્તા અમસ્તા દુઃખી કે હેરાન કરવાનો તેનો સ્વભાવ ન હતો, પણ તેનો અતિસ્વાર્થ અને ભોગલાલસા જોઈ જોનારાને તેના પ્રત્યે ધિક્કાર છૂટે.

એક વખત અમે બધાં મિત્રો 'હંપી'ના પ્રવાસે ગયાં હતાં. એક જગ્યાએ અમારા બધાનાં કપડાં સુકાવા નાખ્યાં હતાં. વરસાદ આવવાનાં એંધાણ દેખાતાં હતાં. અમારો લીડર બંડલબાજ બિંદપ્પા પોતાને સાક્ષાત વિજયનગરનો મહારાજ સમજી ઐતિહાસિક નવરાત્રિ મહોત્સવનું વર્ણન કહી સંભળાવતો હતો. અમે બધાં સોળમી સદીમાં પહોંચી ગયાં હતાં. સાંજનો સમય હતો. અમે બધાં સરકારી ઇન્સ્પેક્શન બંગલામાં ઊતર્યાં હતાં. વાતાવરણમાં એકદમ શાંતિ ફેલાયેલી હતી.

તે સમયમાં 'હંપી' પ્રવાસી કેન્દ્ર તરીકે એટલું પ્રખ્યાત ન હતું. અન્ય પ્રવાસીઓ ન હતા તેથી બધી બાજુ જાણે અમારું જ રાજ્ય હતું. અમે બધા

ગપ્પાં મારવામાં મશગૂલ હતાં. જોરદાર વરસાદ પડવાનાં એંધાણ દેખાઈ રહ્યાં હતાં તો પણ કોઈને તેની એવી ચિંતા ન હતી.

સાવિત્રી ઊઠીને ધીમેથી બહાર નીકળી ગઈ. જરા વાર પછી અમે બહાર જઈને જોયું તો અમારા બધાનાં કપડાં પૂરેપૂરાં ભીંજાઈને નીતરી રહ્યાં હતાં. બીજે દિવસે વિજય વિઠ્ઠલના મંદિરે શું પહેરીને જવું ? અમે બધા તેની ચિંતામાં હતા. અને સાવિત્રી એકલી સૂકાં કપડાં પહેરીને અમારી સામે ઊભી હતી. વરસાદ આવ્યો ત્યારે સાવિત્રીએ ફક્ત પોતાના સુકાતાં કપડાં ઉતારી લીધાં હતાં. એ વાત તો સાચી કે તેના સ્વાર્થી મનમાં બીજા કોઈ માટે કંઈ કરવું જોઈએ એવો વિચાર પણ આવ્યો નહીં હોય એટલે તેણે બીજા કોઈનાં કપડાં ઉતાર્યાં નહીં, પણ કપડાં ભીંજાય છે એવું પણ કોઈને કહ્યું નહીં.

મહાભારતમાં અર્જુનની વાત આવે છેને ! લક્ષ્યવેધ સાધતા તેને જાંબુનું ઝાડ, પોતાના ગુરુ કે આજુબાજુ ઊભેલા અન્ય કોઈ જ દેખાતા ન હતા. તેને ફક્ત પક્ષીની આંખ જ દેખાતી હતી. એવું જ આ સાવિત્રીનું હતું. પોતાનાં સ્વાર્થ સિવાય તેને બીજું કંઈ દેખાતું જ નહીં. મને વિચાર આવ્યો કે તે દિવસે અમારે બદલે તેના મા-બાપ કે ભાઈ-બહેનનાં કપડાં હોત તો તેણે ઉતાર્યાં ન હોત ? પણ સાવિત્રી એકલી જ રાચતી હતી પોતાની દુનિયામાં.

અમારા બંડલબાજ બિંદપ્પા અને પરોપકારી અકમ્માને તો તેના પર બહુ જ ગુસ્સો. બિંદપ્પા તો કહેતો, ''સાવિત્રી તો પોતાને ચિતોડની પદ્મિની જેવી રૂપસુંદરી સમજે છે. આખો દિવસ અરીસાની સામે જ બેઠી હોય છે. ફટાફટ ઊઠીને બે-ચાર કામ કરવાનું તેને ગમે જ નહીં. પોતાની વાતને સાચી કરવા તેની પાસે કોઈક ને કોઈ ખાસ બહાનું તૈયાર જ હોય.''

અકમ્મા બોલી, ''શું વાત કરું ? એક વાર જે બસમાં તે બેઠી હતી તે જ બસમાં હું પણ હતી. એક સગર્ભા સ્ત્રી બસમાં ચડી. મને થયું કે સાવિત્રી ઊઠીને તેને જગ્યા આપશે, પણ તે તો બેઠી હતી તે જગ્યાએ ચીટકીને બેઠી જ રહી. છેવટે મેં બુઢ્ઢીએ ઊઠીને તેને બેસવાની જગ્યા કરી આપી. અકમ્માનો તો સ્વભાવ જ પરોપકારી છે એટલે તેને માટે આ બધું સ્વાભાવિક છે, પણ સાવિત્રીને તો આવો કોઈ વિચાર પણ આવે નહીં. પોતાનાં શરીરને કોઈ પણ જાતની તકલીફ ન થવી જોઈએ કે પોતાનાં સૌંદર્યને કંઈ આંચ પણ ન આવવી જોઈએ અને પોતે બધા વચ્ચે કંઈક જુદી જ દેખાય એવા વિચારમાં જ તે સતત ડૂબેલી હોય.''

એક વાર હું ધારવાડ જતી હતી. સાવિત્રી સજીધજીને બસસ્ટોપ પર ઊભી હતી. તેને જોઈને મેં કાર ઊભી રાખી, ''ધારવાડ આવવું છે ?'' મેં પૂછ્યું, સાંભળીને સાવિત્રી તરત જ કારમાં બેસી ગઈ.

"નલુ ! તું ક્યારે પાછી આવીશ ?"

"પાંચ વાગે, તું... ?"

સાવિત્રીએ પોતાનું પાછા ફરવાનું ટાઇમટેબલ ઍડજેસ્ટ કરી લીધું. "હું પણ પાંચ વાગે જ આવીશ. ખરીદી પતાવીને હું સમયસર આવી જઈશ" અને મળવાનું સ્થળ તેણે નક્કી કરી લીધું.

"સાવિ ! માએ એક-બે શાક લાવવાનું કહ્યું છે. તું બજારમાં જાય જ છે તો મારે માટે બે-ત્રણ તાજાં શાક અને ભાજી લેતી આવીશ ?"

સાવિત્રીએ "હં" કહી લાવવાની હા પાડી. હા પાડી તે જ નવાઈ કહેવાય. સાંજના કારમાંથી ઘર નજીક ઊતરતાં બોલી, "અરે નલુ ! ભાજીના બે રૂપિયા તો બાકી છે, હું તો તે લેવાનું જ ભૂલી ગઈ." ત્યારે કંડક્ટર ભીમણ્ણા પણ મારી સાથે હતો. તે તરત જ બોલ્યો, "સાવી ! કાઢ દસ રૂપિયા બસભાડાના. ઘરથી ઘરની સર્વિસ આપી છે એટલે બસ નહીં, રિક્ષાના પૈસા લેવા જોઈએ એટલે રકમનો સરવાળો કરી તેમાંથી તારા ભાજીના બે રૂપિયા કાપી લેજે."

કોને ખબર તે વખતે મને જ તે બરાબર ન લાગ્યું. વાત પતાવવા બે રૂપિયા તેના હાથમાં મૂકી કહ્યું, "જવા દે હવે, તું કંઈ મનમાં લાવતી નહીં." આભાર માની તે જતી રહી.

પહેલા એક વખત બિંદપ્પા અમને સિદ્ધાર્થની વાર્તા કહેતો હતો. તે કેવી રીતે બુદ્ધ બન્યા તે વાર્તા સાંભળવામાં અમે બધા દર વખતની જેમ તન્મય થઈ ગયા હતા. એક રોગી, એક વૃદ્ધ અને એક શબને જોઈને સુંદર જુવાન પત્ની, તરતમાં જ જન્મેલ પુત્ર તથા રજવાડાનો ત્યાગ કરીને જતા વખતના તેના સારથિ છન્ન સાથેના સંવાદ વિશે બિંદપ્પાએ અમને પૂછ્યું, "તમને શું લાગે છે ? સિદ્ધાર્થે જે વર્તન કર્યું તે બરાબર હતું ?"

મેં કહ્યું, "અન્યનું દુઃખ જોઈને તેણે પોતાની સમૃદ્ધિ અને જીવનનાં સર્વ સુખોનો ત્યાગ કર્યો. તેના પરથી તેનો સ્વભાવ કેવો લાગણીશીલ હશે તે સમજાય છે."

"શાબાશ, નલુ ! કૃષ્ણમ્માની તું પૌત્રી. તારા તરફથી મને આવા જ જવાબની અપેક્ષા હતી." મેં કંઈ સારું કામ કર્યું હોય ત્યારે તે વાતનું બધું શ્રેય બિંદપ્પા મારી દાદીને જ આપે અને ક્યારેક કોઈ કામ ખોટું કર્યું હોય તો તરત જ કહેશે, "આ શું ? કૃષ્ણમ્માની પૌત્રી થઈને આવું કરે છે ?" ગમે તેમ કરીને કૃષ્ણમ્માનું નામ આવવું જ જોઈએ.

સાવિત્રીનો જવાબ વિચિત્ર હતો, "મને તો આ કંઈ બરાબર ન લાગ્યું. કેવો બુદ્ધ હતો, સિદ્ધાર્થ ? શું ખોટ હતી તેને ? પોતે તો હતો રાજકુમાર.

સુંદર પત્ની હતી, દીકરો હતો, જે માગે તે મળે તેમ હતું તો કોઈ રોગી, કોઈ વૃદ્ધ કે કોઈનો મૃતદેહ જોઈને તેણે પોતાનું રાજપાટ, ઘરબાર અને જીવનના સર્વ સુખ છોડીને જંગલમાં જઈને શા માટે રહેવાનું ? અને તે પણ શેને માટે અને કોના માટે ? મને તો આ કંઈ સમજાતું નથી.'' તેની આવી વાતથી બિંદપ્પા એટલો ગુસ્સે થઈ ગયો કે પૂછો નહીં. ફક્ત હાથ ઉપાડવાનું જ બાકી રાખ્યું.

''સાવિત્રી ! તારામાં તે કંઈ બુદ્ધિ છે કે નહીં ? દુનિયાને પ્રકાશ દેખાડવાનું કામ કર્યું સિદ્ધાર્થે અને પછી પોતે બુદ્ધ થયા. તેણે સ્થાપિત કરેલ ધર્મ અર્ધી દુનિયામાં ફેલાયો. આપણને તો તેનું અભિમાન થવું જોઈએ તેને બદલે તારા જેવા મૂર્ખ લોકો તેની ટીકા કરે છે.'' કદાચિત સિદ્ધાર્થની તાજી જ સુવાવડી પત્ની યશોધરાને નહીં આવ્યો હોય એટલો ગુસ્સો બિંદપ્પાને સાવિત્રી પર આવ્યો હતો, પણ સાવિત્રી પર તેની કંઈ જ અસર થઈ ન હતી. તે તો એકદમ નિર્વિકાર હતી. તેને તો બિંદપ્પાના ગુસ્સાનો કે તેના કહેવાનો કંઈ અર્થ જ સમજાયો ન હતો.

આવી આ સાવિત્રી ઉંમરલાયક થઈ. કૉલેજમાં પણ તેનો સ્વભાવ એવો ને એવો જ સ્વાર્થી રહ્યો હતો. અનસક્કા વારેવારે એક જ વાત કહેતી કે, ''જન્મજાત સ્વભાવ ચિતામાં જાય ત્યારે જ જાય. તો સાવિત્રીને કોણ સુધારી શકે ? પરોપકારી માણસ પણ આની સોબતમાં રહે તો સ્વાર્થી બની જાય.''

આર્થિક રીતે ખૂબ સમૃદ્ધ નારાયણ જોશીની દીકરી શ્યામલી નામ પ્રમાણે કાળી હતી. તે દિવસે છોકરાવાળા તેને જોવા આવવાનાં હતાં. અમે બધા સરખી ઉંમરના એટલે મારી માએ મને પહેલેથી જ ચેતવણી આપી દીધી હતી, ''નલુ ! શુક્રવારે શ્યામલીને ઘરે જવાનું નહીં, લગ્નની વાત ચાલતી હોય તેમાં કંઈ ગરબડ થવી ન જોઈએ.''

સાવિત્રીને પણ આ વાતની ખબર હતી. તેણે શું વિચાર કર્યો કોણ જાણે. છોકરા વિશે બધી માહિતી મેળવી લીધી હતી. છોકરો ચામવ્વાનો ઓળખીતો હતો. તેણે કહ્યું, ''છોકરો દેખાવડો છે. આર્થિક દૃષ્ટિએ ઘર ખૂબ સમૃદ્ધ છે. છોકરો ભણેલો છે. મેં શ્યામલી માટે વાત કરી.'' ચામવ્વાની દૃષ્ટિએ છોકરીનો દેખાવ ગમે તેવો હોય, પૈસાદાર ઘરની હોય એટલે સર્વગુણ સંપન્ન.

કોઈકે કહ્યું, ''પણ શ્યામલીને તે છોકરો પસંદ કરે તો ને ? છોકરો કંઈ આંધળો થોડો છે ?'' ''કેમ ? દેખાવડા નાગેન્દ્રએ ચામવ્વા જેવી કદરૂપી સાથે લગ્ન કર્યાં જ ને ?'' અનસક્કાએ જૂની વાત યાદ કરાવી. છેવટે લગ્ન તો એ નસીબના જ ખેલ છે. એમાં આપણું ધાર્યું કંઈ ન થાય.

સાવિત્રીએ કોઈનાં બોલવા તરફ ધ્યાન આપ્યું નહીં. શ્યામલીને જોવા આવેલ છોકરાના દેખાવ અને આર્થિક સદ્ધરતા એ બે વાત જ તેના મગજમાં ઘર કરી બેસી ગઈ હતી. છોકરો જોવા આવવાનો હતો તે દિવસે સાવિત્રી શ્યામલી કરતાં વધારે સજીને શ્યામલીને ઘરે પહોંચી ગઈ. સહજ જ આવી હોય તેમ બોલી, "શ્યામલા ! મંદિરે જાઉં છું, આવવું છે ?" તેને જોઈને શ્યામલાના ઘરનાનું મોઢું પડી ગયું. છોકરાવાળા સાવિત્રીને જોઈને ખુશ થઈ ગયા.

અમારું ગામ નાનું છે એટલે બધા ઘરની વાત દરેકને ખબર પડી જાય. છોકરાવાળા માટે સાવિત્રીનું કુળ-ગોત્ર વગેરે શોધી કાઢવામાં જરાય તકલીફ પડે તેમ ન હતું અને એમાંય અમારા 'ઢ' બણભટ્ટ તેના કુલગોર. આ રીતે સ્વાર્થી સાવિત્રીનાં લગ્ન કોઈ પણ જાતની તકલીફ વગર નક્કી થયાં અને શ્યામલીનાં લગ્નની વાત ભાંગી પડી.

ડૉક્ટર ગણેશ તો સાવિત્રીના રૂપમાં મોહી ગયો. મંદાકિની અને વ્યંકટેશને તો જાણે સ્વર્ગ મળી ગયું હોય એટલા હરખાઈ ગયા. ઘરને આંગણે સામે ચડીને ડૉક્ટર જમાઈ તરીકે આવ્યો તેથી તેવું બને તે સ્વાભાવિક જ હતું.

ચામવ્વા બોલી, "શ્યામલાને પસંદ કરી લીધી હોત તો ઢગલો સોનું મળ્યું હોત. સાવિત્રીનો બાપ કંજૂસ માણસ, એ શું આપવાનો હતો ? બધી જીનદેવની ઇચ્છા ! બીજું શું ?"

લગ્નના પહેલા બે વર્ષ તો બધાના જ સારાં જાય તેમ સાવિત્રીનાં પણ સારાં ગયાં. પછી તેનો ખરો રંગ દેખાવા લાગ્યો. ગણેશનો ધંધો ડૉક્ટરનો અને સ્વભાવ તેનો દયાળુ અને પરોપકારી. બની શકે તેટલી મદદ જરૂરતમંદોને કરવી તેવા તેનાં વિચારો હતા. સાવિત્રી તેનાથી સાવ વિરુદ્ધ સ્વભાવની. ઘરમાં રોજ કટકટ અને ચર્ચા શરૂ થઈ ગઈ હતી. સાસરામાં પણ સાવિત્રીનું વર્તન સ્વાર્થી જ રહ્યું.

લગ્નપ્રસંગે સાવિત્રી સાસુની સાડી પહેરે. લાડકી નવીનવી પુત્રવધૂને ના કહેવાનો તો સવાલ જ નહોતો, પણ સાવ સીધી વાત એ કે સાડી બદલાવી તેની સરખી ઘડી કરીને પાછી આપવાની તો બાજુ પર રહી, પણ ઊલટાનાં તેની પર હળદી-કંકુના ડાઘ પાડીને જ પાછી આપે. શરૂઆતમાં તો સાસુ ચૂપ જ રહેતી. તેને લાગતું કે હજી નાની છે, ડાઘ પડે તેનું ક્યારેક ધ્યાન ન રહે, એવી વાતમાં શું બોલવું ? પણ ધીમેધીમે તેને પણ સાવિત્રીનો સ્વભાવ સમજાઈ ગયો. એટલે પછી તે કહેવા લાગી, "મારી સાડી નહીં પહેરવાની, તારા પિયરમાંથી તને આપી છે તે પહેર."

અને આ વાત પર સાસુ-વહુને જામી ગઈ અને સાસુની તબિયત બગડી. તેની સાસુને બ્લડપ્રેશર અને ઉપરાંત ડાયાબિટીસનો રોગ હતો. બોલાચાલીથી સાસુનું બ્લડપ્રેશર વધી ગયું. સાસુની તબિયત બગડી તે ખબર પડી એટલે થેલીમાં ચાર કપડાં નાખી સાવિત્રી પિયર જવા નીકળી ગઈ.

ગણેશે પૂછ્યું તો – "મને ઠીક નથી. પેટમાં દુઃખે છે. બેચેની થાય છે. માથું દુઃખે છે. શરદી થઈ છે, ડૉક્ટર પણ ગૂંચવાઈ જાય એટલી જાત જાતની ફરિયાદ કરવા લાગે. પતિએ કોઈ પણ દવા આપી હોય, પણ તબિયત વિશે કોઈ પણ ભળતાં જ કારણ અને લક્ષણ કહી તેની મૂંઝવણ વધારી દે. પતિને પણ ધીમેધીમે તેનો સ્વભાવ સમજાવા લાગ્યો હતો એટલે કંટાળીને તેના તરફ બેધ્યાન રહેવા લાગ્યો હતો."

સાવિત્રીની માએ તેને કહી રાખ્યું હતું કે સાસરામાં સંયુક્ત કુટુંબ છે માટે માથે બહુ જવાબદારી ન લેતા આરામથી રહેજે. પૈસા બચાવીને રાખજે. સાસુની તબિયત બરાબર ન હોય તો તરત જ કંઈક બહાનું કાઢી અહીં આવી જવું. વ્યવસ્થિત પૈસા ભેગા કરવા અને છોકરાઓ મોટા થાય એટલે કુટુંબથી જુદા થઈ જવાનું અને બીજું એક એ કરવાનું કે જુદા થવાના કારણમાં સાસુનું નામ બદનામ થાય એવી વાતનો પ્રચાર કરવો. આવા વાતાવરણમાં ઊછરેલી સાવિત્રી મા કરતાં એક તસુ વધારે જ ચડે તેમ હતી.

સાવિત્રી તમારે ઘરે આવે કે તેનો ફોન આવે તો સમજી જ લેવાનું કે કંઈ પણ કામ હશે તો જ આવી હશે. ફક્ત બહેનપણી તરીકે મળવા કે સુખદુઃખની વાતો કરવા તે ક્યારેય આવે નહીં. કેટલી મહેનતે, કેટલીએ શોધ કર્યા પછી માંડમાંડ અમને ઘરકામ માટે એક છોકરી મળી હતી. ઘરની દીકરી કરતાં તેના પર વધારે વિશ્વાસ મૂક્યો હતો તે પણ અમારા ઘરમાં બધા સાથે હળીમળી ગઈ હતી.

એક દિવસ સાવિત્રી અમારા ઘરે આવી. અહીંતહીંની વાતો કરી પછી બોલી, "સાસુજી બદ્રીકેદારની યાત્રા કરીને તેમની દીકરીને ઘરે ગયાં છે. છ મહિના થઈ ગયા છે. ઘરમાં મારી પર કામની ખૂબ જવાબદારી આવી પડી છે."

ત્યારે અનસક્કા અમારે ઘરે હતી. તે બોલી, "એમ છે તો કામ કરવા કોઈકને રાખી લેને ! તારી સાસુની જગ્યાએ હું હોઉં તો તારા કામના ઢસરડા કરવા બદ્રીકેદારથી પાછી જ ન ફરી હોઉં."

"પણ કોઈ બાઈ મળે છે જ ક્યાં ? ક્યાં શોધું ?"

"ક્યાં શોધું એટલે ? આપણને ગરજ હોય તો આપણે જ શોધવું પડેને ? અમે શોધી જ ને ?"

"હું ક્યાં શોધવા જાઉં ? કોઈ મળે ત્યાં સુધીમાં તો મારા સાસુ આવી જશે." સાસુ હોય તો નોકરની જરૂર નહીં એવો જ તેનો કહેવાનો ભાવાર્થ હતો.

પછી બોલી, "નલુ ! આપણે એમ કરીએ કે હમણાં થોડા દિવસ તારી કામવાળી છોકરીને મારે ત્યાં મોકલ, મારાં સાસુ આવશે એટલે તેને પાછી મોકલાવી દઈશ." મારા ઘરમાં પથારીવશ દાદી, સુવાવડી બહેન, મારી નોકરી, ઘરમાં સતત મહેમાનો આવરો-જાવરો, આ બધું તેની નજરે દેખાતું હોવા છતાં તેની આંખે સ્વાર્થના પડળ ચડેલા હોવાથી આવું કંઈ બોલતા તેને કંઈ વિચાર નહીં આવ્યો હોય ?

તેની વાત સાંભળીને હું તો ચકિત જ થઈ ગઈ. થોડી વાર તો મને તેના નિર્લજ્જ સ્વભાવ પ્રત્યે તિરસ્કાર જ આવ્યો. બધા તેની જેવા બેશરમ ન થઈ શકે. મારી જેવીને તો પોતાની જ એકાદ વસ્તુ પાછી માગતા પણ મરવા જેવું થાય.

મારી સામે જોઈને સાવિત્રી બોલી, "તું પગારની ચિંતા કરતી નહીં, તું આપે છે એટલો જ પગાર હું આપીશ તેને. જોઈએ તો વીસ પચ્ચીસ વધારે આપીશ."

"તે શક્ય જ નથી."

"પણ કેમ ?" તેણે બેશરમ થઈને પૂછ્યું.

આજ પણ તેને તે વાતનો ગુસ્સો છે કે તેના તકલીફના સમયમાં મેં તેને મદદ કરી ન હતી. પોતાના સ્વભાવની મર્યાદા ન સમજી શકવાથી બીજા સાથેના વર્તનની મીઠાશ તેણે ગુમાવી દીધી છે. સ્વાર્થમાં જ સતત રાચતી રહેતી સાવિત્રી પર મને નથી આવતો ગુસ્સો કે નથી આવતો તિરસ્કાર. મને તો ફક્ત તેની દયા આવે છે.

એક દિવસ મને તે સાડીની દુકાનમાં મળી ગઈ હતી. મેં તે દુકાનમાં કાળા રંગની સાડી પર ભરતકામ કરવા આપ્યું હતું. સાડી તૈયાર થતાં છ મહિના લાગ્યા હતા. સંક્રાત પર તૈયાર થવાની હતી તે સાડી શ્રાવણ મહિનામાં તૈયાર થઈ હતી. સાડી જોઈને મેં પૅક કરવાનું કહ્યું અને બિલ ચૂકવવા પૈસા કાઢ્યા. પર્સ ખોલ્યું. મારી બાજુમાં ઊભેલી સાવિત્રી સાડી જોઈને બોલી, "કેવી સરસ સાડી છે ! હું કેટલાય દિવસથી આવી જ સાડી શોધતી હતી." દુકાનદાર બોલ્યો, "ખરેખર સાડી બહુ સરસ થઈ છે. બહેનની પસંદગી બહુ સારી છે."

"એમ કરને, નલુ ! આ સાડી હું લઈ લઉં, તું બીજી કોઈક લઈ લે, નહીં તો ઑર્ડર આપી દેને, છ મહિનામાં તૈયાર થઈ જાય ત્યારે તું લઈ

લેજે. મારે હમણાં જ જોઈએ છે.'' તે એકદમ સહજતાથી બોલી.

''પણ કેમ ?'' મેં પૂછ્યું.

''કાલે મારો જન્મદિવસ છે. માએ કહ્યું છે કે કંઈ પણ સરસ અને ખાસ ચીજ તારા જન્મદિવસને દિવસે લેજે. આ સાડી બહુ સરસ છે અને કંઈક નવીન લાગે છે. મને આનું કૉમ્બિનેશન પણ બહુ ગમ્યું. કેટલીએ કિંમત હોય તો પણ હું આપી દઈશ. પૈસા વધારે હોય તો તેનો પણ વાંધો નહીં.''

સાંભળીને દુકાનદાર છક્ક થઈ ગયો. છ મહિના રાહ જોઈને ખાસ ઑર્ડરથી બનાવેલ સાડી લેતી વખતે શરમાયા કે અચકાયા વગર પોતાની પસંદ અને જન્મદિવસ, ખાસ ચીજ લેવાની વાતો ઉપજાવી કાઢી સાડી માગનારી આ સ્ત્રીને દુકાનદાર જોઈ જ રહ્યો અને બોલ્યો, ''બહેન ! તમે ઑર્ડર આપો, ત્રણ મહિનામાં સાડી તૈયાર કરીને ઘરે પહોંચાડી દઈશ. આ સાડી તો અપાઈ ગઈ છે'' અને નોકરને બૂમ પાડી, ''બહેનને સાડી પૅક કરીને આપી દે !'' અને પૈસા લઈ બિલ મારા હાથમાં આપી દીધું. મેં ચૂપચાપ બિલ અને સાડી લઈ લીધી. સાવિત્રી નિરાશ થઈ ગઈ.

સાવિત્રીનો દીકરો મારા ગામમાં તેની નણંદને ત્યાં રહીને ભણે છે. ગણેશની એક ગામડામાં બદલી થઈ છે. છોકરાને પોતાની મા પાસે ભણવા રાખવાની સાવિત્રીની બહુ ઇચ્છા હતી, પણ 'મંદક્કા' મા તો સાવિત્રીનીને ? દોહિત્ર હોય તો શું થયું ? તેને માટે રોજ માથાકૂટ કોણ કરે ? નકામું બંધન અને જવાબદારી લેવાની જ શું કામ ?

વેંકણ્ણાએ દીકરીને કરી દીધું કે, ''હું બહારગામ જાઉં છું અને એકલી તારી માથી બરાબર છોકરો સચવાય નહીં અને તેની શાળા પણ તારી નણંદના ઘરની નજીકમાં જ છે. તેને ત્યાં જ મૂક છોકરાને. તેં તારી નણંદ માટે બહુ કર્યું છે, હવે થોડું કંઈક તેને પણ કરવા દે તારે માટે. સાવિ ! કોઈ માટે કંઈ ફોગટમાં કરવાનું જ નહીં અને કર્યું તો વસૂલ કરી લેવાનું.''

તેનો કહેવાનો મતલબ સાવિત્રી સમજી ગઈ અને છોકરાને નણંદને ઘરે લઈ ગઈ. નણંદને તેના સ્વભાવની ખબર હતી, પણ છેવટે ભાઈનો દીકરો હતો ને ? તેનું શિક્ષણ બગડે કે અટકે તેવું શા માટે કરવાનું ? બંને પતિ-પત્નીએ ઉદાર મનથી તેને પોતાને ઘરે રાખ્યો અને પ્રેમથી સંભાળી લીધો.

એક વાર નાહીને બાથરૂમમાંથી બહાર નીકળતા સાવિત્રીના નણદોઈનો પગ લપસ્યો. પગમાં ફ્રેકચર થયું અને હૉસ્પિટલમાં રહેવું પડ્યું. સાવિત્રીની નણંદને ઘરનું કામકાજ પતાવી હૉસ્પિટલમાં આવ-જા કરવી પડતી. તેણે સાવિત્રીને કહ્યું, ''તું આઠ દિવસ અહીં આવીને રહે અને છોકરાનું બધું સાચવી લે.''

ત્યારે હતો તો શિયાળો, તો પણ તે દિવસોમાં સાવિત્રી બહેનપણી સાથે ઊટી ફરવા જવાની હતી. તેણે કહ્યું, "હું જરૂર આવત પણ અમારી તો ઊટીની ટૂર નક્કી થઈ ગઈ છે. બધી તૈયારી થઈ ગઈ છે. શું કરું ? ટૂર પરથી પાછા આવ્યા પછી જરૂર આવીશ."

નણંદને બહુ દુઃખ થયું. પોતાના દીકરા માટે પણ ટૂર કેન્સલ કરવા તે તૈયાર ન હતી.

"તો તારા દીકરાને તું લઈ જા."

ઠંડે પેટે તેણે જવાબ આપ્યો, "અત્યારે તો તે શક્ય નથી. આમ અધવચ્ચે શાળા થોડી બદલી શકાય ?"

છેવટે બહેનની દોડાદોડી અને તકલીફ જોઈને ગણેશ જ આવીને ત્યાં રહ્યો.

"કોઈ પણ તકલીફ કે મુશ્કેલીના સમયમાં જ માણસની ખરી કિંમત થાય."

"કોઈ ખરાબ ક્ષણે આનું રૂપ જોઈને હું ભરમાયો. વડીલો કહેતા કે, 'ઠામ તેવી ઠીકરી ને મા એવી દીકરી.' મારા દીકરામાં આના દુર્ગુણ ન આવે તો સારું." કહેતા ગણેશની આંખ ભીની થઈ ગઈ હતી.

સાવિત્રી શાંતિથી નિશ્ચિંત થઈને ટૂર પતાવીને આવી. એક સાવિત્રી હતી જે પતિના પ્રાણ માટે યમરાજની પાછળ દોડી હતી. સાસુ-સસરાનું રાજ્ય પાછું મેળવી આપ્યું હતું. પોતાનાં મા-બાપ માટે પણ તેણે ઘણું કર્યું હતું, પણ આ સાવિત્રીને તો પૈસા, સમૃદ્ધિ અને સંસારનું સર્વ સુખ પોતાને માટે જ જોઈતું હતું. કોઈને માટે કંઈ કરવા કે ઘસાવા તે તૈયાર જ નથી. મારે કોઈ માટે કંઈ કરવું જોઈએ એવો વિચાર પણ તેને ક્યારેય આવતો નહીં હોય.

એક નિર્જીવ ઝાડ પણ માણસોને છાંયડો આપે છે, પક્ષીને માળો બાંધવા જગ્યા આપે છે અને છેવટે પોતાનું શરીર પણ બળતણ માટે આપીને માણસોને મદદ કરે છે. ઈશ્વરે આપણને મનુષ્યરૂપે જન્મ આપ્યો છે, તો કોઈને બની શકે તેટલી મદદ કરીને ઈશ્વરનું ઋણ થોડું ઝાઝું અદા ન કરી શકાય ?

ભેગા કરેલા પૈસા ગણી ગણીને થાકવા કરતાં જરૂરતમંદો વચ્ચે થોડા ઝાઝા વહેંચી દેવા તે યોગ્ય નથી શું ?

❐

સાહસી ભાગવ્વા

ગામ બહારનું ખેતર. ભલભલા પોતાની જાતને હિંમતવાન ગણાવતા પુરુષોને પણ ડર લાગે એવો ઉજ્જડ અને ભેંકાર પ્રદેશ. અને લડાઈ-ઝઘડા તો ત્યાંના લોકોની દિનચર્યાનો જ એક ભાગ એમ સમજો. એમાંય કુટુંબીઓ કે ભાઈ-ભાઈ વચ્ચેના ઝઘડા એટલે તો કુહાડી અને દાતરડાની જ વાતો અને ઉપયોગ. આવા પ્રદેશમાં પણ ખેતી તો કરવી જ પડે એવી પરિસ્થિતિ.

બ્રાહ્મણ જાતિના લોકોમાં ખેતી કરનારાઓની સંખ્યા બહુ ઓછી. પોતપોતાના ખેતર કુટુંબીઓને કે ભાગીદારીમાં ખેતી કરનારાને સોંપી હુબલી-ધારવાડમાં જઈને સ્થાયી થનારાની સંખ્યા વધારે. આવા ખેડૂતોને ખેતીમાં ખાસ રસ નહીં. ખેતર વેચાય તે દિવસે તે લોકોને દુઃખ થવાની વાત તો બાજુ પર રહી, ઊલટાનું તે લોકોનાં ઘરમાં ખુશીનું જમણ થાય. આ બધી ગણોત ધારો અમલમાં આવ્યો તે પહેલાંની વાત છે.

આવા વિસ્તારમાં અને આવા વાતાવરણમાં ભાગવ્વાનાં લગ્ન થયાં ત્યારે તે ફક્ત દસ વર્ષની હતી. આખો દિવસ કૂકા, લંગડી અને પાલાં રમવા કે પાણી ભરવા જવાને બહાને કલાકોના કલાક નદીના પાણીમાં પડ્યા રહેવું કે સરખે સરખી છોકરીઓને ભેગી કરી ગામની આસપાસ આવેલા ડુંગરાઓ ખૂંદવા નીકળી પડવું તે જ તેનો રોજનો કાર્યક્રમ હતો.

તેનો પતિ રામ અઢાર વર્ષનો હતો. નાનપણથી જ સ્વભાવ સરળ અને ગંભીર. મોટો થયા પછી તેના સ્વભાવમાં કંઈ જ ફરક પડ્યો ન હતો. તેની માલિકીની સો એકર જમીન હતી. એકનો એક દીકરો, ચાર બહેનો, સસરા ન હતા. ફક્ત સાસુ હતી. ભાગવ્વાનાં લગ્ન ખૂબ ઠાઠમાઠથી થયાં. આનાથી ઉત્તમ સ્થળ તેને પણ ક્યાંથી મળવાનું હતું ?

તે સાસરે આવી ત્યારે રાજ્યકક્ષાની પરીક્ષા તેણે પાસ કરી હતી. સંસાર

શરૂ થયો અને તેનું આગળનું શિક્ષણ અટકી પડ્યું. પતિ રામ મેટ્રિક પાસ થયો હતો, પણ કૉલેજનું શિક્ષણ તેણે લીધું ન હતું.

સાસરાંની પરિસ્થિતિ સમજતા ચાલાક ભાગવ્વાને વાર ન લાગી. તેની ઉંમર કરતાં ક્યાંય વધારે સમજણ અને ધૈર્ય તેનામાં હતાં. સો એકર જમીન હોવા છતાં સાસરામાં સ્થિતિ સાધારણ જ હતી. ખેતર પર મજૂરી કરતાં ખેતમજૂરો ઉદ્ધત અને બેદરકાર થઈ ગયા હતા. સાસુને કુટુંબીઓની બીક હતી, કારણ કે તે લોકો જમીનનું ધ્યાન રાખતાં હતાં. નાની ઉંમરમાં વિધવા થયેલી સાસુ તે લોકો પર જ અવલંબિત હતી. એ કુટુંબીઓ વર્ષમાં ચાર ગૂણી ઘઉં, ચાર ગૂણી જુવાર અને પાંચસો રૂપિયા આપતાં. આમાં સાત માણસોનો સંસાર કેમ ચાલે ? ઘરમાં ચાર ઉંમરલાયક દીકરીઓ હતી. તેનાં લગ્ન કેમ થશે તેની પણ ચિંતા હતી.

આવા વાતાવરણમાં મોટો થયેલો રામણ્ણા પહેલેથી જ રાંક હતો. તેમાં તે એક વખત કાકાને ઘરે હિસાબ પૂછવા ગયો તો તેનો પિતરાઈ ભાઈ શ્રીપાદ બોલ્યો, "કેમ રે રામણ્ણા ? આટલાં વર્ષો તો ચૂપ બેઠો હતો, હવે કેમ પૂછવા આવ્યો ? બૈરીએ શીખવાડીને મોકલ્યો કે શું ? કંઈ વાંધો નહીં, પૂછ જે પૂછવું હોય તે, જવાબ આપશું, પણ કોર્ટમાં."

કાકી રાધાબાઈએ કહ્યું, રામણ્ણા, આપણી ખેતી વરસાદ પર આધારિત છે. ગામના માણસો તો કંઈ પણ બોલે, પણ તું જ વિચાર કર. પડતર જમીન, પાણી નહીં, તેમાં જે કંઈ થોડું ઘણું પાકે તેમાંથી તારો ભાગ આપીએ, પછી બચે શું ? અરે ! તું મારા દીકરા જેવો જ છે ને ? તારી બહેનોની જવાબદારી અમારી જ છે ને ?"

કાકીનું આવું બોલવાનું સાંભળી રામણ્ણા નિરુત્તર થઈ ચૂપચાપ ઘરે પાછો આવી ગયો. ખરેખર તો રામણ્ણા અને તેની મા આ લોકોથી કંટાળી ગયાં હતાં, પણ તેનો કોઈ ઉપાય ન હતો. હવે પછી પણ કરકસર કરીને જ જીવવાનું હતું તે વાત તે લોકોને સમજાઈ ગઈ હતી. આ બધી વાતો બહુ જલદી ભાગવ્વાનાં ધ્યાનમાં આવી ગઈ હતી. ખરેખર તો તેને ભણીગણીને શિક્ષિકા જ થવું હતું. તેના પિતા શાળામાં શિક્ષક હતા. ઘરમાં ધાર્મિક અને ઉચ્ચકક્ષાનું વાંચન નિયમિત થતું. આવા સંસ્કારી કુટુંબમાંથી આવેલી ભાગવ્વા, તેણે બધી જ આશા અને પોતાની ઇચ્છાઓનું પોટલું બાંધી બાજુ પર મૂકી દીધું અને કુરુક્ષેત્રના રણમેદાનમાં ઊતરી. તેને કોઈનો આધાર ન હતો, પૈસાનું જોર પણ ન હતું. સામેના શત્રુઓ બદમાશ અને હરામખોર માણસો હતા. શ્રીપાદ તો એકદમ અજડ અને અસંસ્કારી.

ભાગવ્વા પાસે ફક્ત એક જ શસ્ત્ર હતું અને તે અપાર આત્મવિશ્વાસ અને મનનું અદ્ભુત સંતુલન. પરિસ્થિતિ ગમે તેવી હોય પણ ભાગવ્વાને વિચલિત થયેલી ક્યારેય જોઈ નથી. ઘરમાં લગ્નપ્રસંગ હોય કે કોઈનો મરણનો પ્રસંગ હોય કે પછી ભાડૂતો સાથેનો ઝઘડો હોય, તેનાં ધૈર્ય કે શાંતિમાં જરા પણ ફેરફાર થાય નહીં. આગળ પાછળનો વિચાર કરીને આગળ શું કરવું તે નક્કી કરવું તેમાં જ તેનું ધ્યાન હોય.

ભાગવ્વા એકવીસ વર્ષની થઈ. બે બાળકોની મા બની ત્યાં સુધીમાં સાસરાનાં ઘરની પરિસ્થિતિમાં ખાસ કંઈ ફરક પડ્યો નહીં. છેવટે એક દિવસ તે શ્રીપાદને ઘરે જઈને ઊભી રહી. "ભાઈસાહેબ ! અમે કંઈ એવા શ્રીમંત નથી. ઘરમાં ચાર નણંદો છે તેનાં લગ્ન કરવાનાં છે. અમારે પણ બે બાળકો છે. તેને ભણાવવાં-ગણાવવાં, મોટાં કરવા વગેરે ઘણી જવાબદારી છે એટલે હવે પછી અમારા ભાગની જમીન અમે જ ખેડશું."

શ્રીપાદ એકદમ ભડકી ગયો. ઉત્તર કર્ણાટકના ચુસ્ત બંદોબસ્તવાળા પુરુષપ્રધાન સમાજમાં પોતા કરતાં ઉંમરમાં ક્યાંય નાના ભાઈની પત્નીને પોતાનો હક માગવા આવેલી જોઈને તેને ગુસ્સો આવે તે સ્વાભાવિક જ હતું. તે દિવસે તો તેનો ગુસ્સો આસમાને પહોંચ્યો, પણ ઈશ્વર કૃપાએ ભાગવ્વા બચી ગઈ. શ્રીપાદે પોતાનો અપશબ્દો અને ગાળોનો શબ્દભંડાર તેના પર ઉછાળવામાં કોઈ કસર બાકી રાખી નહીં. છેવટે દર વખતની જેમ ધમકી આપી, "કોર્ટમાં જઈને લેજે."

"ઠીક છે ! એમ જ કરશું !" ભાગવ્વાએ પણ સામે સણસણતો જવાબ આપ્યો. કોકીનું મીઠુંમીઠું બોલી કામ કઢાવી લેવાની કે સામાને ચૂપ કરી દેવાની કોઈ અસર આ વખતે ન થઈ.

રામણ્ણા ભાગવ્વા પર ચિડાઈને બોલ્યો, "કોર્ટમાં જવાનાં પૈસા ક્યાં છે ?" સાસુ પણ બોલી, "કંઈ કારણ વગર ઝઘડો ઊભો કર્યો ને ? હવે મારી દીકરીઓનાં લગ્ન કેવી રીતે થશે ? જે ઘઉં, જુવાર મળતાં હતાં તે બંધ થશે તો ખાશું શું ?"

અત્યારે ભલે સાસુ ગુસ્સે થઈને બોલે, પણ મા-દીકરો બંને રાંક સ્વભાવનાં છે તે તેને ખબર હતી, પણ આવા સ્વભાવથી કાંઈ સંસાર ચાલે ખરો ? જિંદગી આમ ડરી ડરીને થોડી જીવાય ? ભાગવ્વાએ પોતાની પાસેના નાના-મોટા દાગીના વેચીને થોડા પૈસા ઊભા કર્યા અને ધારવાડમાં પોતાના મામાનો દીકરો વકીલ હતો તેની પાસે ગઈ.

"રાઘુ ! આ જો ! મારી પાસે આટલા જ પૈસા છે. આ કાળા પારાનું

મંગળસૂત્ર અને આ કાચની બંગડી સિવાય મારી પાસે હવે કાંઈ નથી. આ કેસનો ચુકાદો અમારી બાજુ આવશે એવી તેં હિંમત આપી એટલે આ કેસ કરવા હું તૈયાર થઈ છું. હારી જશું તો બાળકો સાથે ગળામાં પથ્થર બાંધી કૂવો પૂરવાનું જ હવે મારા હાથમાં બાકી છે અને કાં તો તારે ઘરે રસોઈ કરવાનું કામ મને આપવું પડશે. તારા પૈસા હું ક્યારેય ડૂબાડીશ નહીં.''

રાઘવેન્દ્રને ભાગવ્વાના સ્વભાવની ખબર હતી. તેની મક્કમતાની પણ ખબર હતી.

''ભાગી ! તું કોઈ પણ જાતની ચિંતા કરવાનું રહેવા દે. આ કેસ આપણે જરૂર જીતીશું. પૈસા અત્યારે જ આપવાની કંઈ જરૂર નથી. પછીથી બધા સાથે આપજે. તો પણ ભાગવ્વાએ જેટલા હતા તે પૈસા તેને આપ્યા.

કોર્ટની નોટિસ જતાં જ શ્રીપાદે મોટો વકીલ રોક્યો. કેસ ચાલુ થયો. પોતાના ભાગની જમીનનો થોડો હિસ્સો વેચવો પડ્યો. કેસ ત્રણ-ચાર વર્ષ ચાલ્યો. અપેક્ષા પ્રમાણે શ્રીપાદ હારી ગયો. ભાગવ્વા પોતાના અનુભવથી શીખેલ શાણપણ કહી જણાવે છે કે શક્ય હોય ત્યાં સુધી કોર્ટકચેરીની ઝંઝટમાં પડવું નહીં. સમાધાનથી સમજીને કામ પતાવી શકાય તો ઉત્તમ. જીવનમાં દરેક જગ્યાએ આપણે બાંધછોડ કરતા જ હોઈએ છીએ, પણ મારો દેર સમાધાન માટે તૈયાર જ ન હતો. પછી શું કરવાનું ? મારે નાઇલાજે આ બધું કરવું પડ્યું. શ્રીપાદ કેસ હારી ગયો. પૈસા ગુમાવ્યા. સો એકર જમીન ભાગવ્વાના ભાગમાં આવી.

હવે પરિસ્થિતિ બદલાઈ ગઈ હતી. બધાં ભાગવ્વાનાં વખાણ કરવા લાગ્યા. પચ્ચીસ વર્ષની ભાગવ્વાએ પોતાની જવાબદારી બરાબર ઉપાડી લીધી હતી. નણંદો માટે છોકરા શોધવા અને જમીન તથા ખેતીના વિકાસમાં ગળાડૂબ ડૂબી ગઈ હતી. રામણ્ણા અતિશય સરળ અને અવ્યવહારુ. તેની પાસેથી કોઈ પણ કામની આશા રાખવી વ્યર્થ હતી. તો પછી ખેતીકામનો તો પ્રશ્ન જ ક્યાં રહેતો ? ભાગવ્વા વહેલી સવારે ઊઠી ભાગીદાર ખેડૂત સાથે ખેતર પહોંચી જાય અને છેક સાંજ સુધી ખેતરમાં કામ કરે. ઘરકામ, રસોઈ અને છોકરાંઓને સંભાળવાનું સાસુ તથા નણંદોએ સંભાળી લીધું અને હિસાબકિતાબનું કામ રામણ્ણાએ સંભાળી લીધું.

ભાગવ્વા આજે પણ કહે છે કે ખેતીકામ કરવું કંઈ સહેલું નથી. ખેતર ખેડવું, વાવણી, કાપણી વગેરે વિશે મને કંઈ જ જ્ઞાન ન હતું. બધું હું જોઈ જોઈને શીખી. 'મન હોય તો માળવે જવાય' એ સાવ સાચું છે. ખેતીનું આ બધું કામ કરતાં કરતાં કુદરત અને તેનો બધો ખેલ મને સમજાવા લાગ્યો છે. સૂર્ય, વરસાદ, જમીન વગેરેનું ખરું મહત્ત્વ મને સમજાવા લાગ્યું છે. એક

એક પાક લેવા માટે કેવો અને કેટલો વરસાદ, કેવો તાપ જોઈએ અને અન્ય ખેડૂતો તથા પ્રાણીઓનો કેટલો ત્રાસ સહન કરવો પડે તે બધું અનુભવથી જ હું સમજી અને શીખી છું.

આજે એક વિષયની ખૂબ ચર્ચા થાય છે તે એચ. આર. (હ્યુમન રિલેશન) અને નફાની વહેંચણી વિશેનું જ્ઞાન. કોઈ મૅનેજમૅન્ટ સ્કૂલમાં અભ્યાસ કર્યા વગર ભાગવ્વાને તેની ત્રીસ વર્ષ પહેલાં જ કલ્પના હતી અને તેણે તે અમલમાં પણ મૂકી હતી.

વર્ષો થઈ ગયાં છતાં ભાગવ્વાના હાથ નીચે કામ કરતાં તેના ખેતમજૂરો કે બીજી બધી જવાબદારી સંભળતા કોઈ પણ માણસોએ તેનું કામ છોડ્યું નથી. આજ પણ ભાગવ્વા તેમનાં ક્ષેમકુશળ માટે કાળજી રાખે છે. તેનો કોઈ પણ નોકર કરજદાર નથી. ભાગવ્વાએ દરેકનું બૅન્કમાં ખાતું ખોલાવી આપ્યું છે.

"ઈશ્વરે આપણને ફક્ત જમીન આપી છે. ખેતી કરવા, પાક લણવા માણસો જોઈએ. તેમના સાથ-સહકાર વગર હું કંઈ કરી શકી નહોત. તેમની મહેનતથી સૈંકડો ગૂણી ઘઉં પાક્યા. એમાંથી આપણે કેટલું ખાઈ શકવાના છીએ ?" ચાર-છ ગૂણી જ ને ? મહેનત તો તે લોકોની જ છે ને ? તેમને પણ એક એક ગૂણી તો આપવી જ જોઈએને ? બધું મારું કરીને ન જ બેસાય ? આ હતી ભાગવ્વાની ફિલૉસૉફી.

આજે આઈ.ટી.કંપનીઓ 'ઇસાપ' એટલે 'ઇ.એસ.એ.પી.' એટલે "એમ્પલૉયમૅન્ટ સ્ટોક ઑપ્શન' કહે છે તેનો ભાગવ્વાએ તે સમયમાં અમલ કર્યો હતો. મને તો તેની જ નવાઈ લાગે છે કે તે સમયમાં પણ તેને અર્થવ્યવસ્થા વિશે કેટલું જ્ઞાન હશે !

હારીને પણ શ્રીપાદ ચૂપ બેઠો નહોતો. ગુંડાઓ રોકીને ભાગવ્વાનાં ઘર પર પથ્થર ફેંકવાનું, ચોરી કરવાનું વગેરે કામ તેણે શરૂ કરી દીધું હતું. ભાગવ્વાની નણંદોને જોવા આવનાર છોકરાઓને સાચું-ખોટું કહીને તેમનાં લગ્નમાં વિઘ્ન નાખવાનું કામ પણ તેણે કર્યું. ઊભા પાકને આગ લગાડવા જેવી અનેક રીતે તેણે ભાગવ્વાને ત્રાસ આપવામાં કંઈ બાકી રાખ્યું નહીં, પણ ભાગવ્વાએ તેને કંઈ દાદ આપી નહીં. તેણે ગામ બહાર ખેતરમાં ઘર બાંધ્યું અને ખેતરના રક્ષણ માટે ચાર કૂતરાઓ રાખ્યા. ભાગવ્વા કહેતી, "માણસો ગમે તેટલું કરે તેને તેની કંઈ જ કિંમત ન હોય પણ વધ્યું-ઘટ્યું, ઠંડું જે કંઈ આપો તે ખાઈને પણ આ વફાદાર પ્રાણી તમારું અને તમારા ઘરનું રક્ષણ કરે."

ટૂંકમાં કહું તો સંસારરથ ભાગવ્વાએ એકલે હાથે ખેંચ્યો હતો. સમય

તેની ગતિએ આગળ વધી રહ્યો હતો. હવે શ્રીપાદ પણ શાંત થઈ ગયો હતો. વિલાસી જીવનપદ્ધતિને લીધે તેનું શરીર અનેક રોગોનું ઘર બની ગયું હતું. ભાગવ્વાનો દીકરો સુરેશ ડૉક્ટર થઈ ગયો હતો. પોતાની માએ વેઠેલું કષ્ટ, તેણે પાર પાડેલી ઘરની અને કુટુંબની જવાબદારી, શ્રીપાદે તેને આપેલ ત્રાસ આ બધું તેણે નજરે જોયું હતું. વર્ષો વીતી ગયાં છતાં એ તે કંઈ જ ભૂલ્યો ન હતો.

એક વાર અનેક રોગોથી જર્જરિત થયેલ દુઃખી શ્રીપાદ છેવટે કંટાળીને ભાગવ્વાને ઘરે આવ્યો. દરવાજામાં ભાગવ્વા ઊભી હતી અને સામે ઊભો હતો શ્રીપાદ. તેની સ્થિતિ ખૂબ દયનીય હતી. તેને જોઈને ભાગવ્વાના મનમાં અનેક કડવી યાદો જાગી ઊઠી.

સુરેશ બહાર જ ન આવ્યો. ભાગવ્વા અંદર તેની પાસે ગઈ અને બોલી, "જવા દે બેટા ! દરદી આવ્યો છે એમ સમજ. તું ડૉક્ટર છે. શત્રુ હોય તો પણ તે એક દર્દી છે. અન્ય દર્દીઓની જેમ તેને પણ દવા આપીને તેનો ઇલાજ કરવો તે તારી ફરજ છે. તેનું કર્મ તેની સાથે. આપણે તે વિશે કંઈ વિચારવું નહીં."

માનો બોલ અને પોતાનો વ્યવસાય – આ બંનેનું માન રાખવા ખાતર સુરેશે રોગી કાકાને ચૂપચાપ તપાસી મહિનાની દવા આપી રવાના કર્યો. ભાગવ્વાએ યોગ્ય વર અને ઘર જોઈ ત્રણે નણંદોની સગાઈ કરી. પોતાની મા કરતાં પણ તેઓને ભાભી માટે ખૂબ માન અને વિશ્વાસ હતો. ભાભીની પસંદગીમાં તેઓએ આંખ મીંચીને સંમતિ આપી દીધી. ભાગવ્વાએ જમાઈઓનું યથોચિત માન રાખી ત્રણેનાં લગ્ન કર્યાં. દરેક જણે ભાગવ્વાની કાર્યકુશળતા અને તેણે નિભાવેલ જવાબદારીના વખાણ કર્યાં. બધી બાજુ ભાગવ્વાની વાહ વાહ થઈ.

જિંદગીના ચડાવ-ઉતારવાળા આ પ્રવાસમાં રામણ્ણા ફક્ત મૂક પ્રેક્ષક જ બની રહ્યો. આવી સમર્થ પત્ની મળી હતી તેથી તે નિશ્ચિંત મને ચિન્મય મિશનમાં સમાજકલ્યાણના કાર્યમાં તલ્લીન બની જોડાઈ ગયો હતો. ગામના લોકો કહેતા, "રામણ્ણા દેવ માણસ છે, કેટલી લોકસેવા કરે છે ? ભાગવ્વાને તો સતત ખેતર, ખાતર, માટી અને પાણીની માયા જ વળગેલી રહે છે. પતિ પાસેથી તેણે કંઈક શીખવું જોઈએ." આ બધું તો ભાગવ્વાને પણ સમજાતું હતું, પણ રામણ્ણાની જેમ સમાજસેવા કરવા નીકળે તો મહામહેનતે મેળવેલ આ જમીન, ખેતર વગેરે બધું જ હાથમાંથી જતું રહે. તે તેને ખબર હતી.

સમાજસેવા કરનારાની આગળ આર્થિક સંપન્નતા હોવી જ જોઈએ. પતિ-

પત્ની બંને સમાજસેવા કરવા નીકળી પડે તો પછી બંનેએ હાથમાં ઝોળી લઈ ફરવું પડે. તે પણ તેને ખબર હતી.

સુરેશ લગ્ન કરવા જેટલી ઉંમરનો થયો. શ્રીમંત ઘરના અનેક માગાં આવવાં લાગ્યાં, પણ ભાગવ્વાએ તેમાં જરાયે રસ દેખાડી ધ્યાન આપ્યું નહીં. ફક્ત સંપત્તિમાં જ રાચનારી છોકરી કરતાં તેને તો શ્રમનું મહત્ત્વ સમજનારી છોકરીની અપેક્ષા હતી.

એક વાર એક દૂરના સંબંધીની દીકરીના લગ્નમાં ભાગવ્વાને જવાનું હતું. ઉંમરલાયક મા-બાપને એકલા મોકલવાનું સુરેશને યોગ્ય લાગ્યું ન હતું તેથી તે પણ સાથે જવા નીકળ્યો. લગ્ન બાગલકોટ ગામની બાજુના એક નાના ગામડામાં હતાં. છોકરીનું નામ વસુધા. શાળાશિક્ષકની દીકરી, દેખાવમાં સુંદર અને સુશીલ હતી. શાળામાં શિક્ષિકા હતી. તેનો ભાઈ પણ શાળામાં શિક્ષક હતો. વસુધાની જન્મપત્રિકામાં સાસુનું સુખ ન મળે એવા ગ્રહ હતા તેથી લગ્ન પછી કંઈ અયોગ્ય ન બને તેવું વિચારી કેટલાંએ ઠેકાણાં જોયાં તેમાંથી આ સંબંધ નક્કી કર્યો હતો. છોકરાની મા ન હતી. છોકરો દેખાવમાં સાધારણ, ખાસ ભણેલો નહીં અને ઘરની પરિસ્થિતિ પણ સાધારણ જ હતી.

છોકરો એક પણ રીતે વસુધાને લાયક ન હતો. લગ્ન પર આવેલી અનસક્કા તો બધાની સામે જ બોલતી હતી, “કાગડો દહીંથરું લઈ ગયો છે” અને ગંગા વિચારતી હતી કે વસુધા આવા સાથે પરણવા કેમ તૈયાર થઈ હશે ?

લગ્નના આગલા દિવસથી જાનમાં આવેલ મહેમાનોમાં અસંતોષ દેખાતો હતો. પૈસાની લેવડદેવડ અને છોકરીના કપડાં-દાગીનાની બાબતમાં જાતજાતની ટીકાટિપ્પણ ચાલુ જ હતી. છોકરાનો બાપ ધમકી આપતો હતો કે તેઓની માગણી પૂરી નહીં થાય તો તેઓ વરને લઈને લગ્નમંડપમાંથી પાછા જતા રહેશે. આ બધું સાંભળ્યા પછી વસુધાનો સુંદર ચહેરો કરમાઈ ગયો. ચહેરા પરનું મંદ હાસ્ય અદૃશ્ય થઈ ગયું અને કેટલાએ પ્રયત્ન કરવા છતાં આંખમાંનાં આંસુ રોકી શકી નહીં.

આવા વાતાવરણમાં બીજે દિવસે લગ્નવિધિ શરૂ થઈ અને છોકરાના બાપનો વિરોધ અને ધમકી અંતિમ કક્ષાએ પહોંચી. વસુધાના પિતાએ હાથેપગે પડીને કેટલીયે વિનવણી કરી. છોકરાના પગમાં પોતાની ટોપી મૂકી કેટલીયે આજીજી કરી, પણ તે લોકો કંઈ સાંભળવા કે માનવા તૈયાર ન હતા. મંડપ માણસોથી ભરેલો હતો. સિનેમા જેવું આ દૃશ્ય જોઈ બધા અવાક્ થઈ ગયા. ધરતી માર્ગ આપે તો સમાઈ જાઉં એવી મનઃસ્થિતિમાં વસુધા ડૂસકાં ભરીને રડતી હતી.

ચૂપચાપ ભાગવ્વા આ બધું જોયા કરતી હતી. કોઈ પણ મુશ્કેલ પરિસ્થિતિમાં મનનું સંતુલન ન ગુમાવતા ધીરજ રાખી સ્વસ્થ રહેનારી ભાગવ્વા આગળ આવીને બોલી, ''કોઈ પણ વાત આટલી હદ સુધી ખેંચીને પકડી રાખવી સારી નહીં. બાકી બધું સારું છે તો થોડી બાંધછોડ કરી, મન મોટું રાખી તમે લગ્નવિધિ આગળ શરૂ કરવા દો.''

છોકરાના પિતા વામનરાવના વર્તનમાં કંઈ જ ફરક ન પડ્યો. પહેલાની જેમ ઉગ્ર અને મોટા અવાજથી તેણે કહ્યું, ''ભાગવ્વા ! તને કોઈ વાતનો વિધિનિષેધ નહીં હોય, પણ અમે ધર્મકર્મમાં માનનારા માણસો છીએ. અમને આ બધું માન્ય નથી. અમે લગ્ન તોડીએ છીએ.''

''તમે જરા વિચાર કરો, લોકો શું કહેશે ? તમે છોકરાવાળા છો તમને તો બીજી છોકરી મળી રહેશે, પણ વસુધાનાં ફરીથી લગ્ન નક્કી થવાનું મુશ્કેલ છે.''

''તને છોકરીની આટલી બધી દયા આવતી હોય તો તું જ તેને તારા દીકરાની વહુ બનાવીને લઈ જા. તને કોઈ વાતનો ફરક પડવાનો નથી.''

લગ્નમંડપમાં એકદમ શાંતિ પ્રસરી ગઈ. વામનરાવને ઓર જુસ્સો ચડ્યો, ''કેમ ? હવે કેમ ચૂપ થઈ ગઈ ? તેની પત્રિકામાં સાસુનું સુખ નથી એટલે ગભરાણી કે શું ? અમારે માટે એક નિયમ અને તારે માટે બીજો નિયમ લાગુ પડે છે કે શું ? બીજાને ઉપદેશ આપવો સહેલો છે. પોતાના પગ તળે રેલો આવે ત્યારે જ ખબર પડે.''

આટલું સાંભળવા છતાં ભાગવ્વા ચૂપ જ હતી, પણ તેના ચહેરા પર કંઈક નિર્ણય અને મનમાં કંઈક મથામણ ચાલી રહી હોય તેવું દેખાતું હતું.

''અરે ! પણ વસુધાનાં નસીબમાં સાસુ ન હોય તેવું ઘર છે. ઉપરાંત કોઈ બક્ષિસ નહીં, કોઈ જાતનો વરવહેવાર નહીં. આવી છોકરીને ભાગવ્વા પણ ક્યાંથી હા પાડે ?''

''તેનો દીકરો ડૉક્ટર છે, તેને લાયક તેવી જ વહુ લાવશે ને ભાગવ્વા ? લગ્નમાં આવી હતી તો ચૂપ જ રહેવું હતું ને ? આવી ભાંજગડમાં પડવું જ શા માટે જોઈએ ?''

જમા થયેલ લોકોમાં જેટલાં મોઢાં એટલી વાતો થતી હતી, ભાગવ્વા એ આવું સાંભળવા છતાં કોઈ પ્રતિક્રિયા દેખાડી નહીં. તે કંઈ બોલતી જ ન હતી. લોકના શબ્દો જાણે તેના કાનમાં સંભળાતા જ ન હતા. કેટલોક સમય આમ જ વીતી ગયો. કંઈક નિશ્ચય પર આવેલી ભાગવ્વા બોલી, ''સુરેશ ! અહીં આવ.'' તેણે બાજુમાં એક રૂમ હતી તેમાં પોતાના દીકરાને બોલાવ્યો

અને રૂમનો દરવાજો બંધ કર્યો. માના આવા વર્તનની સુરેશને પણ નવાઈ લાગી હતી. ભાગવ્વા તેના બંને હાથ પોતાના હાથમાં લઈ તેની સામે જોઈને બોલી, ‘‘સુરેશ ! તને છોકરી ગમે છે ? બોલ !’’

સુરેશ અવાક્ થઈ ગયો. તેની દૃષ્ટિએ તો આ સાવ અણધાર્યું અને અનપેક્ષિત હતું. તેણે પોતાની જાતને સંભાળી લીધી. થોડો સ્વસ્થ થઈને બોલ્યો, ‘‘પણ... મા...’’ તેને વચ્ચેથી જ બોલતો અટકાવીને ભાગવ્વા બોલી, ‘‘જો સુરેશ ! પણ... પરંતુ... વગેરે કંઈ ન જોઈએ. તને છોકરી ન ગમતી હોય તો કંઈ નહીં, પણ તને જો એમ લાગતું હોય કે સાસુ જેના નસીબમાં ન હોય તેવી છોકરી જોઈએ જ શું કામ ? વળી છોકરી ગરીબ ઘરની છે આવું બધું કંઈ મનમાં રાખી નિર્ણય લેતો નહીં. આ છોકરી સાથે લગ્ન થાય તો હું મરી જઈશ એ વાતમાં કંઈ તથ્ય નથી અને ધારો કે એવું કંઈ બન્યું તો પણ કંઈ ચિંતા કરવી નહીં. જિંદગીભર મેં ફક્ત ખેતર, જમીન, ઢોરઢાંખર, પાક અને પાણીનું જ રટણ કર્યું છે. તારા પિતાની જેમ કોઈ સમાજસેવા કરી નથી. મરતાં પહેલાં કોઈ પુણ્યનું કામ કરવાનું કે નહીં ? તારો નિર્ણય તું છોકરીને જોઈને જ લેજે. આ બાબતમાં મારો કોઈ દુરાગ્રહ નથી હં !’’

ત્યાં સુધીમાં રામણ્ણા પણ ત્યાં આવી ગયો હતો. શું બન્યું તે કોઈકે તેને કહ્યું હતું. પત્નીનું છેવટનું બોલવાનું તેણે સાંભળ્યું અને સાંભળીને તેનું દિલ પણ ભરાઈ આવ્યું. આયુષ્યભર તેણે એકલીએ સંસારની જવાબદારી નિભાવી અને સમાજસેવા કરવા માટે મને સ્વતંત્રતા આપી. અત્યારે પણ તે અપરિચિત છોકરી માટે તેનું દિલ કેટલું દુખાય છે કે તેને પોતાના જીવની પણ ચિંતા નથી થતી. આનાં કરતાં મોટી સમાજસેવા કોઈ હોઈ શકે ખરી ? કંઈ ન બોલતા રામણ્ણાએ આગળ આવી તેના હાથ પકડી લીધા, આંખો તેની ભિંજાઈ ગઈ હતી.

ત્રણે જણ રૂમમાંથી બહાર આવ્યાં. ત્રણેના ચહેરા પર સંપૂર્ણ સંતોષ અને સ્વસ્થતા હતી. ભાગવ્વા સીધી વસુધા પાસે ગઈ. તેનો ઝૂકેલો ચહેરો ઉપર કરી પોતાના પાલવથી તેના અશ્રુ લૂછી નાખી બોલી, ‘‘છોકરી ! મુહૂર્ત વીતી રહ્યું છે, જલદી બાજોઠ પર બેસ.’’ અને હાથ પકડીને તેને લગ્નમંડપમાં લઈ ગઈ. વિધિનો સમય થઈ ગયો હતો. બધાની સામે લગ્નનો આગળનો વિધિ શરૂ થઈ અને થોડી જ ક્ષણોમાં સુરેશ અને વસુધાના માથા પર અક્ષતકંકુની વૃષ્ટિ થઈ. વસુધાના પિતા શ્યામરાવની આંખોનો અશ્રુપ્રવાહ અટકતો ન હતો, પણ એ તો આનંદનાં આંસુ હતાં.’’

ખાસ કંઈ બન્યું જ ન હોય તેમ ભાગવ્વા લગ્નમંડપમાં ફરી રહી હતી.

જાનૈયાઓ થોડા ગભરાઈને મંડપ છોડી નીકળી ગયા હતા. વર્ષો વીતી ગયાં આ વાતને. વસુધા ઘરમાં આવ્યા પછી ઘરની વધારે ચડતી થઈ હતી. ભાગવ્વા ઓર ઉત્સાહથી કામ કરવા લાગી હતી. સંધ્યા સમયની પૂજા આરતી કરતી વસુધા આજે પણ ભૂલ્યા વગર રોજ સાસુને પગે પડે છે.

જમાનાનો પવન અમારા ગામ સુધી પહોંચી ગયો છે. વસ્તી વધતી જાય છે. નવાં નવાં મકાનો બનતાં જાય છે. ભાગવ્વાની ગામબહારની સો એકર જમીન હવે ગામનો જ એક ભાગ બની ગઈ છે. અમારા ગામની સો એકર જમીન એટલે કરોડો રૂપિયાની પ્રોપર્ટી. ખેતર ગામનો જ એક ભાગ બની ગયા પછી ખેતી કરવી મુશ્કેલ હતી અને ભાગવ્વાની પણ હવે ઉંમર થઈ હતી.

એક દિવસ સુરેશે જરા અચકાતાં અચકાતાં વાત કાઢી, ''મા ! તને ખરાબ ન લાગે તો એક વાત પૂછું ? ખેતરના પ્લોટ્સ પાડીને વેચી નાખીએ તો ?'' ભાગવ્વાએ બે દિવસ જવાબ ન આપ્યો. તેના મનમાં જમીન પ્રત્યે લાગણીનો એક ઉછાળ આવ્યો. છેલ્લાં પચાસ વર્ષમાં તેને મન તે જમીન જ તેની મા-બાપ, ગુરુ, અન્ન જે કહો તે બધું જ બની ગઈ હતી. ટૂંકમાં જમીન જ તેને મન સર્વસ્વ હતી, પણ સમયનો મહિમા તેણે પારખી લીધો હતો. સુરેશની વાત સાચી છે અને તે સ્વીકારવી જ જોઈએ તે તેને સમજાયું હતું.

છેવટે તેણે કહ્યું, ''સુરેશ ! ખેતરમાં પ્લોટ પાડી દે, પણ ગામ બહાર ફક્ત એક ખેતર લઈ રાખજે. આ ભૂમિએ જ આપણને ધન-ધાન્ય બધું જ આપ્યું છે. આ ભૂમિ જ આપણી અન્નદાત્રી છે. આપણા ખેતમજૂરોએ પણ આટલાં વર્ષ એ ખેતરમાં જ જાન રેડીને વેઠ કરી છે. તેઓ પણ મારી જેમ ઘરડા થઈ ગયા છે. કાયદાકાનૂન જે હોય તે, હું કંઈ તે જાણતી નથી, પણ બધા ખેતમજૂરોને એક એક પ્લોટ નાનો પણ મફત આપજે. મારી નણંદોને પણ એક એક પ્લોટ આપજે. મારે કંઈ જોઈતું નથી. મારે તો તું છે એ જ બસ !''

આટલું કહી ભાગવ્વા ઊઠીને અંદર ચાલી ગઈ. હૃદયની વાત ન સાંભળતાં લેવો પડેલો તે નિર્ણય હતો. માએ કહેલા દરેક શબ્દનું સુરેશે પાલન કર્યું અને જગ્યામાં બાંધેલ મકાનોની સોસાયટીનું નામ 'ભાગીરથીનગર' રાખ્યું છે. ભાગવ્વા આજે પણ કારમાં બેસીને ગામ બહારના ખેતરમાં એકાદ લટાર મારી આવે છે.

થોડાં વર્ષોથી રામણ્ણાને લકવો થયો છે. પથારીમાં પડ્યા પડ્યા તેની

પીઠમાં ઘારાં પડી ગયાં છે. ભાગવ્વાએ પતિની ખૂબ સેવાચાકરી કરી. હું રામણ્ણાની ખબર પૂછવા અને મળવા ગઈ હતી.

"આવ નલુ, આવ ! તારા કાકાને મળવા આવી છે ને ?"

"હા, કેમ છે કાકાને ?"

"તું જ જો."

કાકા રૂમમાં સૂતાં હતાં. શરીર સાવ ઘસાઈ ગયું હતું. વેદના અસહ્ય હતી. શરીર એટલું જીર્ણ થઈ ગયું હતું કે હાથ લાગે ત્યાં ચામડી ઊખડી આવતી હતી. પીડા સહન ન થતાં તે બૂમો પાડતા હતા. સજ્જન અને સરળ કાકાની આવી સ્થિતિ અને દુઃખ જોવાતું ન હતું. હું ઊઠીને બહાર આવતી રહી. મોઢું જોઈ ભાગવ્વા બોલી, "નલિની ! એમનું દુઃખ મારાથી પણ જોવાતું નથી. સાચું કહું ? ઈશ્વરને પ્રાર્થના કરું છું કે મને વૈધવ્ય ભલે આવે, પણ આમને હવે આ દુઃખમાંથી મુક્ત કર !" એમને થતો ત્રાસ મારાથી જોવાતો નથી. મારી સહનશક્તિ હવે ખૂટી ગઈ છે. હું આવું બોલું તે લોકોને ભલે વિચિત્ર લાગે, પણ આ તેમની વેદના હવે મારાથી નહીં જોવાય."

"લોકોને શું લાગશે" એનો વિચાર ન કરતાં પોતાને જે સાચું લાગે તે જ બોલવું અને તે જ કરવું એ જ ભાગવ્વાનો ખરો સ્વભાવ. તેના મનનું સંતુલિતપણું અને તેનામાં રહેલ આગેવાનીનો ગુણ મેં કોઈમાં જોયો નથી. સાચું કહું તો તેના આ ગુણને લીધે તેની લાયકાત તો 'દેશના પંતપ્રધાન' બનવાની અને તેની માનસિક તાકાત તો યુદ્ધમેદાનમાં સેનાપતિ બનવા જેવી હતી. પોતાનાં ડૂબતાં ઘરને બચાવવા તેનાથી બન્યું તે બધું જ તેણે કર્યું. ઘર, ખેતર, જમીન અને કુટુંબને તેણે ઉગારી લીધું.

બીજે જ અઠવાડિયે કાકાના મરણના સમાચાર મળ્યા, દુઃખ બહુ થયું એ તે સાથે ભાગવ્વાનો મ્લાન, દુઃખી ચહેરો નજર સામે તરવા લાગ્યો.

❑

દાની દામિની

દામિનીનું સાચું નામ સૌદામિની. ખૂબ સુંદર નામ છે. ક્યારેક જ સાંભળવા મળે, પણ એવડું મોટું નામ અમારા ગામમાં કોઈ સહેલાઈથી બોલી ન શકે એટલે મૃણાલિનીનું 'લિની' અથવા 'મુની', દામોદરને 'દામુ' આવું જ કંઈ બોલવાની અમારા ગામની રીત. અનંત, પ્રહલાદ, રાઘવેન્દ્ર, પરિમલ આ નામ 'અંત્યા', 'પલ્લયા', 'રાઘુ' અને 'પરિ' થઈ જાય. એમ સૌદામિનીનું 'દામિની' થઈ જાય એમાં નવું શું ?

દામિનીના પિતા કલ્લેશ દેસાઈને બે દીકરી સૌદામિની અને વિદ્યુલ્લતા. બંને 'વીજળી'ના સમાનાર્થી શબ્દ છે. દામિની શાળામાં મારા વર્ગમાં જ હતી. દેખાવમાં સાધારણ પણ વિદ્યાર્થિની ઉત્તમ. સ્વભાવ એકદમ ઠરેલ, બોલવું-ચાલવું એકદમ સંસ્કારી. કલ્લેશ દેસાઈ બૅન્કમાં ક્લાર્ક. માણસ એકદમ સજ્જન અને સરળ. કુટુંબ મધ્યમવર્ગીય.

દામિનીનો સ્વભાવ ખૂબ સારો. અનસક્કા બધા વિશે કંઈક ને કંઈક ટીકા કરવાવાળી, પણ દામિની માટે કદી નકારાત્મક કે ટીકાત્મક શબ્દ બોલે નહીં, તેનાં પરથી જ તમે સમજી લ્યો. નાનપણથી જ કોઈ પણ ચીજ હોય બધાની સાથે વહેંચીને જ લેવાની તેને આદત હતી. તેને ઘરે મોગરા, જાઈ, જુઈ વગેરેની વેલ હતી. તેમાંના કોઈ ને કોઈ છોડ તો ફૂલોથી લચેલાં જ હોય અને તો પણ દામિનીનાં વાળમાં તો ફક્ત બે જ ફૂલ હોય.

અનસક્કા તો હંમેશાં કહેતી, "આ શું, દામિની ? આટલાં બધાં ફૂલ થાય છે તારા ઘરમાં છોડ પર. તે બધાં ફૂલ ગલીના આલિયા-માલિયા કોઈને પણ આપી દેવાથી શું ફાયદો ? બે ફૂલ તારા માટે રહ્યાં તે પણ નસીબ.. બધાને બધું વહેંચી દે છે, પણ તે સ્વાર્થી સાવિત્રીને શું કામ આપવાનું ?"

પણ એ જ તો દામિનીનો સ્વભાવ છે.

મને હજીયે યાદ છે. મેટ્રિકની પરીક્ષામાં કન્નડ ભાષામાં પહેલા આવનારને વીસ રૂપિયાનું ઇનામ મળતું. એ તો દામિનીને જ મળશે એવી બધાને ખાતરી હતી. રિઝલ્ટ લાગ્યું કે દામિની મને શોધતી શોધતી આવી.

"નલિની ! તને કન્નડમાં કેટલાં માર્ક્સ મળ્યા છે ?"

"સોમાંથી બ્યાસી."

"મને પણ તેટલાં જ મળ્યાં છે એટલે હું હમણાં પ્રિન્સિપાલને મળી આવું છું. મારા ઇનામની રકમમાંથી અર્ધી નલિનીને મળવી જ જોઈએ. નલિનીને પણ મારા જેટલા જ માર્ક્સ મળ્યા છે. સર ભૂલી ગયા લાગે છે." આવી ગુણવાન અને ઉદાર હતી, દામિની.

અમારા બિંદપ્પાને દામિની માટે ખૂબ માન. દામિની પણ અમારા બધાની જેમ ગ્રૅજ્યુએટ થઈ ગઈ. બૅન્કની પરીક્ષામાં પણ તે પાસ થઈ અને બૅન્કમાં ઑફિસર તરીકે નોકરી પર લાગી ગઈ. પિતા ક્લાર્ક અને દીકરી ઑફિસર. ત્યાર પછી મારું દામિનીને મળવાનું ઓછું થતું ગયું. ફરીથી મળવાનું તેના લગ્નપ્રસંગે જ થયું.

દામિનીનાં લગ્ન ડૉ. પ્રસાદ સાથે નક્કી થયાં હતાં. ડૉ. પ્રસાદ એમ.એસ. થયેલ અને દેખાવમાં પણ ખૂબ સરસ. સાચું કહીએ તો દામિની કરતાં સો ટકા વધુ દેખાવડો. ગર્વિષ્ઠ ગંગા તો બોલી જ, "શું જોઈને આ ડૉક્ટરે આની સાથે લગ્ન કર્યાં, કોણ જાણે ? જરૂર આ ડૉક્ટરમાં કાંઈક ખામી જરૂર હશે, નહીં તો ક્યાં આ ડૉક્ટર અને ક્યાં આ સામાન્ય દેખાવની દામિની ?"

અનસક્કાને પણ આશ્ચર્ય થતું હતું કે મને પણ લાગે છે કે પૈસા માટે જ દામિની સાથે આ ડૉક્ટરે લગ્ન કર્યાં છે કે શું ? કોણ જાણે ? દામિની બૅન્કમાં ઑફિસર છે. એક સાથે દહેજ લેવાને બદલે દર મહિને હપતાથી લેશે હવે."

દામિનીનાં લગ્ન સરસ રીતે થઈ ગયાં. તેના પતિનું કામ બૅંગલૂરુની હૉસ્પિટલમાં હતું તેથી લગ્ન પછી દામિનીએ બૅંગલૂરુ પોતાની બદલી કરાવી લીધી.

આ વાતને પણ દસ વર્ષ થઈ ગયાં. ક્યારેક ક્યારેક તેનાં માતાપિતા આગળથી તો ક્યારેક અમારી બ્રૉડકાસ્ટિંગ કંપની અનસક્કા મારફત મને દામિનીનાં સમાચાર મળતાં. ડૉ. પ્રસાદે બૅંગલૂરુમાં 'સૌદામિની નર્સિંગ હોમ' શરૂ કર્યું હતું. પુષ્કળ પૈસા કમાતો હતો. બૅંગલૂરુમાં તે ખૂબ પ્રખ્યાત થઈ ગયો હતો. શરૂઆતના ઘણાં વર્ષો દામિની બૅન્કમાં જ નોકરી કરતી હતી. તેણે જ બૅન્કમાંથી નર્સિંગ હોમ માટે લોન લીધી હતી. હવે તેના પતિની કમાણી

એટલી થઈ ગઈ છે કે તે સંભાળવા અને હિસાબ રાખવા તેણે બૅન્કની નોકરી છોડી દીધી છે. ટૂંકમાં, દામિનીની ગણતરી હવે શ્રીમંત વર્ગમાં થવા લાગી છે.

હમણાં હમણાં અવારનવાર દામિનીના ફોટા વર્તમાનપત્રોમાં દેખાવા લાગ્યા છે. થોડા દિવસ પહેલાં કોઈક હૉસ્પિટલનું ઉદ્‌ઘાટન કરતો દામિનીનો ફોટો હતો. તે હૉસ્પિટલ માટે તેણે સારું એવું દાન આપ્યું હતું. વળી એક વાર કોઈ મંદિરના શિખરનાં બાંધકામ માટે દાન આપ્યું હતું તેવા સમાચાર વાંચ્યા હતા અને ત્યાર પછી આમ જ વચ્ચે વચ્ચે તે છાપાંઓમાં દેખાતી જ રહી.

અમને બધાને તેનાં ફોટા જોઈ, તેના વિશેની વાતો સાંભળી ખૂબ આનંદ થતો હતો. નાનપણથી જ દાનધર્મમાં ખુશ રહેનારી દામિની આ રીતે રાણી બની હતી અને તેમાં કંઈ નવાઈ પામવા જેવું ન હતું.

બે દિવસ પહેલાં દુર્ગાના મંદિર પાસે નવી બૅન્ઝ કાર ઊભી હતી. અમારા ગામમાં આવી કાર મોટા કુતૂહલનો વિષય હતી. અમારા ગામમાં તો આવી ગાડી હતી જ નહીં. હું કંઈક ખરીદ કરવા ગઈ હતી, તે ગાડી મેં જોઈ અને હું કામ માટે આગળ નીકળી. પાછળથી તે ગાડીમાંથી કોઈએ બૂમ પાડી, "ઊભી રહે, નલિની ! ઊભી રહે !"

પાછળ ફરીને જોયું તો દામિની ! સૌદામિની ! તે જ હસમુખો ચહેરો, એ જ સ્નેહાળ ભાવ. ફક્ત સમય પ્રમાણે વાળ થોડા સફેદ થયાં હતાં. તેને જોઈને મને ખૂબ આનંદ થયો. દામિની પ્રેમથી મારો હાથ પોતાના હાથમાં લઈ બોલી, "નલિની ! કેટલા વખતે મળ્યા ?"

"હા, દામિની ! તું હવે બૅંગલૂરુ વાસી થઈ ગઈ છે, મળવાનું કેવી રીતે થાય ? તું પિયર આવે ત્યારે હું અહીં ન હોઉં. આપણું આમ જ ચાલે છે."

"જવા દે એ વાત, હમણાં મારી સાથે ઘરે ચાલ !"

"ઘરે કોઈને ખબર નથી, મા રાહ જોશે."

"કહ્યું ને કે. ચાલ, તારી માને હું કહી દઉં છું" અને તેણે સેલફોન પરથી મારે ઘરે ફોન કરી દીધો અને હું દામિની સાથે તેનાં પિયરના ઘરે ગઈ. કલ્લેશ દેસાઈએ પહેલાથી બડા બજારમાં નાનું સરખું આઉટહાઉસ બાંધ્યું હતું. આજુબાજુ ઘણાં ઝાડ રોપ્યાં હતાં. ઘર બાંધવા તેણે બૅન્કમાંથી લોન લીધી હતી. તે જ્યાએ અત્યારે ત્રણ માળનું મકાન ઊભું હતું. નીચે દુકાનો અને ઉપર ઘર. ઘરમાં ટી.વી., વીસીઆર, ફ્રીજ, વૉશિંગ મશીન વગેરે દરેક

પ્રકારની આધુનિક વસ્તુઓએ વસાવેલી હતી. દરેક રૂમમાં એ.સી. હતું. આરસ અને ગ્રેનાઇટનો ખૂબ ઉપયોગ કરેલો હતો. ટૂંકમાં શ્રીમંતાઈ દરેક ચીજમાં દેખાઈ રહી હતી. ઘરમાં દામિનીનાં માતાપિતા હતાં નહીં. તે લોકો દામિનાનાં છોકરાંઓને લઈને "ઊટી" ગયાં હતાં.

અમે બંને બહેનપણીઓ ફરીથી જૂની યાદોમાં ડૂબી ગઈ.

"હજીયે મને ગામનું ઘેલું વળગેલું છે, નલિની ! તેથી વચ્ચે વચ્ચે આવીને ઘર જોઈને જાઉં છું. ઘરે કોઈ હોય કે ન હોય, ઘરમાં કંઈ બગડતું નથી. રસોયાણી ગિરિજાબાઈ અને ચોકીદાર ધર્મા અહીં કાયમ રહે છે અને ઘર સંભાળે છે." દામિનીએ પોતાના આવવા પાછળનું કારણ મને કહ્યું.

મેં પણ કહ્યું, "દામિની ! તું ખૂબ નસીબદાર છે. ખૂબ દાનધર્મ કર્યા છે અને કરતી જ રહે છે, તેનું ફળ તો મળે જ ને ? અવારનવાર છાપામાં તારું નામ આવે છે તે વાંચીને બિંદપ્પા તો તને, 'દાનવીર અત્તિમબ્બે' જ કહે છે. કર્ણાટક માટે તેને ખૂબ અભિમાન છે ને ? એટલે તારા ઉદારપણાને તે કર્ણાટકના ઇતિહાસમાં એક મહાનકાર્ય અને મહાન સ્ત્રી તરીકે તારું નામ હશે તેવું કહે છે."

મારા બોલવાથી દામિનીને ખુશી થઈ હોય એવું કંઈ લાગ્યું નહીં. તે કંઈ બોલતી ન હતી, પણ શું વિચારતી હતી કોણ જાણે ? ગિરિજાબાઈ ચાંદીની થાળીમાં અમારે માટે જમવાનું લઈ આવી, પણ દામિનીનું એમાં કંઈ જ ધ્યાન જ ન હતું.

"નલુ ! બહારથી જેવું દેખાય છે તેવું બધું હોતું નથી." તેણે અચાનક બોલવાની શરૂઆત કરી.

"કેમ, આમ કહે છે, દામિની ? તારે આવું બોલવાની કેમ જરૂર પડી ?"

"નલિની ! તું મારી બહુ જૂની બહેનપણી છે. મને તું નાનપણથી જ ઓળખે છે એટલે તને સાચું જ કહું છું. આ પૈસાને લીધે મને બહુ ત્રાસ થાય છે."

"આ તે કેવું આશ્ચર્ય ! નેવું ટકા માણસો પૈસા ન હોવાને લીધે દુ:ખી થાય છે. પૈસા હોય તો સુખી હોય. કોઈ કોઈ લોકોનું તો જીવનનું લક્ષ્ય જ પૈસો હોય છે, પણ દામિની તો કંઈક જુદું જ કહે છે, પણ તેનું બોલવું તે નાટક તો ન જ હતું. દામિનીનો સ્વભાવ પણ તેવો ન હતો. તો પછી તેનો આવું બોલવાનો અર્થ શું હશે ?"

"દામિની ! મેં તો સાંભળ્યું છે કે તારો પતિ બેંગલૂરુમાં સર્જન તરીકે બહુ પ્રખ્યાત છે."

"હા, તે સાવ સાચું છે. મારાં લગ્ન થયાં ત્યારે તે એક સર્વસાધારણ ડૉક્ટર જ હતા. પછીથી ઉત્તરોત્તર તેમનો ઉત્કર્ષ થતો જ રહ્યો. મારી જન્મપત્રિકા અને મારા ગ્રહોને લીધે જ તેની ઉન્નતિ થઈ તેવું તેનું માનવું છે. તેઓ કહે છે કે લગ્ન નક્કી કરતાં પહેલાં મારી જન્મપત્રિકા જ્યોતિષીને દેખાડી હતી ત્યારે તેણે કહ્યું હતું કે આ છોકરીને પરણનાર ચક્રવર્તી થશે. હું આમાંનું કંઈ જ જાણતી નથી, પણ આ જ કારણે તેમણે મારી સાથે લગ્ન કર્યાં. સમજાયું તને ?"

આવા દેખાવડા ડૉક્ટરે સામાન્ય દેખાવની દામિની સાથે લગ્ન કેમ કર્યાં તે સમજાઈ ગયું. દામિનીનાં લગ્નનો કોયડો આટલા વર્ષે ઉકલી ગયો.

"પણ એમાં દુઃખી થવા જેવું શું છે, દામિની ?"

"આગળ તો સાંભળ, નલિની ! તેમણે કરેલા રોકાણ પર તેમને સો ટકા ફાયદો થયો છે. મારા નામ પર તેમણે મેડિકલ સ્ટોર ખોલ્યો છે. પૈસાની કોઈ કમી નથી. પૈસા સતત આવતા રહ્યા છે. મેં ગામમાં એક ઘર બાંધ્યું. બૅંગલૂરુમાં એક બંગલો, પોલીક્લિનિક ચાલુ કર્યું છે. મારા પતિએ સર્જિકલ ઇન્સ્ટુમેન્ટની તથા દવાની ફૅક્ટરી પણ શરૂ કરી. કોઈ જગ્યાએ નુકસાન થયું નથી, પણ આ પુષ્કળ પૈસાનો મને હવે ત્રાસ થાય છે."

તેની આ બધી વાતો મારી સમજ બહારની હતી. હું તો એવું જ સમજતી હતી કે 'અપાર પૈસા એટલે અપાર સુખ.'

"નલિની ! તારા જેવી બે-ત્રણ જૂની બહેનપણીઓ સિવાય મારી ખાસ કોઈ બહેનપણી નથી. બધાંની મારી પ્રત્યેની દૃષ્ટિ જ બદલાઈ ગઈ છે. મારી પાસે આવે તે દાન માગવા, મદદ માગવા જ આવે છે. મારી પાસેથી કેટલું વધારેમાં વધારે મેળવી શકાય એ જ તેઓ વિચારે છે. હું પણ એક માણસ છું, મારે પણ મારા કોઈ પ્રશ્ન હશે, કોઈ સમસ્યા હશે એવું કોઈ વિચારતું જ નથી."

"એટલે શું, દામિની ? તારે વળી શું સમસ્યા ?"

"સવાર પડે કે મદદ માગવાવાળાની જાણે લાઇન લાગે. મંદિર બાંધવા, મઠ બાંધવા, શાળા બાંધવા, અન્નદાન માટે, ઑપરેશન માટે – બધાને મદદ જોઈએ, પણ હું કોણ ? એક માણસ જ ને ? હું કોઈ મંત્રી નથી, કોઈ રાજકીય પક્ષની કાર્યકર્તા નથી, મારે કોઈના મત જોઈતા નથી. લોકોને આપવું મને ગમે છે અને મારાથી બને તેટલાને મદદ પણ કરું છું. મને પણ લોકોની જરૂરિયાત અને મુશ્કેલી સમજાય છે. હું જેટલી વધારે લોકોને મદદ કરીશ એટલી વધારે મારી પ્રશંસા થશે ખરું ને ? પણ આપણા લોકોનો સ્વભાવ

કેવો હોય છે ? સોમાંથી નેવું માણસોને મદદ કરી અને દસને ન કરી તો તે દસ માણસ મારે માટે કંઈ પણ બોલશે. આ જો ! પરમ દિવસના પેપરમાં મારી વિરુદ્ધમાં શું શું લખ્યું છે તે.''

તેણે પર્સમાંથી એક પેપરનું કટિંગ કાઢીને મને દેખાડ્યું. તેમાં – ''શ્રીમંત ડૉક્ટરની પત્નીનું ક્ષુદ્ર મન'' – આ શીર્ષક નીચે એક પત્ર પ્રસિદ્ધ થયો હતો. પત્રલેખકના દીકરાને કૅન્સર થયું હતું. પત્રમાં તેણે લખ્યું હતું, ''સૌદામિની-નર્સિંગ હોમના ડૉક્ટરની પત્ની સૌદામિની પાસે મદદ માટે ગયો હતો, તેણે મદદ કરવાની ના પાડી. આ મોટા માણસો છાપામાં નામ છપાય તે માટે કેવાં કેવાં નાટક કરે છે...'' વગેરે ખૂબ ઉગ્ર ભાષામાં દામિની વિરુદ્ધ લખ્યું હતું.

દામિની એવી બિલકુલ નથી તેની મને પૂરી ખાતરી હતી.

દામિની બોલી, ''નલિની ! વગર મહેનતે પૈસા મળે છે એ ખબર પડે એટલે લોકો ક્યાંના ક્યાંથી મદદ લેવા આવે. પત્રલેખકના દીકરાને કૅન્સર થયું હતું તે વાત સાચી. 'આ છોકરાને અમારી હૉસ્પિટલમાં સારવાર માટે દાખલ કરો. તેની બધી જ સારવાર એક પણ પૈસો લીધા વગર થશે. હું તેનું ધ્યાન રાખીશ બધી જવાબદારી મારી.' પણ તેને તે વાત માન્ય ન હતી. તેનું કહેવું એમ હતું કે, 'પૈસા મારા હાથમાં આપો.' આ માણસને હું ઓળખું છું, બહુ સારી રીતે ઓળખું છું. પૈસા તેના હાથમાં આપું તો તેનાથી સારવાર થવાની ન હતી. છોકરાનું કૅન્સર એ તેને માટે પૈસા મેળવવાનું સાધન હતું.''

''પણ આ બધી વાતની તને કેવી રીતે ખબર પડી ?''

''મારા પતિ સવારે છ વાગે ઑપરેશન માટે નીકળી જાય તે રાત્રે જ ઘરે પાછા ફરે. બપોરના જમવાનો પણ સમય ન મળે. ત્યાં જ બે સૂકા ટોસ્ટ ચા સાથે ખાઈ લે. કોઈ પણ આર્થિક બાબતમાં તેનું કંઈ જ ધ્યાન ન હોય, બધું મારે જ સંભાળવું પડે. આ બધી વ્યવસ્થા માટે હું દરરોજ તેમની હૉસ્પિટલમાં બેસું છું. પહેલા બૅંકમાં કામ કરતી હતી. પછી બહારની પ્રવૃત્તિ કરતાં કરતાં બહારની દુનિયા જોઈ અને જાણી પણ ખરી.''

''તારા ઘરના શું સમાચાર ?''

''શું વાત કરું, નલિની ? નાતીલા અને સગાંવહાલાં કંઈ ને કંઈ સગપણ અને સંબંધ કાઢીને આવીને માથે પડે છે. કોણ માસી અને કોણ કાકી ? અને કોણ કોનાં સગાં ? જાત જાતના સંબંધ કાઢી ઘરે ધામા નાખે છે. ઘરે બે ગાડી અને બે ડ્રાઇવર છે એટલે ઑપરેશન અને સારવાર માટે આવેલા સગાંવહાલાંને લઈ જવા-લાવવાની વ્યવસ્થા કરવી, ઘરે રાખી દવા કરવાની,

બધાની જમવા-ખાવાની પણ વ્યવસ્થા કરવાની અને પાછું વધારામાં અમારા સાસુજી બધાંને કંઈક ને કંઈક બક્ષિસ આપીને જ વળાવે. મને તો થાય છે કે આ તો અમારું ઘર છે કે ધર્મશાળા ?" તેનાં અવાજમાં રહેલી નિરાશા તે છુપાવી શકી નહીં.

વાત બદલવા મેં પૂછ્યું, "દામિની ! વિદ્યુત ક્યાં છે ? તેના શું સમાચાર છે ? તે શું કરે છે ?" વિદ્યુલતા – દામિનીની નાની બહેન, તેને અમે વિદ્યુત કહેતાં.

"બંને પતિ-પત્ની બેલગામમાં મેથ્સના પ્રોફેસર છે. ખૂબ સુખી છે. તેને મારા જેવો ત્રાસ નથી. સવારે નવ વાગે નોકરી પર જવા નીકળે છે, સાંજના પાંચ વાગે પાછા ફરે છે. દર મહિને નિયમિત પગાર હાથમાં આવી જાય. મજા કરે છે. ટૂંકમાં, મારી જેમ તેનું ઘર ધર્મશાળા નથી બની ગયું. તને યાદ છે, નલુ ! શાળામાં હું ભાષણ કરતી તે ?"

"બરાબર યાદ છે, દર વખતે વક્તૃત્વ સ્પર્ધામાં તું તો પહેલી જ હોય."

"હવે શું થાય છે ખબર છે ? દરેક સમારંભમાં મોટા એટલે શ્રીમંત માણસ તો હોવા જ જોઈએ, એટલે બધા મારા પતિને બોલાવે. તેમને તો વાત કરવાનો પણ સમય ન મળે એટલે કહેશે, 'મારે બદલે મારી પત્નીને જ બોલાવો' એટલે પછી તે લોકો મને બોલાવે. તે પણ મારા ભાષણ માટે નહીં, મને બોલાવે છે તે મારી પાસેથી પૈસા મેળવવા. ન જઈએ તો કહેશે, 'પતિ-પત્ની બહુ અભિમાની છે અને જઈએ તો પૈસાની માગણી કરે.' તું મને પૂછે તો સાહિત્ય વિશે બોલવું અને સાંભળવું મને ગમે, પણ આ બધું તો જ્યાં જઈએ તેના ખોટા વખાણ કરવાના અને તેમની પ્રવૃત્તિને બિરદાવી શુભેચ્છા વ્યક્ત કરવાની. આવી કૃત્રિમ વાતોનો મને હવે કંટાળો આવે છે. હું થાકી ગઈ છું હવે, નલુ !"

એટલે દાનવૃત્તિથી તો દામિની બંધાઈ ગઈ છે. દાન કરવું એ તેનો સહજ સ્વભાવ છે, પરંતુ દરેક વાતને કંઈક મર્યાદા તો હોય ને ? ફક્ત તેની પાસેથી મળનારા પૈસા તરફ જ ધ્યાન આપી લોકો તેની સાથે બોલવા આવે તો દામિનીનાં સંસ્કારી, સુકોમળ મનને દુઃખ તો થાય જ ને ?

"હું એકાદ લગ્નપ્રસંગે ગઈ હોઉં તો બધાની નજર મારી પર જ હોય. મેં લગ્નમાં શું વહેવાર કર્યો ? શું ભેટ આપી ? તેના પર જ લોકોનું ધ્યાન હોય. અઠવાડિયા પહેલાની જ વાત કરું, મારી નણંદને ત્યાં લગ્ન હતાં. વીસ હજાર રૂપિયા ભેટ આપી. મારી નણંદ તરત જ બોલી, 'મારો ભાઈ રાત-દિવસ જોયા વગર મહેનત કરે છે. લાખો રૂપિયા કમાય છે. તેમાંથી મને

ફક્ત વીસ હજાર રૂપિયા ?' નલુ ! તું જ કહે, વીસ હજાર રૂપિયા ઓછા છે શું ? લોકોની અપેક્ષા પ્રમાણ કરતાં હદ બહાર ગઈ છે.''

''તારાં બાળકો શું કરે છે, દામિની ?''

દામિનીને બે સંતાન, બંને દીકરા જ.

''અમારા ઘરમાં કોઈ પણ વિદ્યાર્થી અભ્યાસ કરી શકે તેવી શક્યતા જ નથી. ઘર સતત માણસોથી ભરેલું જ હોય. તેમાં મોટા ભાગના બીમાર જ હોય. તેની સાથે આવેલ અન્ય લોકોને કંટાળો આવે એટલે આખો દિવસ ટી.વી. ચાલુ રાખીને જોયા કરે. હું કંઈ કહેવા જાઉં તો સાસુને ગુસ્સો આવે. તેને લાગે કે ઘરે આવેલ મહેમાનોનું હું અપમાન કરું છું. આને લીધે મારા છોકરાઓ ટી.વી. અને સિનેમાની જ વાતો કરવા લાગ્યા છે. તેમને તેમાં જ રસ પડવા માંડ્યો અને તેની અસર તેઓના અભ્યાસ પર થવા લાગી. છેવટે મારે તેમને બૉર્ડિંગ સ્કૂલમાં મૂકવા પડ્યા. હમણાં તે બંને ઊટી ગયા છે. વિદ્યુતનો દીકરો પણ સાથે ગયો છે.''

છોકરાંઓને પોતાનાથી દૂર રાખવાનું દુઃખ તેના ચહેરા પર દેખાતું હતું. ગિરિજાબાઈએ આવીને કહ્યું, ''આ શું પહેલાનું પીરસેલું હજી આમને આમ જ પડ્યું છે ? નલિની ! તું પણ કંઈ કહેતી નથી ? ગમે તેટલું કમાય, ગમે એટલું મેળવો પણ પેટ માટે તો અન્ન જ ખાવા જોઈએને ? સોનું, હીરા, મોતી ન ખવાય. તું કહે કંઈક આને, થોડો આરામ કરે. અહીં આવી છે તો પણ રોજ કેટલા ફોન આવે છે ! માણસો સતત મળવા આવ્યા કરે છે. તેની તબિયત ઠીક નથી એટલે કહું છું, પણ સાંભળે કોણ ?''

એટલી વારમાં ચોકીદારે આવીને કહ્યું, ''કોઈ પ્રાણીઓના દવાખાનાના માણસો તમને મળવા આવ્યા છે.'' મને પણ અહીં આવે ઘણો સમય થઈ ગયો હતો. ઘરે જવાનું મોડું થઈ ગયું હતું. દામિનીનો સમય કિંમતી છે તે હું સમજતી હતી એટલે ઊઠીને હું ઘરે જવા નીકળી.

''નલિની ! ફરીથી એક વાર આવજે.''

''એના કરતાં તું જ મારે ઘરે આવજે. ત્યાં તને શાંતિ મળશે. ત્યાં કોઈ ફોન નહીં આવે કે કોઈ તને મળવા નહીં આવે, દામિની ! નીકળું હવે.''

દામિની હસી, પણ તે હાસ્યમાં આનંદ કે સંતોષ કરતાં એક પ્રકારની કંટાળા અને થાકની ભાવના જ દેખાતી હતી. દામિનીની દાનવૃત્તિ સંતોષવા ઈશ્વરે તેના પર મહેરબાની કરી પૈસાની વૃષ્ટિ જ કરી હતી એ સાચું, પણ દાન માગનારના કંઈક નીતિનિયમ તો હોવા જોઈએને ? જેને ખરેખર જરૂર છે તેની દાન માગવામાં કંઈ ભૂલ નથી, પણ જેને પેટ ભરીને ખાવાનું મળે

છે તેવા લોકો પણ માગવા લાગે તો તેમની વૃત્તિ ભિખારી કરતાં પણ ઊતરતી કક્ષાની ન કહેવાય ? એમાં એ ભિખારી તો ફક્ત ભીખ જ માગે છે, પણ ભીખ ન મળે તો દામિની વિરુદ્ધ પેપરમાં નથી લખતો. આપણા સમાજમાં માગનાર બધાની નજર પારકા પૈસા પર જ હોય છે. જાતમહેનતથી પૈસા કમાવા જેવું સ્વાભિમાન તેમનામાં નથી હોતું.

ઘરે પાછી ફરતી હતી ત્યાં રસ્તામાં સાવિત્રી મળી ગઈ.

"ક્યાંથી આવે છે, નલુ ?"

"દામિનીના ઘરેથી."

"તે ? અભિમાની દામિની ?"

"કેમ વળી ? તને શું વાંધો છે તેની સામે ?"

"હું અમારા મહિલામંડળની પ્રમુખ છું, દામિની મારી બહેનપણી. હવે તે બહુ મોટી થઈ ગઈ છે. ખૂબ પૈસા છે. અમારા એક સમારંભમાં તેને બોલાવવાનો અમારા બધાનો વિચાર હતો. તેને બોલાવી પણ ખરી. તેણે ના પાડી કહ્યું કે, 'મને સમય નથી.' લોકો સામે મારું કેવું અપમાન ?"

"તેમાં અપમાન કેવું ? ખરેખર તેને સમય નહીં હોય."

"સમય ન હોય તેવું બને ? અને ન હોય તો કાઢવાનો. મેં મારા મંડળના સદસ્યોને કહ્યું હતું, "દામિની મારી બહેનપણી છે, મારા બાળપણની સખી છે. આપણી સંસ્થાના બિલ્ડિંગ માટે પાંચ લાખ રૂપિયા જરૂર આપશે અને તેણે આવું વર્તન કર્યું. મારું કેટલું અપમાન થયું ! મારા મંડળના સભ્યો હવે મારા વિશે શું વિચારશે ? બધાં મને શું કહેશે ?"

તમે જ કહો, આ સ્વાર્થી સાવિત્રી બીજું કહેવાની પણ શું હતી ? મેં પણ જરા ખીજાઈને તેને કહ્યું, "અરે પણ તારી મહિલામંડળની ઇમારત માટે દામિનીએ શું કામ પૈસા આપવાના ? તેને તમારા મંડળ સાથે શું લેવાદેવા ? એ તો તમારા મંડળની સભ્ય પણ નથી."

"વાહ, તેની પાસે મંદિરો માટે આપવાના પૈસા છે. હરિજન વાસમાં સાડીઓ વહેંચે છે, મફતમાં ગરીબોમાં દવા વહેંચે છે. તો પછી અમારા મંડળને પાંચ લાખ રૂપિયાનું દાન આપવામાં તેને શું વાંધો હોઈ શકે ?"

"જે પૈસા કમાય છે તેનો જ તેના પર અધિકાર હોય છે. માગનારાનો ક્યારેય કોઈ હક હોતો નથી. તેનો હાથ તો હંમેશ નીચે જ હોય છે. આપનારને પોતાની મરજી હોય તેને ફાવે તેમ કરે. તે બધી વાત જવા દે. પાંચ લાખ રૂપિયાની વાત છોડ. તારા તે મહિલામંડળને તું જ પાંચ પચીસ રૂપિયાનું દાન કરને ! હું જોઉં તો ખરી." મેં પહેલી વાર સ્વાર્થી સાવિત્રીનો વિરોધ કર્યો,

"બધાંને એમ જ લાગે કે આટલું દાન કરવાવાળી દામિનીને પાંચ લાખ રૂપિયા આપવામાં શું વાંધો હોય ? પણ રોજ આમ પાંચ-પાંચ લાખ આપતી જાય તો લાખના કરોડ થતાં કેટલી વાર લાગે ?"

સાવિત્રીએ નાગણીની જેમ ફૂંફાડો માર્યો, "તું શું કામ તેની વકીલાત કરે છે ? તેની પાસે પૈસા છે ને દાન કરે છે એટલે મેં પૂછ્યું હતું. તેને આપવું ન હતું તો ના પાડવી હતી. સમયનું બહાનું કાઢવાની શું જરૂર હતી ? અને નલુ ! કોઈ અમસ્તું જ દાન કરતું નથી. તેના વર પાસે બ્લેકમની હશે. ડૉક્ટરો ફક્ત નાડ તપાસવાના સો રૂપિયા લે છે. ગંગા કહેતી હતી કે તેની આગળ ખૂબ પૈસા છે. હવે નામ કમાવું હોય ને ? અને ટેક્સ બચાવવો હોય ને ? એટલે જ આ દાનધર્મ ચાલે છે. તું જ કહે ખરી મહેનતના પૈસા હોય તો કોઈનો આપતાં જીવ ચાલે ખરો ? એટલે જ મારે માટે પાંચ રૂપિયાનું દાન કરવું પણ શક્ય નથી."

સાવિત્રીનું આવું બોલવું સાંભળી મને ખૂબ માનસિક આઘાત લાગ્યો. આપણો સમાજ કેટલો રોગગ્રસ્ત થઈ ગયો છે ! કોઈને દાનધર્મ કર્યું તો તે કાળું નાણું ? કરેલા પાપનું પ્રાયશ્ચિત કરવા દાન કરતા હોય છે એવું માનવું તે કેવી હીન ભાવના ? પૈસા વિશેની આવી ગેરસમજમાંથી ક્યારે અને કેવી રીતે મુક્ત થશે આપણો આ મધ્યમ વર્ગ ?

એટલે જ, "વિદ્યુત ખૂબ મજામાં છે, ખૂબ સુખી છે." એમ બોલી હશે, દામિની. સૌદામિની એટલે વીજ-વીજળી. અમારી સૌદામિની વીજળી જેવી તેજસ્વી છે, પરંતુ બે દિવસ પહેલાં ભીમણણા કહેતો હતો કે, "હવે વીજળીની તેજસ્વિતા – ચમક નીકળી ગઈ છે, રહી છે ફક્ત તેની છાયા."

❐

ફર્સ્ટ રેન્ક ફણી

ફણીવેણીને મેં પહેલી વાર જોઈ તે શાળામાં. તેના પિતા બૅંકમાં ઑફિસર હતા. વારેવારે નોકરીને લીધે બદલી થયા કરે. ત્યારે તે લોકો પૂનાથી અમારા ગામમાં આવ્યા હતા.

ફણીવેણી અને નાગવેણી જોડકી બહેનો. બંને એક જ વર્ગમાં હતી. કપડાં બંને સરખાં જ પહેરે, પણ બેઉંમાં સમાનતા જરાય નહીં. ફણી ગોરી અને ગોળમટોળ પણ નાગૂ શામળી અને સુકલકડી. ફણીના વાળ ઘૂંટણ સુધી લાંબા, તો નાગૂના વાળ ખભા સુધી પણ ન પહોંચે એવડા. ફણી બોલકણી તો નાગૂ ધૂની. ફણી અતિશય બુદ્ધિમાન અને ભણવામાં એકદમ હોશિયાર તો નાગૂ ભણવામાં સાવ સાધારણ. આ બંને જોડકી બહેનો છે એવું કહો તો કોઈ સાચું ન માને.

ફણી જેટલી હોશિયાર છોકરી મેં આજ સુધી જોઈ નથી. પૂનામાં તે મરાઠી શાળામાં ભણી હતી. અહીં આવીને થોડા દિવસોમાં જ તે કન્નડ લખતાં-વાંચતા શીખી ગઈ. બહુ જલદી તે અમારા કરતાં પણ વધારે સારી રીતે કન્નડ ભાષા બોલવા લાગી.

દરેક વિષયમાં ફણીનો પહેલો નંબર જ હોય. હોશિયાર છોકરાઓ સાયન્સની શાખામાં જાય. તેઓને સોશ્યલ સ્ટડીઝમાં ઓછો રસ હોય, પણ ફણીનું એવું ન હતું. વિષય કોઈ પણ હોય. જેટલી સરળતાથી પાણી પીવે તેમ તે વિષયને આત્મસાત કરી લેતી એટલે અમે બહેનપણીઓ તેને 'ફર્સ્ટ રેન્ક ફણી' કહેતાં.

નાગૂનું બધું તેનાથી વિરુદ્ધનું. તે હંમેશ સેકન્ડ ક્લાસમાં જ પાસ હતી. સો માણસોની વચ્ચે ફણી તેનાં રૂપ, ધૈર્ય અને બુદ્ધિ પ્રતિભાથી બધામાં જુદી તરી આવતી તો નાગૂ સામાન્ય બુદ્ધિમતાવાળી. જાણે સમુદ્રમાં એક ટીપાંની

જેમ ટોળામાં દેખાતી જ નહીં. બુદ્ધિમતી ફણી સાથે મારા જેવી સામાન્ય છોકરીની કેવી દોસ્તી ? પણ તેમાં નવાઈ પામવા જેવું કંઈ ન હતું, કારણ કે મૈત્રીને રૂપ કે બુદ્ધિ સાથે કોઈ સંબંધ નથી હોતો. હું અને ફણી જિગરજાન દોસ્ત બની ગયા હતા, કારણ કે ફણી ક્યારેય અમારી બંને વચ્ચેનો ભેદ દેખાડતી નહીં.

મોટે ભાગે નાગૂને જોઈ બધાથી અચૂક બંને બહેનોની સરખામણી થઈ જતી, તેને લીધે નાગૂ અને ફણી વચ્ચે ખાસ પ્રેમ ન હતો. એ સિવાય અબોલ નાગૂનાં મનમાં શું છે તેની કોઈને ખબર પડતી નહીં. મેટ્રિકની પરીક્ષામાં બધાની અપેક્ષા પ્રમાણે ફણીનો પહેલો નંબર આવ્યો હતો. હું ફર્સ્ટ ક્લાસમાં પાસ થઈ હતી અને નાગૂ સેકન્ડ ક્લાસમાં.

હું અને નાગૂ આર્ટસ્ કૉલેજમાં દાખલ થયાં. ફણી સાયન્સ કૉલેજમાં ગઈ. તેને ગણિતમાં ખૂબ રસ હતો અને ગણિત તેનો પહેલો પ્રેમ હતો. તેણે મેડિકલ કે એન્જિનિયરિંગમાં ન જતાં બી.એસ.સી. કરવાનું નક્કી કર્યું. મારી ફઈનો દીકરો પણ સાયન્સ કૉલેજમાં હતો, તેનું નામ શંકર.

હું અને ફણી પહેલાંની જેમ રોજ મળી શકતાં નહીં. શંકર મને રોજ ફણી વિશે કંઈ ને કંઈ વાત કરતો. કોઈક વાર અચાનક ફણી મારે ઘરે આવી જતી. શંકર ઘણી વાર કહેતો, "નલિની ! તારી બહેનપણી રોજ પ્રોફેસરોને કંઈ ને કંઈ પ્રશ્ન પૂછી હેરાન કરે છે. સર તેનાથી ગભરાય છે. તેના પ્રશ્નના બરાબર જવાબ ન આપી શકે તેથી તેઓ ઘરેથી બરાબર અભ્યાસ કરીને આવે છે. ખૂબ હોશિયાર છે તારી બહેનપણી." શંકર ફણી કરતાં અભ્યાસમાં બે વર્ષ આગળ હતો. ફરીથી એક દિવસ તેણે કહ્યું, "નલુ ! આજે શું મજા થઈ ખબર છે ? આજે સરે એક મોટામાં મોટું ઇક્વેશન બૉર્ડ પર લખીને ભૂંસી નાખ્યું અને છોકરાંઓને તે ફરીથી જેમ હતું તેમ લખવા કહ્યું. કોઈ તે ન લખી શક્યું, પણ તારી બહેનપણીએ તે જેમ હતું તેમ લખી કાઢ્યું. સરે કહ્યું, "નાનકડા કમ્પ્યૂટર જેવી તારી બુદ્ધિ છે."

ફણી વિશે આવી વાતો સાંભળીને મને ખૂબ આનંદ થતો, પણ મને એક વિચાર આવતો કે ફણી તો શંકર કરતાં જુનિયર છે તો રોજ આવીને તે મને ફણીના વર્ગની વાતો કેવી રીતે કરે છે ? તે પોતાના ક્લાસ ઍટેન્ડ કરે છે કે નહીં ? પણ પછી હું ક્યારેય એ વિચારોના ચક્રમાં પડી જ નહીં.

સમય તેની ગતિથી આગળ વધી રહ્યો હતો. દર વખતની જેમ ફણીનો નંબર આ વખતે પણ પહેલો આવ્યો હતો. તે પહેલાની જેમ જ વચ્ચેવચ્ચે અમારે ઘરે આવી જતી. તેની અને અમારી આર્થિક પરિસ્થિતિમાં ઘણો ફરક

હતો. તેના પિતાની પોતાની કાર હતી. બે જ દીકરીઓ હતી. અનેક ગામ અને રાજ્ય તેઓએ જોયાં હતાં. તેમની વર્તણૂક સંસ્કારી પણ થોડી ગર્વિષ્ઠ લાગતી, પણ ફણી અને નાગૂ બંને તેવાં ન હતાં. બંનેનો સ્વભાવ એકદમ સરળ તો પણ અમે ક્યારેક જ તેને ઘરે જતા.

અમારું સંયુક્ત કુટુંબ. ઘરમાં પિતરાઈ, માસીયાઈ અને મામાના કે ફોઈના છોકરાંઓમાંથી કોઈક ને કોઈક તો હોય જ. અમારા મોટા ભાગનાં સગાંવહાલાં ગામડામાં રહેતાં તેથી તેમનાં છોકરાંઓ ભણવા આવે તે અમારે ઘરે જ રહેતાં હોય. પુરુષો મુખ્ય રૂમમાં સૂવે અને સ્ત્રીઓ રસોડામાં. ભણતાં છોકરાંઓ માટે ઉપરના માળે હૉલમાં જગ્યા. રોજની એક વખતની ત્રીસ જણની રસોઈ બને.

ફણીની દૃષ્ટિએ આ બધું નવીન હતું. પહેલી વખત તે અમારે ઘરે આવીને ત્યારે બધું જોઈને બોલી, "નલિની ! તારું ઘર કેટલું સરસ છે ! સતત માણસોની આવ-જા હોય. ઘરમાં ગરદી હોય, પણ જરાય કંટાળો ન આવે. અમારે ઘરે તો હું અને નાગૂ બે જ હોઈએ. અમારા બંનેના રૂમ જુદા જુદા. નાગૂ એક વાર પોતાનાં રૂમમાં જાય પછી બહાર આવે જ નહીં. મને તો બહુ કંટાળો આવે."

અમારા ગામમાં ફણીની 'મા' બહુ ફેશનેબલ બાઈ ગણાય. તે બાંય વગરના બ્લાઉઝ પહેરે. વાળ કાપેલા, હોઠ પર લિપસ્ટિક લગાડે અને જ્યૉર્જેટની પતલી સાડી પહેરે. તે ક્યારેક ક્યારેક ફણીને લેવા અમારે ઘરે આવે. આવીને હૉલમાંના જૂના સોફા પર બેસે. "અમારી ફણીને બધી કળા આવડે, તે સિતાર વગાડે, વૉકલ પણ તેને આવડે. તેના અભ્યાસ માટે તો કંઈ કહેવાનું જ નહીં એવું તે ગર્વથી કહે અને તે સાચું જ હતું. તેના કહેવામાં કોઈ જ અતિશયોક્તિ ન હતી. એક વાર અનસક્કા અમારે ઘરે આવી હતી ત્યારે ફણીના મા પણ આવ્યાં હતાં. આમ જ વાતો ચાલતી હતી. અનસક્કા કંઈ ઓછી છે ? તેણે પૂછ્યું, "તમે તમારી 'ફર્સ્ટ રેંક ફણી' માટે કેવો વર શોધશો ? શું કામ પૂછું છું ખબર છે ? ફણીનો તો દરેક વિષયમાં પહેલો જ નંબર હોય. એનાં કરતાં વધારે હોશિયાર છોકરો ક્યાંથી શોધશો ?"

તેણે જવાબ આપ્યો, "છોકરો તો અમે હોશિયાર જ શોધીશું ફણી માટે. અમારે તો આ બે દીકરી જ છે. દહેજ જે માગશે તે આપવાની અમારી તૈયારી છે. કુટુંબ નાનું અને છોકરો ખૂબ હોશિયાર હોવો જોઈએ."

ફણી કરતાં હોશિયાર ? કોણ હશે ? અને ક્યાંથી શોધશે ? મારા મનમાં વિચાર આવ્યો.

વર્ષો વીત્યાં. ફણીના પિતાની મુંબઈ બદલી થઈ. તે સમાચાર અમને

આપતી વખતે ફણી અને નાગૂની આંખો ભરાઈ આવી હતી. શરૂઆતમાં દર મહિને પત્રો આવતા પછી ધીમેધીમે તે બંધ થઈ ગયા. શંકર એમ.એસ.સી. થઈ ગયો. નોકરી મળી ગઈ અને ઘરે છોકરીઓની લાઇન લાગી. શંકર ભણેલોગણેલો, સંસ્કારી અને સ્વભાવનો ખૂબ સારો અને સારી નોકરી, એટલે આ તો બધું સામાન્ય હતું.

આ સમયમાં શંકરને ટાઇફોઇડ થયો. તેને હૉસ્પિટલમાં દાખલ કરવો પડ્યો. દિવસે હું અને રાતના મારી ફઈ હૉસ્પિટલમાં રહેતા. તાવ ઊતર્યા પછી શંકર એક દિવસ ના'વા ગયો તે વખતે હું ત્યાં હતી ત્યારે નર્સ તેના પલંગની ચાદર વગેરે બદલવા આવી. શંકરનું ઓશીકું ઝાટક્યું તો તેની નીચેથી શંકરનું એક જૂનું પાકીટ નીચે પડ્યું. નર્સે તે ઉપાડીને મારા હાથમાં આપ્યું. મેં પાકીટ જરાક ખોલીને જોયું તો અંદર મેડિકલ કાર્ડ, થોડી જૂની નોટ અને બે-ચાર ફોટા હતા. બંધ કરી મૂકવા જતી હતી તો વચ્ચે એક નાનકડો ફોટો જોયો. જોઈને હું તો આશ્ચર્યચકિત થઈ ગઈ.

તે ફોટો ફણીવેણીનો હતો. કૉલેજના આઈ કાર્ડનો ફોટો હતો. આ ફોટો શંકર પાસે ક્યાંથી આવ્યો ? ફણીને અહીંથી ગયે પણ લગભગ ચાર વર્ષ થઈ ગયાં હતાં. હવે તો હું પણ તેને ભૂલી ગઈ હતી, પણ શંકરના મગજમાંથી તે ગઈ લાગતી નથી. થોડી વારમાં શંકર બહાર આવ્યો. મારા હાથમાંનું પાકીટ અને ફોટો જોઈને શું બન્યું હશે તેનો અંદાજ તેને આવી ગયો અને તેણે મારી સામે નજર ફેરવી લીધી.

"આ શું, શંકર ? તારી પાસે આ ફોટો ક્યાંથી આવ્યો ? ફણી સાથે તારી મિત્રતા છે શું ?"

"ના... ના... એવું કંઈ નથી."

"તો આ ફોટો તારા પર્સમાં કેમ ?"

શંકરે કંઈ જવાબ ન આપ્યો, "ફણી સાથે તારો પત્રવ્યવહાર ચાલે છે ?"

"ના..."

"તો પછી તેનો ફોટો તારી પાસે છે તેની તેને ખબર નથી એમ જ ને ?"

"ખબર નથી."

એકતરફી પ્રેમ લાગતો હતો. ફણીને આ વિશે કંઈ જ ખબર ન હતી.

"ફઈને લગ્ન વિશે વાત કરું ?"

"ના, નલિની, પ્લીઝ ! તેનો કોઈ ફાયદો નથી. એ વાત શક્ય જ નથી. ધારો કે તે તૈયાર થાય તો પણ તેની મા ક્યારેય તૈયાર ન થાય."

"કેમ ?" મેં પૂછ્યું પણ સાચું કહું તો મારા આ પ્રશ્નનો કોઈ જ અર્થ ન હતો.

"શંકર, એવું જ હોય તો તું તેનો ફોટો તારા પાકીટમાં રાખવાનું રહેવા દે. આ યોગ્ય નથી. આમ જ બીજા કોઈના હાથમાં પાકીટ આવ્યું તો ? નકામું તેનું નામ ખરાબ થશે !"

તે વિશે કંઈ બોલવાનું શંકરને સૂઝ્યું નહીં. મેં જ તેના પાકીટમાંથી ફોટો કાઢી લીધો. ચાર વર્ષ તેનાં હ્દયમાં સાચવીને રાખેલ ફોટો આજે પણ મારા આલબમમાં છે. થોડા દિવસ પહેલા બિંદપ્પા દિલ્હી ગયો હતો. ગામ પાછા આવીને મારી સાથે અહીંતહીંની વાતો કહેતાં કહેતાં બોલ્યો, "નલુ ! તારી બહેનપણી ફણીનાં લગ્ન થઈ ગયાં છે. તેના પતિ સાથે મને બજારમાં મળી ગઈ હતી."

મને સુખદ આશ્ચર્ય થયું. મેં ઉત્સુકતાથી પૂછ્યું, "ક્યાં મળી હતી ? કેવો છે તેનો વર ? શું કરે છે ? શું ભણેલો છે ?"

"અરે ! અરે ! જરા ધીરજ તો રાખ. જનપથ પર મળી હતી. હું રસ્તા પર ઊભો ઊભો ટિક્કિયા ખાતો હતો. શું વાત કરું તને દિલ્હીની ? જ્યાં જુઓ ત્યાં ઉકરડા, આપણા કર્ણાટક જેવું ક્યાંય નહીં." બિંદપ્પાનું વર્ણન શરૂ થઈ ગયું. મુખ્ય મુદ્દાને બાજુ પર રાખી બાકીની આડીઅવળી વાતો લંબાવીને કરવાની તેની કાયમની રીત. મારાથી રહેવાયું નહીં એટલે મેં કહ્યું, "તે બધું રહેવા દે, બિંદપ્પા ! એ પછીથી કહેજે પણ પહેલા મને કહે કે ફણી કેમ છે ?"

"મારું તો ધ્યાન જ ન હતું. તે જ સામે આવી. મને ઓળખી ગઈ. મારું નામ પણ તેને યાદ હતું. પોતે જ સામેથી બોલી કે, 'ફોરેન જવાની ઉતાવળ હતી એટલે લગ્ન પણ ઉતાવળમાં જ થયાં અને એટલે નલિનીને લગ્નપત્રિકા મોકલી શકી નહીં.' તને આપવા માટે તેણે પોતાનું કાર્ડ આપ્યું છે અને પત્ર લખવાનું કહ્યું છે."

"કાર્ડ ક્યાં છે, બિંદપ્પા ?"

"ખિસ્સામાં સાચવીને મૂક્યું હતું, પણ યમુના સ્નાન કરતાં વખતે ક્યાંક પડી ગયું."

હું ખૂબ નિરાશ થઈ ગઈ, બિંદપ્પા પર બહુ ગુસ્સો આવ્યો, પણ શું કરું ? ફણી સાથે સંપર્ક સાધવાની હાથમાં આવેલી એક તક આ મૂરખ બિંદપ્પાને લીધે હાથમાંથી સરકી ગઈ હતી.

જીવનચક્ર ફરી ગતિમાન થઈ ગયું. શંકરના લગ્ન થઈ ગયાં, તે સુખી

છે. તેની પત્ની શૈલા બૅંકમાં ક્લાર્ક છે. તેણે પોતાનું મકાન બાંધ્યું છે. તેને બે દીકરા છે. આટલાં વર્ષોમાં હવે તો શંકર ફણીને સાવ ભૂલી જ ગયો હશે. મને પણ શિક્ષિકાની નોકરી મળી છે. મારા પતિની સેન્ટ્રલ ગવર્મેન્ટમાં નોકરી છે. મારે બે દીકરીઓ છે. બંને છોકરીઓ હોશિયાર છે, પણ ફણી જેટલી નહીં. ક્યારેક ક્યારેક આલબમ કાઢીને ફણીનો ફોટો દેખાડી છોકરીઓને તેની હોશિયારીની વાતો કરું છું અને તમારે પણ તેનાં જેવું હોશિયાર થવાનું છે એમ સમજાવું છું.

એક દિવસ મારા પતિએ મને કહ્યું કે, ‘‘અમારી હેડઑફિસમાંથી અમારા ડાયરેક્ટર આવ્યા છે. ચેન્નાઈમાં રહે છે. તેનાં પત્નીને બેલગામ જવું છે. તેઓ એકલાં જ છે. તું તેને કંપની આપવા જા.’’

‘‘અરે પણ, તમારા મોટા સાહેબનાં પત્ની સાથે જઈને હું શું કરું ? મને તો બરાબર ઇંગ્લિશ બોલતાં કે છરી-કાંટાથી ખાતાં પણ આવડતું નથી અને હું તો તેને ઓળખતી પણ નથી.’’ આવા કંઈક બહાનાં કાઢ્યાં, પણ મારું કંઈ ચાલ્યું નહીં.

‘‘તે કંઈ હું ન જાણું. હું તો કબૂલ કરીને જ આવ્યો છું. તું જવાની ના પાડીશ તો મારું ખરાબ લાગશે.’’ પતિનું ખરાબ દેખાય કે અપમાન થાય એવું વર્તન કરવા જેવી તો હું જિદ્દી ન હતી. વધુ ના-હા કર્યા વગર હું ઇન્સ્પેક્શન બંગલા પર પહોંચી ગઈ. ત્યાંનો ઠાઠ કંઈ ઓર જ હતો. મને વરંડામાં જ બેસાડી નકશીદાર કપરકાબીમાં ઠંડી ચા આપી તે કેમ પીવી ? તે વિચાર કરી હતી ત્યાં મેડમ બહાર આવ્યાં અને મને જોઈને તરત જ બૂમ પાડી, ‘‘અરે, નલિની ! તું અહીં ક્યાંથી ?’’

મારી સામે ‘ફર્સ્ટ રૅંક ફણી’ ઊભી હતી. કેટલાં વરસ પછી હું અને ફણી મળ્યાં હતાં, પણ મારી સામે ઊભી હતી તે ફણી મારી દૃષ્ટિએ સાવ અણઓળખીતી હતી. સફેદ વાળ, સ્થૂળ શરીર, મોઢા પર કરચલીઓ – તે તો ઉંમર પ્રમાણે આવે જ, પણ આ ફણીના ચહેરા પર ત્યારનું ધૈર્ય, તે હોશિયારી અને તે ચપળતા ક્યાંય દેખાતાં ન હતાં. એક જાતનો કંટાળો કે ડર ? આ શું દેખાતું હતું મને ફણીના ચહેરા પર ? મને દેખાતું હતું તે સાચું હતું કે મારો તે ભ્રમ હતો ?

મારા ચહેરા પરના ભાવ પરથી મનમાં ઊઠતા અનેક પ્રશ્નો તેના ધ્યાનમાં તો આવ્યા જ હશે, પણ તે વિશે કંઈ ન બોલતાં જવાની ઉતાવળ કરતાં તે બોલી, ‘‘જલદી ચાલ ! બેલગામ જવાનું મોડું થાય છે.’’

‘‘બેલગામ શું કામ છે, ફણી ?’’

"નાગૂ છે ને ત્યાં ! નલિની ! મેં બિંદપ્પા સાથે તને મારું કાર્ડ મોકલાવ્યું હતું. તેં મને એક પણ પત્ર ન લખ્યો ને ?"

"કાર્ડનું તો એવું થયુંને ફણી કે..."

મને બોલતી અટકાવીને તે બોલી, "પહેલા જલદી ચાલ તો ! પછી વાતો કરશું." અને અમે બંને કારમાં બેઠાં. કાર ચાલુ થતાં મારાથી રહેવાયું નહીં. મેં કહ્યું, "ફણી ! આ શું ? તારો આ દેખાવ ?"

"દેખાવ ? કેમ રે શું થયું છે મને ?"

હું થોડી શરમાણી. તો પણ મેં કહ્યું, "ફણી, મને લાગે છે કંઈક ખૂટે છે તારામાં ! સાચું શું ને ખોટું શું તે મને ખબર નથી. એમાંય તું મોટા સાહેબની પત્ની, એટલે શું બોલવું તે મને સૂઝતું નથી, પણ આ અમારી ચપળ, હોશિયાર અને સુંદર ફણી તો નથી જ."

"એવું કેમ કહે છે, નલુ ? મિત્રતામાં મોટાપણું ક્યાં વચ્ચે આવ્યું ? પૂછ જે પૂછવું હોય તે, પણ રહેવા દે હું જ કહું છું. ક્યાંથી શરૂઆત કરું ?" કાર ધારવાડની દિશામાં દોડી રહી હતી. ફણીના ચહેરા પર વિષાદ છવાઈ ગયો હતો. મેં ધારીને જોયું તો સંતોષની એક પણ રેખા તેના ચહેરા પર દેખાતી ન હતી. માનસિક રોગીઓની હૉસ્પિટલની સામે કાર પહોંચી કે વૃદ્ધ રોગી ડૉક્ટરને જોઈને જેમ ઊભો રહી જાય તેમ કાર ઊભી રહી ગઈ.

ડ્રાઇવરે કહ્યું, "મેડમ ! કાર બગડી છે. રિપેર કરાવવી પડશે. ફાવે તો તમે લોકો હૉસ્પિટલમાં જઈને બેસો, કાર રિપેર થઈ જાય એટલે તમને કહું છું."

"અરે ભાઈ ! અંદર જઈએ પછી બહાર આવવાનું મુશ્કેલ અને આવીએ ત્યાં સુધીમાં બહારની દુનિયા ઘણી બદલાઈ ગઈ હોય. અમે અહીં જ ઓટલા પર બેસીએ છીએ, નહીં તો ચન્નમાપાર્કમાં બેસીએ છીએ." મેં હસીને કહ્યું. ફણી પણ મારી પાછળપાછળ હસતીહસતી આવી. અમે બંને બાગમાં જઈને સામસામેની સીટ પર બેઠાં.

"હવે વાત કરું તને ? બધાને લાગે છે કે ફણી કેટલી નસીબદાર છે. આમ જુઓ તો શું ખોટ છે મારે ? પતિ ઊંચા હોદ્દા પર છે. એક દીકરો છે તે પણ હોશિયાર છે. મારી અંદર શું ચાલી રહ્યું છે તે ફક્ત તને જ ધ્યાનમાં આવ્યું છે."

"ફણી ! તારા ચહેરા પર સ્પષ્ટ દેખાતું હતું એટલે જ મેં તને પૂછ્યું."

"હા, નલુ ! ક્યાંથી શરૂઆત કરું કહેવાની, કંઈ સમજાતું નથી. સાંભળ ! મુંબઈ જઈને મેં બી.એસ.સી. કર્યું. યુનિવર્સિટીમાં ફર્સ્ટ આવી."

"એમાં કંઈ નવાઈ નથી, ફણી ! એટલે તો અમે તારું નામ જ 'ફર્સ્ટ રૅંક ફણી' પાડ્યું હતું."

"તેવું ન હોત તો સારું હતું. ક્યારેક અતિ રૂપ, અતિ બુદ્ધિમત્તા, અતિ હોશિયારી એ ગુણ નહીં, અવગુણ ગણાય છે ખબર છે ને ?"

"અમારા જેવા મધ્યમવર્ગીયોમાં બધું જ મધ્યમ હોય એટલે તે 'અતિ'નો પ્રોબ્લેમ અમને ખબર જ ન હોય."

"મેં એમ.એસ.સી. કર્યું અને તરત જ મારાં લગ્ન નક્કી થયાં. માણસો દિલ્હીના હતા. માણસો તમિલ પણ ઘણાં વર્ષોથી દિલ્હીમાં રહેતા હતા. ડૅડીની બદલી દિલ્હી થઈ હતી. ડૅડીના બૉસે જ આમને વિશે વાત કરી કે બહુ હોશિયાર છોકરો છે. મારી મમ્મીને મારે માટે હોશિયાર છોકરો જ જોઈતો હતો. બાકી બધી વાતમાં બાંધછોડ કરવાની તેની તૈયારી હતી એટલે મમ્મી-ડૅડીને છોકરો એકદમ ગમી ગયો. આઈ.એ.એસ.માં તે પહેલા નંબરે પાસ થયો હતો. મમ્મીની દૃષ્ટિએ તો જાણે દૂધમાં સાકર ભળી."

"નામ તેનું પાર્થસારથિ, ખૂબ પૈસાવાળા, છોકરો એકદમ હોશિયાર અને સૅન્ટ્રલ ગવર્મૅન્ટની નોકરી, પછી મમ્મી-ડૅડીને તો કંઈ વિચારવા જેવું હતું જ નહીં. મારી ઇચ્છા પીએચ.ડી. કરવાની અને અમેરિકા જવાની હતી, પણ 'ફરીથી આવું ઘર અને વર ન મળે' એમ કહી મારા ઘરનાંએ મારું કંઈ સાંભળ્યું જ નહીં. આવો હોશિયાર અને આટલો ભણેલો વર તો નસીબદારને જ મળે. બહુ ઇચ્છા હોય તો લગ્ન પછી કરજે પીએચ.ડી. એમ કહી મારાં લગ્ન નક્કી કરવામાં આવ્યાં. એમને કામ માટે ફ્રાન્સ જવાનું હતું એટલે લગ્ન જલદી કરી નાખ્યાં. તને કાર્ડ પણ મોકલી શકાયું નહીં."

"ફણી ! બધું જ તો બરાબર છે. તારે માટે યોગ્ય જ લાગે છે, પણ તો પછી...?"

"કરિયર બનાવવાની મારી બહુ ઇચ્છા હતી, તે બિલકુલ પૂરી ન થઈ. તેમની આવી સતત બદલીની નોકરીને લીધે મને કંઈ જ કરવા ન મળ્યું. પીએચ.ડી. કરવાની મારી ઇચ્છા મનની મનમાં જ રહી ગઈ. તે દરમિયાન હું એક દીકરાની મા બની ગઈ."

"નામ શું છે તારા દીકરાનું ?"

"બોધિસત્ત્વ, મને બુદ્ધ બહુ ગમે છે, તેથી તેનું જ નામ રાખ્યું અને બસ, આમ જ જીવી રહી છું. હું ભણી તેનો કંઈ જ ઉપયોગ મારી જિંદગીમાં કરી શકી નહીં. ઘરનું કામકાજ જોવાનું, નવા નવા ગામમાં ઍડજેસ્ટ થઈને રહેવાનું, બોધીને સંભાળવાનો – મોટો કરવાનો તેમાં મારી જિંદગી આમ જ ગઈ."

"જવા દે, ફણી ! કંઈ નહીં, ઘરમાં તો શાંતિ છે ને ?"

"એવું પણ નથી, નલુ ! મારું દુઃખ જુદું છે. મારા પતિ અતિશય બુદ્ધિમાન છે ને ? તેની દૃષ્ટિએ બીજું કોઈ વધારે બુદ્ધિમાન ન હોય. એક પ્રકારની સ્પર્ધા સતત એમના મનમાં ચાલતી જ હોય છે. તેમના આ ગુણને લીધે જ તેઓ આટલી સફળતા મેળવી શક્યા છે એ સાચું, પણ મને તેઓ વાતવાતમાં ઉતારી પાડે, સતત અપમાનિત કર્યા કરે, કોઈ વાતમાં હું કંઈ કહેવા જાઉં તો મારી વાત ઉડાવી જ નાખે અને મારો તો કચરો જ કરી નાખે. દરેક બાબતમાં છેવટે તેમની વાત જ સાચી રહેવી જોઈએ. મારા સાસરામાં બધા તેમના આ સ્વભાવને પ્રોત્સાહન આપ્યા કરે છે. મને નીચી પાડવા તેમને સતત ચડાવતા જ રહે છે. તું જ કહે, નલિની ! સંસાર એટલે શું તેમાં આવી ચડસાચડસી અને હરીફાઈ જ હોય ?"

મને પોતાની ફણી માટે હોશિયાર જ છોકરો જોઈએ એવું કહેનારી તેની માની યાદ આવી ગઈ. ઘરમાં કર્તાહર્તા સ્ત્રી જ હોય અને તેના જ માર્ગદર્શન અને તેના જ વિચારો મુજબ કારોબાર ચાલતો હોય ત્યાં આવું જ બને ને ? મેં પૂછ્યું, "ફણી ! તારો દીકરો તો બાપ જેવો નથી ને ?"

"મારો દીકરો..? અસલ તેના બાપ જેવો જ છે. તે પણ સતત મને તિરસ્કારતો જ હોય છે. તને કંઈ આવડતું નથી, મમ્મી ! જો, ડેડી કેવા હોશિયાર છે ?"

"ફણી ! વર્ષો જૂની તારી 'ફર્સ્ટ રૅંક' જે તેં છેક સુધી મેળવે રાખી હતી, તેની કે તારી હોશિયારી, તારી ચપળતા, તેની કોઈને કંઈ કિંમત જ નથી ?"

"નલુ ! ક્યાં છે મારી ચપળતા ? ક્યાં ગઈ તે હોશિયારી ? બધા વખાણતા તે બુદ્ધિમત્તા દેખાય છે ક્યાંય ? મને તે વિશે કંઈ કહેતી નહીં, મારે તે કંઈ જ સાંભળવું નથી. ઘરના બધાનું સાંભળી સાંભળીને મારા દીકરાને પણ એવું લાગે છે કે હું સાવ 'ઢ' છું." આટલું કહેતાં કહેતાં તે આંસુ રોકી શકી નહીં.

"હું પણ કંઈ સાવ નવરી બેઠી નથી, નલુ ! સંગીત વિશારદની પરીક્ષા આપી. સિતાર શીખવાનું ચાલુ કર્યું. સીવણનો ડિપ્લોમા કોર્સ કર્યો. કોઈ પણ કળામાં વિશિષ્ટ સ્થાન મેળવવું હોય તો મહેનત તો કરવી જ પડે ને ? પણ મને એટલો સમય જ ક્યાં મળતો હતો ? કંઈ પણ શરૂ કરું કે ત્રણ વર્ષમાં ગામ છોડવાનો વારો આવે. એ સિવાય રોજ એમનાં મેણાંટોણાં સાંભળી સાંભળીને મારું મન ખૂબ નારાજ થઈ ગયું છે. મારો તો ઉત્સાહ જ મરી

ગયો છે. કંઈ કરવાની ઉમેદ જ નથી રહી. વેળા-કવેળા મન પર ઉકળતું પાણી પડતું રહે તો તે દાઝ્યા સિવાય રહે ખરું ?''

''હવે હાલમાં તું શું કરે છે, ફણી ?''

''કંઈ નહીં, મોટા અધિકારીની પત્ની તરીકે જીવું છું. મારું સંપૂર્ણ અસ્તિત્વ, મારી બુદ્ધિ, મારી ચપળતા, મારો ઉત્સાહ અને આનંદ બધું જ ત્યાં કામે લગાડી દીધું છે. કોઈ એક સામાન્ય માણસ સાથે પરણી હોત તો પત્નીની હોશિયારીની કિંમત થઈ હોત, પત્ની માટે તેને ગર્વ થયો હોત અને શાંતિથી કોઈ એક ગામમાં રહેવા મળ્યું હોત અને મેં પણ મારી કરિયર બનાવી હોત.''

આટલા સમયથી મારા મનમાં ડોકાયા કરતી શંકરની મૂર્તિ અત્યારે એકદમ સ્પષ્ટ દેખાવા લાગી હતી. તેની સાથે લગ્ન કરીને ફણી સુખી થઈ હોત કે નહીં કોણ જાણે ? ફણીને સુખી કરવા તેણે કેટલા પ્રયત્ન કર્યા હોત ? પ્રત્યક્ષ ન મળી શકવા છતાં તેની યાદ તેણે પોતાના મનમાં કેવી સાચવીને રાખી હતી, તેની મને જ ખબર હતી.

વાતનો વિષય બદલવા મેં પૂછ્યું, ''નાગૂ શું કરે છે ?''

''નાગૂ ? મારા કરતાં વધુ સુખી છે તે. કર્ણાટક ઇલેક્ટ્રિક બૉર્ડમાં નાગૂ ક્લાર્ક છે અને તેના પતિ ત્યાં જ એન્જિનિયર છે. એકની બદલી થાય તો બંને સાથે જ બદલી કરાવી લે છે, નહીં તો બદલી કેન્સલ કરાવી લે છે. તેની પાસેથી તેના પતિને કોઈ જ અપેક્ષા નથી. તેનાં લગ્ન વખતે મારી જેમ કોઈ શરત ન હતી.''

''નાગૂના પતિનો સ્વભાવ કેવો છે ?''

''ખૂબ સારો સ્વભાવ છે નાગૂના પતિનો. તેને પોતાની પત્ની માટે ખૂબ અભિમાન છે. તે તો હજાર વખત બોલીને દેખાડે છે કે નાગૂ ઘર અને નોકરી બંને કેવી સરસ રીતે સંભાળે છે. નાગૂને તેના ઘરમાં જેટલું માન મળે છે તેના સોમાં ભાગનું માન પણ મને મારા ઘરમાં મળતું નથી.''

ડ્રાઇવરે કાર રિપેર થઈ જવાના સમાચાર આપ્યા અને અમે બંને ચૂપચાપ ઊઠ્યાં.

ફણીનાં જીવનમાં તેનો પહેલો નંબર જ તો કારણભૂત નહોતો થયો ને ?

'પત્ની ક્યારેય પતિ કરતાં ચડિયાતી હોવી ન જોઈએ' એવું માનનારો સમાજ ક્યારે સુધરશે ? ફણીને તક મળી હોત, યોગ્ય ટ્રેનિંગ મળી હોત તો તે જરૂર આઈ.એ.એસ. થઈ હોત અને તેમાં પણ પહેલી આવી હોત.

સતત પોતાના જ વખાણ થાય, પોતાથી કોઈ ચડિયાતું હોય જ નહીં

અને પત્ની તો નહીં જ એવી મનોવૃત્તિ જ તેના ભણેલાગણેલા હોશિયાર પતિમાં પણ હતી કે શું ? કોણ જાણે ?

મારું મન ખૂબ વ્યાકુળ થઈ ગયું.

મારી સમજ પ્રમાણે તો જ્ઞાનનું, પોતાની હોશિયારીનું કે બુદ્ધિમત્તાનું અભિમાન રાખનારી ફણી તો નહોતી જ નહોતી.

તો પણ તેનાં જીવનમાં તેની બુદ્ધિમત્તા, હોશિયારી અને અર્થહીન 'ફર્સ્ટ રૅંકે' કદી ન ભરનારી હાનિ કરી હતી.

વિદ્યાર્થી અવસ્થામાં જે હોશિયારીએ અને દરેક વખતે તેણે મેળવેલ 'ફર્સ્ટ રૅંકે' તેને આનંદ અને ગૌરવ આપ્યાં હશે, તે જ તેનાં દુ:ખ માટે કારણભૂત થયાં હશે, એમ જ માનવું ને ?

❑

શ્રીમંત સીતાબાઈ

અમારા ગામમાં જો 'મેઇડ ફોર ઈચ અધર' સ્પર્ધા રાખી હોય તો તેમાં શીનપ્પા અને સીતાબાઈની વિના વિરોધ પસંદગી થઈ હોત. એ લોકોના કંઈ પ્રેમવિવાહ ન હતા. બંનેનાં મા-બાપે જોઈ વિચારીને ગોઠવેલા હતાં તેઓનાં લગ્ન, પરંતુ તેઓ બંનેના વિચાર એક જ સરખા, એક જ દિશામાં અને એક જ પ્રકારે ચાલતા. હે ભગવાન ! કેવો વિચિત્ર છે તારો આ ખેલ ! ત્યાં પાર્વતી અને બણ્ણભટ્ટને ભેગા કર્યાં અને અહીં શીનપપ્પા – સીતાબાઈને ભેગાં કર્યાં. બધી તારી જ માયા છે. આ બધી જ વ્યક્તિઓ તારા હાથની કઠપૂતળી છે એવું માન્યા સિવાય છૂટકો નથી.

આ જોડીનું જીવન ફક્ત પૈસા પર આધારિત છે. દરેક બાબતમાં તે લોકોને પૈસા જ મહત્ત્વના લાગે છે. કોઈના પણ લગ્નની વાત નીકળે તો તે લોકોનો બોલવાનો વિષય પૈસા જ હોય. એક દાખલો આપું – મેં વાત વાતમાં કહ્યું – "અમે બે દિવસ પહેલાં નંદિશનાં લગ્નમાં ગયા હતા ત્યારે..."

મારું બોલવાનું વચ્ચેથી જ અટકાવી શીનપ્પાએ કહ્યું, "પાટીલનો નંદિશને ? એ લોકો પાસે સો એકર બાગાયત જમીન છે. એ સિવાય તેલનો ઘાણો છે, શું ખોટ છે તેને ?"

"હું તે નથી કહેતી, નંદિશના લગ્નમાં..."

"વેણ્ણે ગૌડાની સુમન આપી છે તેનાં લગ્નની વાત કરે છે ને ? મને ખબર છે, ગૌડાએ ફક્ત પચાસ તોલા જ સોનું આપ્યું છે દીકરીને, તું જ કહે કેટલું ઓછું કહેવાય નહીં ? એને શું ખોટ છે ? બસ્સો તોલા આપ્યું હોત તોય શું ફરક પડવાનો હતો તેને ?" ઇતિ સીતાબાઈ ઉવાચ.

"પચાસ તોલા જ કેમ આપ્યું ખબર છે ? અંદરખાનેથી દસ લાખ રૂંડાના આપ્યા છે, તે બહાર કોઈને ખબર ન પડે એટલા માટે આ બધું

નાટક છે. ટૂંકમાં નંદિશને તો લૉટરી જ લાગી છે." સીતાબાઈની વાતમાં શીનપ્પાએ સૂર પુરાવ્યો.

"તે કંઈ મારે નહોતું કહેવું...."

"તું કંઈ પણ કહે મારી દૃષ્ટિએ તો સોદો બરાબર થયો છે." લગ્નની બાબત અને તેમાં લેવડદેવડની વાતમાં પતિ-પત્નીના આ જ વિચાર અને આવી જ વાતો. તે લોકોની દુનિયામાં પૈસા, સોનું, જમીન-જાગીર આ બધી વસ્તુનું જ વિશેષ મહત્ત્વ. મારે શું કહેવું છે કે હું કંઈક કહેવા જતી હતી તે જાણવાની તે લોકોને બિલકુલ ઇંતેજારી ન હતી.

હું જ તેમને જણાવવા એકદમ ઉત્સુક હતી. મેં કહ્યું, "મારે તમને લોકોને કંઈક કહેવું છે. તમે લોકો સાંભળો જરા."

બેઉં જણે એકદમ નિરુત્સાહ થઈને કહ્યું, "શું કહેવું છે તારે ? બોલ !"

"નંદિશ પાટીલનાં લગ્નમાં ત્યાં મને કોણ મળ્યું હતું ખબર છે ?"

"શ્રી વીરભદ્ર, એમનું નવું પુસ્તક..." પતી ગયું મારી વાત અધવચ્ચે કાપી નાખી તેમણે બોલવાની શરૂઆત કરી – "એ ગાંડો વીરભદ્ર પુસ્તક લખે છે અને આ નલિની જેવા મૂર્ખાઓ તે પુસ્તક ખરીદીને વાંચે છે. મને તો સમજાતું નથી કે આવી ચોપડીઓ માટે પૈસા શું ખર્ચવાના ? એક વાર વાંચી લીધા પછી તેની કિંમત શું ? તે કંઈ સોનાની જેમ કાયમ રહેનારી ચીજ નથી કે પછી દર વર્ષે નવો નવો પાક આપતું ખેતર નથી એટલે પુસ્તક પાછળ પૈસા ખર્ચવા તે મૂર્ખાઈ જ છે અને વાંચવાની ઇચ્છા હોય તો લાઇબ્રેરીમાંથી લાવીને વાંચીને પાછી આપી દેવાની." આ શીનપ્પાનો ઉપદેશ.

આવો વાચકવર્ગ હોય તો અમારું કન્નડ સાહિત્ય ક્યાંથી પ્રગતિ કરશે ? અને સાહિત્યકારો જીવશે કેવી રીતે ?

આ બંનેનું જીવનનું મૂલ્ય કંઈક જુદું જ છે. સીતાબાઈ ફક્ત શ્રીમંતોનો જ આદરસત્કાર કરે છે. તેની દૃષ્ટિએ તો ગરીબોને આ જગતમાં કોઈ સ્થાન જ નથી. અક્કમ્મા જેવાની તો તેને મન કંઈક કિંમત જ નહીં. તેને તો સાવ તુચ્છ જ ગણે. બિંદપ્પા સાથે પણ તેને જરાય ન બને. મેં મારી નજરે જોયું છે પહેલા જે દામિનીની તેને કંઈ પડી ન હતી તે જ દામિની બે દિવસ પહેલા આવી હતી ત્યારે સીતાબાઈ મને કહેતી, "તારી બહેનપણી દામિની બહુ સારી છોકરી છે હોં ! બીજી વાર તે આવે ત્યારે તમને બંનેને જમવા બોલાવવા છે."

એટલે હવે દામિની તેને સંબંધ રાખવા જેવી લાગવા માંડી છે.

શીનપ્પા અને સીતાબાઈ બંને શ્રીમંત પરિવારના. બંને ઊછર્યાં છે, પણ

છે એવા જ વાતાવરણમાં. ગામ છોડી તેઓ ક્યાંય જતા નથી. તેમની ખેતી છે ત્યાં પણ કોઈ દિવસ જતા નથી. વ્યવહારની બાબતમાં બંને હોશિયાર. ગણોતધારો અમલમાં આવ્યો ત્યારે પણ તે લોકોએ ખાસ કોઈ જમીન ગુમાવી ન હતી. તે વખતે તે લોકોએ અમુક જમીન વેચી નાખી અને જે પૈસા મળ્યા તે બીજા વેપારધંધામાં રોક્યા. આને લીધે તેમના પૈસાની ઉત્તરોત્તર વૃદ્ધિ જ થતી રહે છે.

તે લોકોના શબ્દકોશમાં ગરીબ, ગરીબી કે જરૂરતમંદ જેવો કોઈ શબ્દ જ ન હતો. ગરીબ લોકોનાં દુ:ખ, ભાવના કે વેદનાની તે લોકોને ખબર જ ન હતી અને એવા લોકો વિશે જાણવાની તે લોકોને ઇચ્છા પણ ન હતી. સામાન્ય મધ્યમવર્ગીય લોકોને પણ તેઓ કદી પોતાના ઘરે બોલાવતા નહીં. ફક્ત પોતાની બરોબરીના લોકોને ઘરે બોલાવી તેનું આતિથ્ય કરે. તેઓના મિત્રો પણ શ્રીમંત અને પ્રતિષ્ઠિત હોય અને ઉચ્ચ દરજ્જો ધરાવતા હોવા જોઈએ, એવું જ તેઓનું એક ગ્રૂપ હતું. તે લોકો દર મહિને એક 'ગેટ ટુ ગેધર' રાખે. ક્યારેક શીનપ્પાના આંબાવાડિયામાં, તો ક્યારેક નંદિશ પાટીલના ફાર્મહાઉસમાં અથવા ડૉ. વિજયના બંગલા પર. તે લોકોની બરાબરીના લોકો અને પ્રતિષ્ઠિત તથા ધનવાન લોકોને શોભે તેવી જગ્યાએ મિજબાની કરવાનો તેઓનો નિયમ હતો.

સામાન્ય સ્થિતિના ઘરના લગ્નપ્રસંગે આ લોકો ન જાય અને મરણપ્રસંગે તો નહીં જ. પરમ દિવસે અનસક્કાએ એક વાત કરી, "શીનપ્પાના ઘરની સામે રહેતા બાબુરાયની માનું મૃત્યુ થયું. સવારે પાંચ વાગે મને સંદેશો મળ્યો. તરત જ રિક્ષા કરીને હું ત્યાં જવા નીકળી, જતાં જતાં અક્કમ્માને સાથે લેતી ગઈ. બાબુરાવને મા જવાનું દુ:ખ તો હોય જ, પણ તે દુ:ખને પચાવીને શાંત હતા. તેની વહુ પ્રેમાને તો તું ઓળખે છે ને ? તેના ચહેરા પર જરા પણ દુ:ખ ન હતું, ઊલટાનું તેના મોઢા પર હાસ્ય હતું. ગમે તેમ હતી તો વહુ જ ને ?"

મને થયું તેને કહું, "અનસક્કા ! સંભાળજે, તું પણ બહુ આકરી સાસુ છે. તું મરીશ ત્યારે તારી વહુઓ પણ આમ જ ખુશ થશે." પણ હું કંઈ બોલી નહીં. વાઘણ જેવી અનસક્કાને કહેવાની મારા જેવીમાં હિંમત ક્યાંથી હોય ?

"કંઈ કામમાં મદદરૂપ થાય તેમ વિચારીને તેના ઘરનાં દરવાજા આગળ જઈને બૂમ પાડી, "સીતાબાઈ, સીતાબાઈ !" તેમનો સૂવાનો રૂમ ઉપર છે. ત્યાં લાઈટ બંધ હતી. એ બંને ઘરમાં જ હતા. જાગતાં હતાં, પણ ઘરમાં કોઈ નથી એમ દેખાડવા બંને ચૂપ જ રહ્યાં.

"પણ શું કામ, અનસક્કા ?"

"તને કંઈ નહીં સમજાય, નલુ ! જે ઘરમાં કોઈનું મરણ થયું હોય તે લોકોને કંઈ જરૂર પડે તો મદદ કરવી પડેને ? એટલે. અને તે લોકો પણ મદદ કરે જો તે લોકોની બરાબરીના હોય તો. બાબુરાવ તો તેની બરાબરીના નથી ને ? આ લોકો મરશે ત્યારે ખાંધ આપનાર ચાર માણસ પણ નહીં મળે જોજે ! ત્યારે સમજાશે આ બંનેને."

અનસક્કાએ આ દંપતીના મરણનો વિચાર કરીને તે વિચાર બોલીને પણ દેખાડ્યો. આ સારું તો ન કહેવાય, પણ તેનું કહેવું કંઈ ખોટું પણ ન હતું. અકમ્માએ પણ પછીથી એમ જ કહ્યું હતું.

આ લોકોને ઘરે કોઈ જાય તો નોકર ગોવિંદ તેને બહાર વરંડામાં જ બેસાડે. શીનપ્પા અને સીતાબાઈ કંઈ કંજૂસ નથી. પોતાને માટે તેઓ છૂટથી પૈસા ખર્ચે છે, પણ બીજા માટે થોડો પણ ખર્ચ કરવા તે લોકો તૈયાર ન હતા. પોતાને જેમાં લાભ ન થવાનો હોય તેમાં તો એક પૈસો પણ ન ખર્ચે. તેઓના ઘરમાં ઘરકામ માટે, રસોઈ માટે, પૂજા માટે નોકર રાખેલા છે.

વરંડામાં બેઠેલ વ્યક્તિ વાટ જોતી જ બેઠી રહે, ઘરમાંના કોઈ જ તેમનું માનથી સ્વાગત નહીં કરે, ચા-કૉફીનું પૂછવાનું તો બાજુ રહ્યું, કોઈ તેમને શું કામ હતું તે વિશે પૂછવા જેટલો વિવેક પણ ન દેખાડે.

ખરું સ્વાગત, આદરસત્કાર જોઈતો હોય તો ગરીબના ઘરે જવું. તેઓ હૃદયના ભાવથી તમને આવકારશે. અમારે ત્યાં કામ કરતાં મુલ્લાસા'બને ત્યાં જાઓ તો તમને જોઈને તરત જ હિન્દી મિશ્રિત કન્નડ ભાષામાં તે પત્નીને હાક મારશે, "બીબી, બહાર આવ ! જો તો ખરી બેન આવી છે. તેની મહેંદી તૈયાર છે કે નહીં ? કેટલી વાર કહ્યું હતું કે બહેનને ઊભું રહેવું ન પડે ધ્યાન રાખજે. બહેન ! તમે આ શેતરંજી પર બેસો અને નાળિયેર પાણી પીઓ !" મહેંદી મુકાવવા હું તેને ઘરે જાઉં કે તેની મહેમાનગતિ શરૂ થઈ જાય. તેની બીબી મહેંદી સરસ મૂકે છે. દેખાવમાં પણ બહુ સુંદર છે. હાથ પરની મહેંદી સૂકાઈ જાય પછી તેની મહેમાનગતિ માણ્યા વગર ઘરે જવાની રજા ન મળે.

અમારા પિતાજીના મિત્ર વીરુપાક્ષ ગૌડાને ત્યાં જઈએ તો ત્યાં પણ આવો જ અનુભવ થાય. તેમની પત્ની ચન્નવ્વા અચૂક કહે, "આવ, નલુ ! કેટલા દિવસે મોઢું દેખાડ્યું ? બેસ તો ખરી." અને વીરુકાકા કહેશે, "આવી કે તરત જ જવાની ઉતાવળ ? જરા વાર બેસ ! અરે ! જરા જલદી જલદી થોડાં ભજિયાં ઉતારી નાખ ! નલુ કેટલા દિવસ પછી આવી છે ? કડક ભાખરી અને ભરેલાં સંભારા રીંગણા ડબ્બામાં ભરી દેજે." ઘણા વખતે પિયર

આવેલી દીકરીની કેટલી સરભરા કરું એવો જ ભાવ અને પ્રેમ બંને પતિ-પત્નીનાં વર્તનમાં દેખાઈ આવે. ઘણી વાર એવું બને કે આવી હોઉં કોઈક કામ માટે પણ તે ભૂલીને ચન્નવ્વા સાથે વાતો કરવા બેસી જાઉં.

આવો અનુભવ ક્યારેય તમને શીનપ્પાને ઘરે ન થાય. ગોવિંદ વરંડામાં બેસાડે પછી અડધા કલાકે સોનાના બટનવાળું શર્ટ પહેરીને શીનપ્પા કે બરાબર સજીધજીને સીતાબાઈ બહાર આવે. આવીને તરત જ પૂછે, "શું કામ હતું, નલિની ?"

આમ પૂછ્યા પછી મોટે ભાગે આપણે જે કહીએ તેનો નકારાત્મક જ જવાબ મળે અને જવાબ આપીને પછી "તો ઠીક છે." કહી અંદર જતાં રહે અને આપણે પણ પછી ત્યાં બેસવાનો કોઈ અર્થ ન હોય એટલે ત્યાંથી નીકળી જઈએ.

શીનપ્પાનું ઘર એટલે જાણે એક કિલ્લો. ત્યાં બહારના કોઈને પ્રવેશ નહીં. વર્ષમાં એક વાર બહારના માણસો માટે આ કિલ્લાના દરવાજા ખૂલે. શ્રીમંત ભાગવ્વા તો કહે કે, "આ ગાંડી સીતા કંઈ સમજતી નથી. આમ એકલી કોઈ બેટ પર રહેતી હોય એમ ઘરમાં ભરાઈ રહે છે. ક્યારેક માણસોમાં હળવુંભળવું જોઈએ ને ?"

વર્ષમાં એક વાર બધી સ્ત્રીઓને સીતાબાઈ 'હલદી-કંકુ' માટે બોલાવે. કેમ ? એ તો કોણ જાણે ? પણ ઘરની આ પુરાણી રીત તેણે છોડી ન હતી તે સાચું. 'પૂજા' કે 'હલદી-કંકુ' ન કરવાથી લક્ષ્મી કદાચ ઘર છોડી જતી રહેશે એવો તેને ડર લાગતો હશે. સીતાબાઈ 'હલદી-કંકુ' માટે બોલાવે તો ના શું કહેવી ? એમ સમજી ગામની સ્ત્રીઓ સીતાબાઈને ઘરે જઈ આવે.

સુંદર કળશ પર અનેક દાગીનાથી સજાવેલી લક્ષ્મીજીની મૂર્તિ હોય અને ઢગલાબંધ સોનાના દાગીનાથી સજેલી સીતાબાઈ. કોઈની સાથે ખાસ બોલ્યાચાલ્યા વગર બધી સ્ત્રીઓને હલદી-કંકુ આપે, આવેલ દરેક સ્ત્રીનો નાળિયેરથી ખોળો ભરાય અને છેવટે દરેકને કંઈક બક્ષિસ અપાઈ જાય એટલે સીતાબાઈ નિરાંતનો શ્વાસ લે. ફરી તે ઘરના દરવાજા ખૂલે બધી સ્ત્રીઓ માટે આવતા વર્ષનાં છેલ્લાં શ્રાવણી શુક્રવારે.

શીનપ્પાને બે સંતાન. એક દીકરો અને એક દીકરી. દીકરો વસંત અને દીકરી લક્ષ્મી. છોકરીનું લક્ષ્મી નામ તો બહુ જૂનું અને સામાન્ય છે, પણ લક્ષ્મીના પૂજારીને તો તે જ નામ ગમેને ? બંને સંતાન તેમની કેળવણી પ્રમાણે જ તૈયાર થયાં હતાં એટલે મા-બાપ જેવાં જ હોયને ? બંનેને ભણવામાં ખાસ રસ ન હતો. બાપ પાસે પુષ્કળ પૈસા છે. ભરપૂર વ્યાજ મળે છે અને તેના

પર આરામથી જિંદગી જીવી શકાય તેમ છે. આવી ભાવના અને આવા વિચારો સાથે બંને ઊછરી રહ્યાં હતાં.

વસંતને પીઠના સ્નાયુમાં તકલીફ હતી એટલે તે પરાવલંબી હતો. વસંતની તકલીફમાં કારણરૂપ તો સીતાબાઈ જ તેવો અનસક્કાનો અભિપ્રાય હતો. વસંત લગ્ન કરવા જેવડો થયો હતો. તેનાં લગ્ન નક્કી કરવામાં આ પતિ-પત્નીની અનેક શરતો હતો. 'છોકરી ગરીબ ઘરની ન હોવી જોઈએ. ગરીબ ઘરની હોય તો તેનાં પિયરનું ઘર જ ભરે. વધારે પૈસાદાર ઘરની પણ ન જોઈએ, કારણ કે તેને પિયરનું જ અભિમાન હોય એટલે આપણું માન ન રાખે. દેખાવમાં એકદમ સુંદર હોવી જોઈએ, આજ્ઞાંકિત હોવી જોઈએ. તેને વધારે ભાઈ-બહેન હોય તો ન ચાલે. ટૂંકમાં, ઈશ્વરને ખાસ ઑર્ડર આપી ખાસ મૉડેલ તૈયાર કરાવવું જોઈએ.

અમારા જેવા મધ્યમવર્ગીય કોઈ કુટુંબ તે ઘરે દીકરી આપવા રાજી નહીં. બંનેનો સ્વભાવ જાણતાં હોય તે લોકો તો કહે જ કે, "આ બંને અત્યારે દહેજ ન લેવાનું નાટક કરે છે અને કહે છે કે ફક્ત કંકુ અને કન્યા આપશો તોય ચાલશે, પણ બધું સાવ ખોટું છે. પાછળથી સીતાબાઈની માગણીનું સ્વરૂપ બદલાઈ જશે. તેના ઘરમાં સોનું-ચાંદી ખૂબ હશે પણ સુખ નહીં. એવા ઘરમાં દીકરી દેવી એટલે પક્ષીને સોનાનાં પાંજરામાં પૂરવું. સોનાનું હોય તો પક્ષી માટે તો તે પાંજરું જ ને ?"

બંડલબાજ બિંદપ્પાના મિત્ર વેંકોબારાવને બે સંતાન. એક દીકરો અને એક દીકરી. શોભા અને સંદીપ. સંદીપ એન્જિનિયર થયો હતો અને મુંબઈમાં નોકરી કરતો હતો. શોભા ગામડામાં મોટી થઈ હતી, પણ ભણેલી હતી. દેખાવમાં પણ સુંદર કહી શકાય તેવી. વેંકોબારાવ શીનપ્પા જેટલો પૈસાદાર નહીં, પણ તેની પાસે જમીન પુષ્કળ હતી. શ્રીમંત લોકોમાં ગણતરી થઈ શકે તેવી તેની આર્થિક સ્થિતિ તો હતી. બિંદપ્પાએ તેને વસંત વિશે વાત કરી. વસંતને શોભા ગમી અને લગ્ન નક્કી થયાં.

શીનપ્પા અને સીતાબાઈએ વેંકોબારાવને કહેવડાવ્યું, "અમારે દહેજ જોઈતું નથી. તમારી ઇચ્છા હોય તે તમે તમારી દીકરીને આપજો, પણ લગ્ન તો સમાજમાં વાહવાહ થાય તેવાં થવાં જોઈએ. અમારા માણસો પણ ઘણા હશે. ત્રણ બસ ભરીને માણસોને લાવવા પડશે. અમારા ખાનદાનને શોભે તેવાં લગ્ન અને આગતાસ્વાગતા થવી જોઈએ."

શીનપ્પાનો બોલવાનો સૂર જ જુદો હતો. વળી તેણે સંદેશો કહેવડાવ્યો, "અમારે તો કંઈ જોઈતું નથી. તમારી દીકરીને પચાસ તોલાના દાગીના કરાવી

આપજો. કાલે સવારે લોકો તેને માટે કંઈક બોલે કે શ્રીમંતને ઘરે ખાલી હાથે આવી તો કેવું લાગે ? એટલા માટે કહું છું. લગ્નમાં આવેલાનું યોગ્ય આતિથ્ય થવું જોઈએ અને જમણ પણ ઉત્તમ પ્રકારનું હોવું જોઈએ. તમારી દીકરીને ઘરેણાં અને આભૂષણથી પૂરેપૂરી શણગારી કન્યાદાન કરો એટલે બસ. અમારે કંઈ નથી જોઈતું.''

વેંકોબારાવે બધી શરત હા એ હા કરી સ્વીકારી લીધી, પણ અમારો બિંદપ્પા આ સાંભળીને એકદમ ભડકી ગયો. તેણે છોકરીના બાપને સાવધ કરવા કહ્યું, ''અરે એ વ્યંક્યા ! દરેક બાબતમાં ડોકું હલાવી હા એ હા શું કરે છે ? ખરેખર તું બધી માગણી પૂરી કરી શકવાનો છે ? સીતક્કાનો સહવાસ એટલે સાપની દોસ્તી. લગ્ન પછી તારી શોભાને ત્રાસ થશે એટલે સગાઈ તોડવી હોય તો અત્યારે જ તોડી નાખજે.''

'બિંદપ્પા ! હું શું કામ ગભરાઉં ? શોભા ગામડામાં ઊછરી છે, પણ મેં તેને બરાબર શિક્ષણ આપી તૈયાર કરી છે. કોઈ પણ પરિસ્થિતિમાંથી પાર પાડવાની તેનામાં શક્તિ છે. તું ચિંતા નહીં કર. જે થાય તે, બધું ભગવાન ભરોસે છોડી દે.''

વેંકોબાનો ભગવાન પણ ખરો જબરો હશે. વેંકોબા આ બધો ભાર ઉપાડીને પણ ગર્વથી ઉચ્ચ મસ્તકે ઊભો રહ્યો. સીતાક્કા અને શીનપ્પા દરેક રીતે સંતુષ્ટ થયા. વહુનો દેખાવ, ગહેગાનોની પરોણાગત, સુંદર સ્વાદિષ્ટ જમણ અને છોકરીવાળાનો વિનય-વિવેક અને સભ્યતા જોઈ મહેમાનો ખુશ થઈ ગયા. વસંત અને શોભાનાં લગ્નની વાહ વાહ થઈ ગઈ.

શોભા સાસરે આવી. પહેલા બે મહિના સાસુનો એક પણ બોલ ન ઉથાપતા. દરેક વાત સાંભળીને સાસુ કહે તેમ જ કરતી રહી. ક્યારેય કોઈ ગરીબના વખાણ ન કરનારી સીતાક્કા પણ કહેવા લાગી, ''કહેવું પડશે, બિંદાએ જિંદગીમાં એક કામ તો સારું કર્યું, અમને વહુ સારી મેળવી આપી.'' શ્રાવણ મહિનો આવ્યો અને 'મંગલાગૌરીનું વ્રત' કરવા વહુ પિયર ગઈ.

એક દિવસ પતિ પર તેનો પત્ર આવ્યો, ''સંદીપે આપણને મુંબઈ બોલાવ્યા છે. સાસુજીને કહીને તું નીકળ.'' મા-બાપની રજા લઈ વસંતે હુબલીથી ટ્રેન પકડી અને આગળના એક સ્ટેશન પર શોભા ટ્રેનમાં ચડી.

નવદંપતી આઠ દિવસનું કહીને મુંબઈ ગયાં હતાં. ત્રીજે દિવસે જ તે લોકો પાછાં ફર્યાં. બંનેનો ચહેરો ફિક્કો પડી ગયો હતો. તેમનો ચહેરો જોઈને તો કોઈક લોકોને તો લાગ્યું, 'સીતાક્કાને કંઈ થઈ ગયું કે શું ?' તે મરીબરી તો નથી ગઈને ? પણ વસંતને મોઢેથી સાંભળેલી વાત આ પ્રમાણે છે –

"ફર્સ્ટક્લાસના જે ડબ્બામાં શોભા અને વસંત હતાં તે ડબ્બામાં બીજું એક દંપતી પણ મુસાફરી કરી રહ્યું હતું. મુસાફરીમાં તેમની સાથે ગપ્પાં મારી બધાં સૂઈ ગયાં. ઊંઘ ઊડી ત્યારે જોયું તો સામેનાં પતિ-પત્ની ન દેખાયાં. તે લોકો વચ્ચેના કોઈ સ્ટેશને ઊતરી ગયાં હતાં. એ કરતાંએ એક આઘાતજનક વાત એ હતી કે ડબ્બામાં વસંત અને શોભાનો સામાન જ ન હતો. શોભાની બૅગમાં તેનાં પિયરમાંથી આપેલ પચાસ તોલાના દાગીના તો હતા જ, ઉપરાંત સાથે સાથે સાસરામાંથી મળેલ પચ્ચીસ તોલા સોનાના દાગીના પણ હતા."

સીતાક્કાએ માથું કૂટ્યું. દીકરો જ સાક્ષી હતો. વહુ નતમસ્તકે ઊભી હતી. સીતાબાઈને હિસાબે પંચોતેર તોલા સોનું કંઈ બહુ મોટી વાત ન હતી, પરંતુ બીજા માટે ક્યારેક કંઈ ન કર્યું હોય, કદી કોઈને કંઈ આપ્યું ન હોય તેવા આ પતિ-પત્નીની દૃષ્ટિએ જોઈએ તો પંચોતેર તોલા સોનું આ રીતે જાય તે સહન કરવું એ તે લોકોની સહન કરવાની મર્યાદા બહારની વાત હતી અને આ તો કહેવાય નહીં અને સહેવાય પણ નહીં એવી વાત હતી.

પછીથી મેં બંડલબાજ બિંદપ્પાને અને અનસક્કાને બોલતાં સાંભળ્યાં કે, "વેંક્યા મહાલુચ્ચો માણસ ! મને પણ આટલી અંદરની હકીકત કેવી રીતે ખબર હોય ?" બિંદપ્પા કહી રહ્યો હતો, "તેની પાસે જમીન ઘણી છે. તેને ગીરવી મૂકી કર્જ લીધું હતું. એવું તેણે મને કહ્યું હતું. હવે દીકરાએ શોભાને સાસરેથી આવેલ બધું સોનું વેચીને એક સાથે બધું જ ઋણ ચૂકવી દીધું હતું. એ ખબર પડી એટલે બધી વાત સમજાઈ ગઈ. શોભા પણ તેની જ દીકરીને ? બાપને પૂરેપૂરો સાથ આપ્યો."

"નહીં તો શીનપ્પા જેવા શાહુકારના દીકરા સાથે દીકરીનો લગ્નસંબંધ બાંધવા જેવી હેસિયત છે તેની ?"

"તો શું ? મારો મિત્ર પણ મને જ તેના વિશે આવી કંઈ ખબર નહીં."

"થોડામાં કહું તો કાલે આખા ગામમાં એ વાત ફેલાઈ જશે. પછી સાચું-ખોટું કોણ સમજાવાનું છે ?"

ત્યાર પછી શોભાએ ધીમેધીમે પોતાની પાંખ ફેલાવી પોતાનો ખરો રંગ દેખાડવા લાગી. અતિશય તીવ્ર બુદ્ધિ હતી તેની. તેના પિતા તરફથી પૂરેપૂરી ટ્રેનિંગ મળી હતી તેને. કોઈનો ડર ન હતો તેને. દેવસ્થાન પર હાથ મૂકી શપથ લેવા કે સમય જોઈને ખોટું બોલવું તે તો તેને મન રમત વાત હતી. તેમાં તેને કોઈ જાતનો સંકોચ કે શરમ લાગતી નહીં. કંઈ પણ સાચું-ખોટું કરવામાં તેને આગળપાછળ જોવાની કંઈ જરૂર લાગતી નહીં.

સીતાક્કા ગભરાણી હતી કે વસંત શોભાની ચાલમાં ફસાતો જતો હતો

કે શું ? ઇન્કમટેક્સમાં સરળતા રહે તે માટે મોટા ભાગની સંપત્તિ વસંતને નામે કરી હતી. એકનો એક દીકરો હતો, વસંત. આજે નહીં તો કાલે જે છે તે તેનું જ છે ને ? આજ સુધી તો તેમાં કંઈ તકલીફ થઈ નથી, પણ તેનાં લગ્ન કર્યાં અને વહુ ઘરમાં આવી છે ત્યારથી કંઈક ને કંઈક તકલીફ ઊભી જ છે. પહેલાનો જમાનો હોત તો કંઈ પણ વિચાર કર્યા વગર શોભાને પિયર મોકલી દીધી હોત, પણ હવે કાયદા પ્રમાણે તે શક્ય ન હતું.

શોભા બોલતી એકદમ ઓછું, પણ કામની આવડત તેનામાં ઘણી હતી. બિંદપ્પા કહેતો, "જો નલિની ! જેનું બોલવાનું ઓછું હોય તે અંદરથી ખૂબ મક્કમ હોય. જે બહુ બોલે તેના મનમાં કંઈ ન રહે. બધું બોલી નાખે. શોભાના આવા કારસ્તાની સ્વભાવની મને તો ખબર જ ન હતી." અનસક્કાનું તો તે બાબતમાં મંતવ્ય છે કે સીતાબાઈ ફક્ત શ્રીમંતોને બેસવા જ આસન બીછાવે છે ને ? પણ સારું થયું, શોભા તેનાં ઘરમાં વહુ બનીને આવી. હવે ઘરનું વાતાવરણ બદલાવા લાગ્યું છે.

શોભાએ ધીમેધીમે ઘર પર કાબૂ જમાવવા માંડ્યો. તેણે શીનપ્પા અને સીતાબાઈનાં સર્કલમાં હળવામળવાનો પ્રયત્ન જ ન કર્યો અને સૌથી પહેલું કામ તો તેણે દર મહિને થતું 'ગેટ ટુ ગેધર' કોઈ ને કોઈ બહાનાં ઊભાં કરી ધીમેધીમે બંધ કર્યું. વસંતને પૂરેપૂરો પોતાના કાબૂમાં લઈ લીધો. શીનપ્પા અને સીતાબાઈની સ્થિતિ ઝેર કાઢી લીધેલા સાપ જેવી થઈ ગઈ.

આ શ્રીમંતાઈ શોભાને અચાનક રાતોરાત મળી ગઈ હતી તેથી તે વગર વિચારે પૈસા ઉડાવવા લાગી હતી. પૈસા પાણીની જેમ વહેવા લાગ્યા. શીનપ્પા અને સીતાબાઈ શોભાના આવા ઉડાઉ સ્વભાવ અને આવા વર્તનથી ચિંતિત થઈ ગયાં હતાં, પણ કરવું શું ? અને આવી ઘરની વાત કહેવી પણ કોને ? શોભાની નવીનવી શ્રીમંતાઈની કથા બિંદપ્પા તેની અલંકારિત શૈલીમાં કહેતો હતો. અનસક્કા અને બિંદપ્પાની વાતો આમ પણ રસિક જ હોય, પણ જો તેમને કંઈક નવી વાત સાંભળવા મળી હોય તો તેમાં મીઠું-મરચું ઉમેરીને કહેવાની તેમને બહુ હોંશ.

"કાલે શોભી બ્રૉડવેમાં સ્ટીલનાં વાસણની દુકાનમાં આવી હતી. મને જોયો જ ન હોય એમ કરીને ચાલતી થઈ ગઈ. મેં તેનાં લગ્ન ગોઠવી આપ્યાં, મારું થોડું તો માન રાખવું જોઈએ કે નહીં ? પણ તેને નવીનવી શ્રીમંતાઈનું બહુ અભિમાન આવી ગયું છે."

"પણ પછી થયું શું ?"

"હું તેની પાછળપાછળ ગયો, મને થયું જોઉં તો ખરો શું ખરીદી કરવા

આવી છે ? તેનાં ઘરમાં તો જોઈએ તેટલાં ચાંદીનાં વાસણો ભર્યાં પડ્યાં છે. શું કરવા હશે આને સ્ટીલનાં વાસણો ? તે દુકાનની અંદર ગઈ ત્યારે દુકાનદાર વ્યસ્ત હતો. તેણે કહ્યું, "બે મિનિટ બેસો ! આ લોકોની લગ્નની ખરીદી ચાલે છે તે પતી જવા આવી છે. પછી તમને આપું."

"એ શું ખરીદવા ગઈ હતી ?"

"પાણીનો જગ. દુકાનદારની વાત સાંભળી શોભીને બહુ ગુસ્સો આવ્યો. તે શું બોલી ખબર છે ?" બોલી કે, "નારાયણસા ! તારી આખી દુકાન ખરીદી લેવાની મારી તાકાત છે. મને વાટ જોવાનું કહી, મોટા ઘરાક છે એટલે તેને પહેલા માલ દેખાડે છે ? તે લોકો ખરીદી કરશે તેનાં કરતાં હું ડબલ ખરીદી આજ ક્ષણે કરી લઈશ."

"પછીથી શું થયું ?" અનસક્કા ખૂબ રસથી વાતો સાંભળવા લાગી.

"નારાયણસા પાક્કો વેપારી, જયણ્ણા જેવો નહીં. એ બીજા ઘરાકને બેસાડી શોભા પાસે આવ્યો. બેસવા માટે ખુરશી આપી અને એકને બદલે દસ વસ્તુ વળગાડી અને અનેક ગણી કિંમત લગાડી. ટૂંકમાં નારાયણસાને લૉટરી લાગી. જરૂર વગરની સો વસ્તુ લઈને શોભી ગર્વથી દુકાનમાંથી બહાર આવી. આવા ગર્વને ઠેકાણે લક્ષ્મી કેવી રીતે ટકે કહો !"

શોભાના આ આડેધડ ખર્ચા આગળ શીનપ્પા અને સીતાબાઈએ હાથ ખંખેરી નાખ્યા. પોતાની મહેનતથી મેળવેલ પૈસા હોય તો એ પૈસા માટે ખાસ પ્રકારનો લગાવ હોય, પણ આ વસંતને શું કહેવું ? શોભાની મુઠ્ઠીમાં બંધાઈ ગયેલ અને પત્તાં રમીને સમય પસાર કરતા વસંતનું વ્યક્તિત્વ કેવું હોઈ શકે ?

શીનપ્પા અને સીતાબાઈની પોતાની દીકરી લક્ષ્મીના લગ્ન માટેની અપેક્ષા શું હતી તે તેને મોઢે જ સાંભળો – "લક્ષ્મીનું સાસરું અમારા કરતાં વધુ શ્રીમંત હોવું જોઈએ. છોકરો કામદેવ જેવો દેખાડવો હોવો જોઈએ. મા-બાપથી અલગ રહેવા તૈયાર હોવો જોઈએ – આ શરત સીતાબાઈની હતી. શીનપ્પાની શરત વળી જુદી હતી – છોકરાનો પોતાનો બિઝનેસ હોવો જોઈએ, કોઈના હાથ નીચે નોકરી કરતો ન હોવો જોઈએ, એકનો એક હોય તો વધારે સારું. કોઈ સાથે ભાગ પાડવાનો વારો જ ન આવે. ઘરમાં નોકરચાકર તો હોવા જોઈએ. અમારી દીકરીને દુકાનમાં જઈ ખરીદી કરવાની બિલકુલ આદત નથી એટલે તે માટે નોકર તો જોઈએ જ ને ?"

આવો ખાસ ઑર્ડર આપીને બનાવેલ છોકરો – વિવેક મળ્યો. શીનપ્પા અને સીતાબાઈની અપેક્ષામાં બંધબેસતો આવે તેવો હોવા છતાં એકનોએક હોવાથી રહેવું તો તેને મા-બાપ સાથે જ પડે તેમ હતું. વિવેકના ઘરમાં પણ

લક્ષ્મીની ખૂબ કૃપા હતી તો પણ તેનાં મા-બાપને પૈસા માટે પુષ્કળ પ્રેમ હતો.

"લક્ષ્મી ! દિવાળીના તહેવાર નિમિત્તે મારા દીકરાને ગાડી જોઈએ છે. તારા મા-બાપને અમારા વિવેકને મર્સિડીઝ ગાડી આપવાનું કહેજે. અમારે કંઈ નથી જોઈતું. તું અને તારો પતિ જ તેમાં ફરશોને ? ઉપરાંત તારા પિતાનાં સ્ટેટ્સને તે જ શોભશેને ?"

આવી વાતમાં લક્ષ્મી પણ ના શું કામ પાડે ? પિયર આવેલી લક્ષ્મી તો મા-બાપની પાછળ જ લાગી ગઈ કે, "હું મારાં સાસુ-સસરાને કહીને જ આવી છું કે કાર તો તમે આપશો જ એટલે કાર તો તમારે આપવી જ પડશે. એક સામાન્ય પરિવારમાંથી આવેલી શોભાભાભી પણ જો આપણા ઘરની મહારાણી બનીને ફરે છે તો આ ઘરમાં જ જન્મેલી હું શું કામ સામાન્ય સ્ત્રીની જેમ ગાડી-મોટર વગર ફરું ? તે લોકોની માગણી તમે કબૂલ રાખશો તો જ તે ઘરમાં મારું માન રહેશે."

મનથી ગમતું ન હોવા છતાં તેઓ બંનેને દીકરીની વાત કબૂલ રાખવી જ પડી. વહુ શોભા દિવાળી કરવા પિયર ગઈ હતી. દિવાળીના તહેવાર વખતે શોભાના પિયરથી પત્ર આવ્યો કે દાદાજીના ભાઈ ગુજરી ગયા છે. સૂતક લાગે એટલે દિવાળીનો તહેવાર ઉજવવાનું મુલતવી રાખ્યું છે. બધાને દિવાળીની શુભેચ્છા !"

"દાદાજીનો આ ભાઈ શોભાના કહેવા પ્રમાણે કેટલી વાર મરી ગયો તે ખબર જ નથી. પછી આવી સક્રાંત. વિવેકનાં મા-બાપ ખરેખરાં લાલચું હતાં. તેણે લક્ષ્મીને કહ્યું કે, "સક્રાંત વખતે તારે પિયરથી હીરાના લવિંગડા લઈ આવજે. તને તે બહુ શોભે છે. અમારા ઘરમાં હીરા સદતા નથી એટલે. નહીં તો એમાં શું મોટી વાત છે ? અમે જ ન કરાવી આપીએ અમારી વહુને ? અમારે તો એકની એક છે ને ?"

મૂર્ખ લક્ષ્મીએ મા-બાપ પાસે આવીને માગણી કરી. આ પ્રમાણે દર વખતે વેવાઈની માગણી વધતી જ ચાલી. પૈસાની કિંમત ન સમજનારી લક્ષ્મી ક્યારેક અણસમજમાં તો ક્યારેક શોભાની ઈર્ષાથી મા-બાપને હેરાન કરવા લાગી. સીતાબાઈ અને શીનપ્પા જમાઈની વધતી જતી માગણીથી ગળે આવી ગયાં હતાં. જિંદગીભર જીવની જેમ સાચવેલ ધન હથેળીમાંના પાણીની જેમ ઓછું થતું ચાલ્યું. શીનપ્પાની મૂડી ઓછી થતી ગઈ અને લક્ષ્મીના જીવનમાં સમસ્યા વધતી ચાલી. સાસુ-સસરા વારેવારે મહેણાંટોણાં મારી સંતાપવા લાગ્યાં. લક્ષ્મી અને વસંત બંને ભાઈ-બહેન ખાસ ભણ્યાં ન હતાં એટલે પોતે કંઈ કમાઈ શકે એવી આવડત કે હોશિયારી ન હતી. આ બાજુ વિવેકનો ધંધો પણ

લંગડાતો લંગડાતો ચાલતો હતો. સીતા અને શીનપ્પાનાં બંને સંતાનો લક્ષ્મી અને વસંતનું લગ્નજીવન ખાસ સુખી ન હતું.

શીનપ્પા અને સીતાબાઈની શ્રીમંત મિત્રમંડળીએ તેમનાં 'ગેટ ટુ ગેધર' ગ્રૂપમાંથી કાઢી નાખ્યા. અન્ય ગરીબો જેવું વર્તન તે લોકો સાથે કરવા લાગ્યા. તેમની તકલીફમાં કોઈએ તેમને કંઈ મદદ કરી નહીં. સીતાક્કાને બહુ દુઃખ થયું. મોડીમોડી અક્કલ આવી, પણ હવે તેનો ફાયદો શો ? 'જીવનમાં અનુભવ એ જ મોટો ગુરુ છે' પણ તેની ગુરુદક્ષિણા ખૂબ મોટી ચૂકવવી પડે છે.

આપણે કંઈ બીજાની જેમ નોકરી કરવાની જરૂર નથી, એવું શીનપ્પા અને સીતાબાઈ માનતાં હતાં, પણ અત્યારે તો નોકરી કરનારાં તેમનાંથી ક્યાંય આગળ નીકળી ગયાં હતાં અને ચડિયાતાં સાબિત થયાં હતાં.

પહેલાથી કોઈ સાથે ઓળખાણ કે સંબંધ રાખ્યો ન હતો. કોઈને ક્યારેય પોતાને ઘરે બોલાવ્યા ન હતા. પોતાની શ્રીમંતાઈના ગર્વમાં જ રાચતાં રહેનારાં શીનપ્પા અને સીતાક્કાને અક્કલ આવી ત્યારે ઘણું મોડું થઈ ગયું હતું. કાળના પ્રવાહના વેગમાં બધું જ જતું રહ્યું અને તેઓ સાવ સામાન્ય સ્થિતિમાં આવી ગયાં. કદી કોઈને મદદ ન કરી, ન કોઈના સુખદુઃખમાં ભાગીદાર થયાં તો પછી તેમની આવી પરિસ્થિતિમાં કોણ મદદરૂપ થવા આવે ?

❑

અપશુકનિયાળ સરસક્કા

અનેક પરંપરાપ્રિય અને જુનવાણી લોકોની દૃષ્ટિએ સરસક્કા એટલે એક અપશુકનિયાળ વ્યક્તિ. એમ જુઓ તો તેની પાછળ કોઈ તર્કશાસ્ત્ર તો હતું જ નહીં.

“અરે બાપરે ! સવારના પહોરમાં સરસીનું મોઢું જોયું ! પતી ગયું હવે. જે કામ સરળતાથી પતી જવાનું હતું તે આનું મોઢું જોયું એટલે હવે નહીં પતે. અપશુકનિયાળ બિલાડી છે, જેવી આડી ઊતરે કે દિવસ બગડે.” આવો હતો સરસક્કા વિશે અમારા ગામવાળાનો મત.

સરસક્કા અમારી દૂરની સગી થાય. દેખાવમાં સુંદર. જાણે ચિત્તોડગઢની પદ્મિની. તે અવારનવાર કહેતી, “મારું રૂપ જ મારું શત્રુ થયું છે.” સરસક્કાના પિતા બૅંકમાં પ્યૂન. ઘરમાં એક પછી એક પાંચ દીકરી જન્મી. તેમાં સરસક્કા વચલી. તેનાં રૂપ પાછળ અનેક લોકો ઘેલાં હતાં. નાગ જેવો લાંબો અને ઘટ્ટ ચોટલો. ચંપા જેવો વાન, ગાલમાં પડતાં ખંજન અને નમણું નાક. ટૂંકમાં, સરસક્કા એટલે અમારા ગામની ઐશ્વર્યા રાય. તેની મોટી બહેનને જોવા આવનાર દરેક જણ કહેશે, “તમારી વચલી દીકરી આપો તો હૂંડા સિવાય લેવા તૈયાર છીએ. મોટી બહેન ગુસ્સે થઈને સરસક્કાનાં માથામાં ટપલી મારે. બિંદપ્પા કહે, “જુનવાણી વિચારના ઘરમાં એ શક્ય છે ખરું ? રેલવેના પાંચ ડબ્બા લાઇનમાં ઊભા હોય તેમાંથી વચલો ડબ્બો સારો છે માટે તેની ટિકિટ કોઈ માગે તો આપી શકાય ખરી ?”

સરસીને ભણવામાં ખાસ રસ ન હતો. છોકરીઓની કૉલેજમાં તેણે એડમિશન લીધું, પણ જતાં ને આવતાં રસ્તામાં મજનૂઓની કમી નહીં. દરરોજ કંઈક ને કંઈક ગરબડ ઊભી જ હોય. અનેક પ્રેમપત્ર આવવા લાગ્યાં.

એવામાં સરસક્કાનાં લગ્ન નક્કી થયાં. અભ્યાસ ત્યાં જ અટકી ગયો.

ઇન્ટર આર્ટ્સની પરીક્ષામાં તે બેઠી નહીં. હાવનૂરના દેસાઈને ચાર દીકરા. શ્રીમંત ઘર, ત્રણે મોટા દીકરા દેખાવમાં સાધારણ, શિક્ષણ પણ સામાન્ય. નાનો શ્રીહરિ દેખાવડો, અભ્યાસ પણ એન્જિનિયરિંગ ડિપ્લોમા પાસ કરેલ.

ગૌરી જેવી જ દેખાવડી સરસક્કાને જોવા ઢગલોએક સગાંવહાલાં આવ્યાં હતાં. દેસાઈના બધા છોકરાંના નામ 'શ્રી'થી શરૂ થતાં હતાં. શ્રીધર, શ્રીકાંત, શ્રીપાદ અને શ્રીહરિ. નીચું માથું કરીને બેઠેલી સરસક્કાએ મહેમાનો તરફ ત્રાંસી નજરે જોયું. તેને દેખાયો તે શ્રીહરિ.

તેનો મનમોર તો પીંછા ફેલાવી નાચી ઊઠ્યો. શ્રીમંત વિદ્યાવંત અને દેખાવડો છોકરો. તે તો ખુશ થઈ ગઈ. ત્યારનો જમાનો જુદો હતો. કોઈને તેને પૂછવાની કે તેનો પરિચય કરાવવાની જરૂર ન લાગી. ત્યારે હું આઠ વર્ષની હતી. માની આંગળી પકડી સરસક્કાને દેખાડવાના કાર્યક્રમમાં હું પણ ગઈ હતી. છોકરી જોવાનો કાર્યક્રમ પતી ગયા પછી સરસક્કા મને બાજુની રૂમમાં લઈ ગઈ અને પૂછ્યું, "નલુ ! પાટની કિનાર પર બેઠેલ અને ખાદીનું શર્ટ પહેરલ હતું તે જ છોકરો ને ?" તે કઈ પાટની વાત કરતી હતી તે મને તો કંઈ સમજાયું નહીં. મેં કહ્યું, "સરસક્કા ! મને ખબર નથી. બધા પુરુષો પાટ પર જ બેઠા હતા અને બધાએ ખાદીનું શર્ટ જ પહેરેલું હતું. કદાચ તું કહે છે તે જ હશે. તે પણ નીચું માથું રાખીને જ બેઠો હતો."

અઢાર વર્ષની સરસીએ આઠ વર્ષની નલિની પર વિશ્વાસ મૂક્યો. નહીં તો પણ તે શું કરી શકવાની હતી ? પોતાને કેવો વર જોઈએ છે તે વાત તે કોને કહી શકત ? પિતા શીનપ્પાને ? પણ એ જમાનામાં તે શક્ય જ ન હતું.

સરસીનાં લગ્ન અત્યંત સાદી રીતે પાર પડ્યાં. ગરીબ પાંચ દીકરીનો બાપ જે રીતે લગ્ન કરી શકે તે રીતના જ ઠાઠમાઠ હતાં. જો એક જ સંતાન હોય તેવા ઘરમાં જન્મી હોત તો તેના પિતાને લાડમાં કહી શકી હોત, "ડેડ ! મને આ છોકરો નથી ગમતો" અથવા તો માએ જ આવીને બાપને કહ્યું હોત, "આપણી બેબી માટે આના કરતાં આ છોકરો વધારે યોગ્ય છે" પણ સરસી એવાં મા-બાપને ત્યાં જન્મી ન હતી તે તેનાં નસીબ.

અંતરપટ ખૂલ્યો અને સરસીને જે માનસિક આઘાત લાગ્યો તે સાધારણ ન હતો. શ્રીહરિ વરરાજાની પાછળ દેર તરીકે હસતો હસતો ઊભો હતો. ધ્રૂજતા હાથે માતેલા સાંઢ જેવા શ્રીપાદના ગળામાં માળા પહેરાવી. લગ્નવાળા ઘરમાં બેફામ બોલવાનું ચાલી રહ્યું હતું. જેનો કોઈ અંત ન હતો.

"કહે છે કે શ્રીપાદનાં લક્ષણ એવાં જ છે, એ સમજીને જ દેસાઈઓએ

રતિ જેવી છોકરી તેનાં માટે શોધી છે, નહીંતર આ દરિદ્ર શીનપ્પાનું દેસાઈઓના ઘર સાથે દીકરીનો લગ્નસંબંધ બાંધવા જેવું કંઈ ગજું છે ?" આ વાત અનસક્કાએ બિંદપ્પાના કાનમાં ધીમેથી કહી, તો પણ મંડપમાંના દરેકને ઢંઢેરો પીટવાની જેમ સંભળાણી અને વરવધૂને પણ.

લગ્ન કરી સાસરે ગયા પછી સરસક્કા ફક્ત હલદી-કંકુ વખતે જ દેખાણી હતી. મોટા દેસાઈ કુટુંબની વહુ એટલે તે ક્યારેક જ બહાર દેખાતી. શ્રીપાદ ક્યારેક મળી જાય. હું સામેથી જઈને પૂછું, "શ્રીપાદણ્ણા ! સરસક્કા કેમ છે ?" એટલે તેનો નિશ્ચિત જવાબ મળી જાય, "હા, સારી છે ને ! હું કામ માટે પૂના-મુંબઈ ગયો હતો એટલે મને ખબર નથી. ક્યારેક આવ ઘરે, તારી બહેનને મળવા."

હું ઘરે આવીને વાત કરું એટલે મારી દાદીને તેનાં પર ગુસ્સો આવે, તે એકદમ ભડકીને કહેશે, "આ તે વળી કયો મોટો ધંધો-નોકરી કરે છે તે અવારનવાર પૂના-મુંબઈ આંટાફેરા કરે છે ? અને દેસાઈ છોકરીને ઘડી વાર પણ પિયર મોકલતો નથી. સરસક્કાનાં મા-બાપ ગરીબ છે એટલે તે લોકો તેનાં પ્રત્યે તિરસ્કારથી જ વર્તે છે અને લગ્ન થયાં એટલે આ છોકરાને તો છુટ્ટો દોર મળી ગયો છે. શીનપ્પાને અક્કલ નથી. લગ્નસંબંધ તો આપણી બરોબરીના લોકો સાથે જ બંધાય. પૈસા જોઈને દીકરી આપી દીધી. સાવ મૂરખ છે. બે દિવસ પહેલાં સરસી હનુમાનના મંદિરમાં મળી હતી. મોઢું તો સુકાઈને કેવું થઈ ગયું છે ? કાંડા પરની બંગડીઓ કોણી સુધી પહોંચી ગઈ છે. ગભરાયેલી ગભરાયેલી લાગતી હતી." આ વાતમાં મારી માએ પણ સાક્ષી પૂરી.

"નલુ ! દેસાઈને ઘરે જા અને સરસીની સાસુને કહેજે કે, "કોજાગિરી પૂર્ણિમાને દિવસે રાત્રે અમારે ત્યાં ચાંદની ભોજન છે. તે માટે સરસીને અમારે ઘરે મોકલજો. અહીં થોડી વાતોચીતો કરવાની, તેને બોલવાનું મળશે અને છોકરીનો થોડી વાર પૂરતો છુટકારો થશે." દાદીએ કહ્યું.

મારી દાદીએ માનસશાસ્ત્રનો અભ્યાસ કર્યો ન હતો. શાળામાં જ કદી ગઈ ન હતી તો અભ્યાસ કરવાનો કે વાંચવાનો પ્રશ્ન જ ક્યાં રહે છે ? મનમાંથી દુઃખ કોઈ સાથે વાતો કરવાથી ઓછું થાય અને માણસનું મન થોડું હલકું થાય એટલી તેને ખબર હતી. દાદીની વાત દાદાએ સાંભળી એટલે તરત જ બોલ્યા, "શું જરૂર છે તારે આ બધું કરવાની ? કાલ સવારે દેસાઈના ઘરમાં ખબર પડશે કે સરસક્કા અહીં આવી વાતો કરી ગઈ છે તેઓના ઘરની તો એ છોકરીનું આવી બનશે. તેનાં સાસરાવાળા ખાઈ જશે છોકરીને."

દાદીએ તેમની વાતમાં કંઈ ધ્યાન આપ્યું નહીં. ઊલટાનું તેણે કહ્યું, "આ બૈરાંઓની વાત છે. ચાંદનીભોજનનો કાર્યક્રમ સ્ત્રીઓનો છે, તમે સરસીને જોઈ છે ? નહીં ને ? અરે સફેદ પૂણી જેવી થઈ ગઈ છે. તમે જરાય ચિંતા કરો મા, અમે કોઈને કંઈ કહેવાનાં નથી."

"ઠીક છે તો પછી કંઈ વાંધો નહીં, પણ ફક્ત ઑલ ઇન્ડિયા રેડિયો અનસક્કાને નહીં બોલાવતા."

અમારા સ્ત્રીઓના રાજ્યમાં દાદાએ હાર સ્વીકારી લીધી. દેસાઈને ત્યાં સંદેશો પહોંચાડવાનું કામ મારી પર જ આવ્યું. હું દૂત બનીને તેને ઘરે ગઈ અને બારણું ખખડાવ્યું. સરસક્કાનાં સાસુએ બારણું ખોલ્યું.

"કોજાગિરીની રાત્રે સરસક્કાને અમારે ઘરે જમવા મોકલજો તેમ કહેવા આવી છું."

"હા, પણ તું કોણ ?" સરસક્કાનાં સાસુએ એકદમ તોછડાઈથી પૂછ્યું.

"હું નલિની, કૃષ્ણવ્વાની પૌત્રી." મેં હિંમત ભેગી કરીને કહ્યું. તેનો રૂઆબ જોઈને મને તો થયું સરસક્કાને કંઈ તે મોકલશે નહીં, પણ દાદીનું નામ સાંભળતાં જ તેના બોલવાનો સૂર બદલાઈ ગયો, "અચ્છા, કૃષ્ણવ્વાએ કહેવરાવ્યું છે ? સરસી જરૂર આવશે હોં ! સરસી... ઓ સરસી..."

વાઘ સામે આવીને હરિણી જેમ ઊભી રહે તેમ સરસક્કા આવીને ઊભી રહી. સાસુએ હુકમ છોડ્યો, "જો ! કૃષ્ણવ્વાના ઘરનું આમંત્રણ આવ્યું છે, તારે જવાનું છે. રાત્રે બહુ મોડું થાય તો ત્યાં જ રોકાઈ જજે. સવારે આવજે. પણ હા, ત્યાંથી સીધી પિયર જતી નહીં અને શ્રીપાદને કહીને જજે, તે હા પાડે તો જ જજે."

"આખું અઠવાડિયું તેઓ ગામમાં નથી." સરસક્કા ડરતી ડરતી બોલી.

ટૂંકમાં કોજાગિરી પૂર્ણિમાની સાંજે સરસક્કા અમારે ઘરે આવી. રાત્રે બધા ભેગા થયા ત્યારે તે ખૂબ ખુશ હતી. જમવાનું પત્યા પછી સરસી અમારે ત્યાં જ રોકાઈ ગઈ. અમારા ઘરના ઉપરના માળની નાનકડી રૂમમાં દાદીની સામે બેસી તે ધ્રુસકે ધ્રુસકે રડવા લાગી. દાદીએ જલદી રૂમનો દરવાજો બંધ કરી દીધો. દરવાજાની તિરાડમાંથી સરસક્કાનાં ડૂસકાં અને તેને લીધે તેનું અસ્પષ્ટ બોલવાનું સંભળાતું હતું. હું મોડે સુધી જાગતી રહી અને ધ્યાનથી સાંભળવાનો પ્રયત્ન કરી રહી, પણ તેમાંનું કંઈ જ મને સમજાતું ન હતું.

નાનપણથી જ અમારે ઘરે જ્યારે પણ વધારે કામ હોય, ક્યારેક મહેમાન હોય તો સરસી અમને મદદ કરવા દોડી આવતી. તેને અમારે ઘરે સ્વતંત્રતા લાગતી. મા જેવી પ્રેમાળ મારી દાદી પાસે મન મોકળું કર્યા પછી તેણે હળવાશ

અનુભવી કે તેના મનનો ભાર કંઈક હલકો થયો કોણ જાણે ? પણ તે રાતની યાદ હજીએ મારા મનના એક ખૂણે ધરબાઈને પડેલી છે.

"દાદી ! પ્રેમ એટલે શું ? પ્રીતિ કોને અને શા માટે કહેવાય ?"

"સરસી ! પ્રેમ કે પ્રીતિ એટલે સહનશીલતાની પરમ અવધિ. જ્યાં પ્રેમ હોય ત્યાં પરિઘ મોટો હોય. સહન કરવાની તાકાત વધારે હોય. પ્રેમ ન હોય ત્યાં સહનશક્તિ ખૂટતી જ જાય છે. કહે છે ને, "અણગમતી પત્નીના દહીંમાં કાંકરા."

"એટલે શું, દાદી ?"

"તું જ કહે દહીંમાં ક્યારેય કાંકરા મળે ? નહીં ને ? કાંકરા તો અનાજમાં હોય ને ? પણ જ્યારે પત્ની ગમતી જ ન હોય, જોઈતી જ ન હોય ત્યારે વરની થાળીમાંના દહીંમાંથી કાંકરા જડવા માંડે."

એ પછી ક્યાંય સુધી – મોડી રાત સુધી સરસક્કા હીબકાં ભરી રડી રહી. આ પછી મેં તેને જોઈ તે સરસક્કા વિધવા થયા પછી. શ્રીપાદને કોઈક રોગ થયો હતો. પાણીની જેમ પૈસા ખર્ચ્યા, પણ તે બચ્યો નહીં. મુંબઈ-પૂના વગેરે મોટા શહેરમાં મોટામોટા ડૉક્ટરને દેખાડી આવ્યા, પણ કંઈ વળ્યું નહીં. લગ્ન થયે માંડ એક વર્ષ થતાં સુધીમાં સરસક્કા વિધવા થઈ અને તે માટે તેની સાસુની દૃષ્ટિએ તે અપશુકનિયાળ ગણાઈ. હવે તેના દરેક કામમાં, તેની દરેક હાલચાલમાં બધાને ભૂલ જ દેખાવા લાગી.

ગામના લોકો પણ બોલવા લાગ્યા, "લગ્નને વર્ષ થતાં સુધીમાં તો વરને ખાઈ ગઈ મૂઈ, ફક્ત રૂપને થોડું ચટાય છે ? નસીબ જ ખરાબ. લગ્ન વખતે ખોટી કુંડળી દેખાડી હશે. આ કંગાલ શિનપ્પાએ !" ગામના માણસો રોજરોજ બોલીબોલીને સરસક્કાને વધુ ને વધુ દુઃખ આપતાં રહ્યાં. દેસાઈના ઘરમાં તો એક વગર પૈસાની નોકરાણી મળી ગઈ. જેઠાણીઓની સુવાવડ કરવા જ જાણે તેણે અવતાર લીધો હતો અને તો પણ સવારે ઊઠીને કોઈ તેનું મોઢું જુએ નહીં. તેને ફરીથી કૉલેજમાં મોકલી તેનું અધૂરું શિક્ષણ પૂરું કરાવવાનો કે તેને આગળ ભણાવવાનો કોઈ વિચાર કરે એવી તો આશા જ ક્યાંથી રખાય ? સરસક્કાનું દુઃખ શ્રીહરિ જોતો હતો. તે મીતભાષી અને મૃદુ હૃદયી યુવાન હતો, પણ તે કંઈ કરી શકે તેમ ન હતો. ઘરમાં તે ખૂબ વ્યથિત થતો હતો, પણ તે અસહાય હતો.

એક વાર તેનાથી રહેવાયું નહીં એટલે તે બોલ્યો, "મા ! આમાં ભાભીનો શું દોષ છે ? ભાઈને ખરાબ રોગ છે તે ખબર હોવા છતાં તમે તેનાં લગ્ન કર્યાં. તને પણ ખબર છે કે ભાઈનું મૃત્યુ થયું તેમાં તેનો કંઈ જ દોષ નથી."

પણ મા તો તે સાંભળી તેના પર જ ભડકી ગઈ, "એક શબ્દ પણ આગળ બોલતો નહીં, શ્રીહરિ ! બૈરાંઓની વાતમાં તું માથું મારતો નહીં. જમાના પૂર્વે સાવિત્રી પોતાના મરેલા પતિને યમના પાશમાંથી છોડાવીને પાછી લઈ આવી હતી. આનાં લગ્ન થયાં ત્યારે કંઈ અમારો શ્રીપાદ એવો બીમાર ન હતો. થોડી ઘણી તબિયત ખરાબ હતી તો સરસીએ પતિની સરખી સેવા કરી હોત તો કંઈ શ્રીપાદ મરત નહીં. તું તો આ વાતમાં વચ્ચે કંઈ બોલતો જ નહીં." સરસીનો મ્લાન ચહેરો અને આંસુભરી આંખો ન જોઈ શકવાથી શ્રીહરિ ત્યાંથી નીકળી ગયો.

કોઈ તહેવાર આવે કે ઘરમાં દરેકને તેની પસંદગી પ્રમાણે ગમતી સાડી મળે, પણ સરસીને તો ઇચલકરંજીની સુતરાઉ સાડી જ મળે અને તે પણ સાસુની પસંદગીની. બધાનું જમવાનું પતે પછી તેને જમવાનું મળે. તેનું કામ એકદમ ચોક્કસ અને ચોખ્ખું એટલે કામ વખતે બધાને મોઢે તેનું નામ હોય પણ બીજી કોઈ વાર તે નજર સામે પણ ન હોવી જોઈએ.

"શ્રીહરિ ! તું નવા કામ પર જાય છે ને ? તો આ દરવાજેથી નહીં જતો. બહાર આંગણાંમાં તે કપડાં સૂકવવા નાખે છે. તેને કંઈ અક્કલ નથી. ભૂત જેવી સામે આવીને ઊભી રહેશે. મૂઈ અપશુકનિયાળ ! તું જે કામ માટે નીકળે છે તે કામ થશે જ નહીં. આ અભાગણીને તેનાં પિયરિયાં લઈ જતાં પણ નથી. મરશે ત્યાં સુધી આ ઘરમાં જ રહેવાની છે."

કોઈ ભૂલ, કોઈ ગુનો ન હોવા છતાં સરસક્કા રોજ મૂંગે મોઢે ગાળો અને અત્યાચાર સહન કરતી રહેતી. તેમાંએ જેઠાણીઓ અને નણંદોની કટકટ ડગલે ને પગલે ચાલુ જ હોય. 'ભાર્યા રૂપવતીશત્રુ' એટલે રૂપાળી પત્ની પતિ માટે અપશુકનિયાળ અને લાંબા વાળવાળી પત્ની પણ પતિ માટે અપશુકનિયાળ એવું કહે છે એ સાચું છે. આને રંગીન સાડી શા માટે આપવાની ? અને અરીસાની પણ તેને શું જરૂર હોય ? આવી જ હતી બધાની મનોવૃત્તિ.

સરસક્કાને પિયરિયાંએ પણ બોલાવી નહીં. "એક વાર દીકરી આપી તે આપી" એવું કહીને ચૂપ જ રહ્યાં. એક વાર દેસાઈના ઘરના બધા બદ્રિનાથની યાત્રા કરવા નીકળ્યા હતા. ઉપરના કામ માટે નોકરને બદલે સરસક્કાને લઈ ગયા. આમ પણ એકવીસ વર્ષની સરસીની સ્થિતિ એક નોકરથી પણ બદતર હતી.

દેસાઈઓની બદ્રિનાથની યાત્રા થઈ જ નહીં અને એટલે બદ્રિનાથનાં દર્શન થયાં જ નહીં. રસ્તામાં બનેલ ઘટિત બનાવને લીધે બધા અવાક્ થઈ ગયા હતા. ઋષિકેશમાં ગંગાનો અતિ સુંદર પ્રવાહ વહે છે. નદી પર એક

લક્ષ્મણઝૂલા કરીને ઝૂલતો પુલ છે. ઋષિકેશ આવનાર દરેક વ્યક્તિ તે પુલ પરથી પસાર થાય જ. દેસાઈ કુટુંબના સભ્યો પુલ ઓળંગી સામેની બાજુ ગયા. ત્યાં ગામની બજાર છે. બધી સ્ત્રીઓ ત્યાં ખરીદી કરવામાં પડી ગઈ. એવામાં કોઈકને યાદ આવ્યું કે ટ્રાવેલર્સ ચૅક તો ધર્મશાળાની રૂમમાં એક બૅગમાં રહી ગયા છે.

તરત જ હુકમ છૂટ્યો, "સરસી જલદી ધર્મશાળામાં જા અને અમારા રૂમમાં એક કાળી બ્રીફકેસ છે તેમાં એક પાકીટ છે. તારી સાસુ ત્યાં જ સૂતી છે. તેને કહીને તે પાકીટ લઈ આવ." દેસાઈએ સરસીને કહ્યું તો ખરું, પણ તેને સરસક્કા પર પૂરો વિશ્વાસ આવ્યો નહીં એટલે તેણે શ્રીહરિને તેની સાથે મોકલ્યો. તે લોકોના કહેવા પ્રમાણે વિધવા પુત્રવધૂ અને નાનો દીકરો બંનેને સાથે પણ બંને વચ્ચે થોડું અંતર રાખી જતાં જોયાં હતાં.

દેસાઈના મનમાં શ્રીહરિના લગ્નનો વિચાર આવી ગયો. તેને માટે છોકરી જોતી વખતે જે ભૂલ શ્રીપાદના લગ્ન વખતે કરી હતી તે થવી ન જોઈએ. અખંડ સૌભાગ્યવતીની પત્રિકા જ શોધવી પડશે. ફક્ત રૂપ જોઈને કામ નહીં ચાલે. શ્રીપાદના જીવનમાં જે બન્યું તેવું બનવું ન જોઈએ.

ખરેખર તો શ્રીપાદના પરસ્ત્રી ગમનની અને તેને લીધે તેને લાગેલ રોગ વિશે તેમને બધી ખબર હતી. દેસાઈના બધા દીકરાઓમાં શ્રીહરિ બધાથી જુદો જ હતો. એક હાથની પાંચે આંગળીઓ ક્યાં સરખી હોય છે. શ્રીહરિ અને સરસી પુલ પરથી જઈ રહ્યાં હતાં ત્યાં અચાનક સુસવાટા મારતો વંટોળિયો આવ્યો. અમારા ઉત્તર કર્ણાટકમાં પવનથી કદી ઝાડ પરથી પાન પણ ન ખરે, પણ ઉત્તર ભારતમાં વંટોળિયો અને તેનું તોફાન જ જુદું જ હોય છે. માણસ પણ ઊડી જાય એવો વંટોળિયો, ભાગવતમાં શ્રીકૃષ્ણના બાળપણની કથામાં રાક્ષસ વંટોળિયો બનીને છોકરાઓને ઉપાડી જાય છે તેવો ઉલ્લેખ કરેલો છે ને ? તેવો જ વંટોળિયો.

વંટોળિયાનું તોફાન શરૂ થયું અને લક્ષ્મણઝૂલા ખૂબ જોરથી હલવા લાગ્યો. તેમાં એક અભૂતપૂર્વ ઘટના બની. એક ક્ષણમાં તો શ્રીહરિ અને સરસક્કા દેખાતાં બંધ થઈ ગયાં. પહેલા તો દેસાઈઓને શું બની ગયું તે જ સમજાયું નહીં, પણ સામી બાજુથી લોકોની બૂમોથી સમજાયું કે ફૂંફાડો મારતા પવનના જોરદાર સપાટામાં ફસાયેલી સરસક્કા ઊડીને પુલ પરની એક ખાંચમાં ફસાઈ ગઈ હતી. તેને બચાવવા ગયેલ શ્રીહરિ પણ પવનના જોરદાર સપાટાથી ઊડીને સરસક્કાની પાછળ નદીમાં પડ્યો. જોતજોતામાં બંને ગંગાર્પણ થઈ ગયાં. થોડી વારમાં વંટોળિયો શાંત થઈ ગયો. પુલ તો હજીએ હલતો હતો, પણ તેની ગતિ પહેલાં કરતાં ઓછી થઈ ગઈ હતી.

અતિશય નાટકપૂર્ણ ઘટના બની ગઈ. આવું તો પહેલાં કદી કોઈએ સાંભળ્યું ન હતું. વહુ ગંગામાં ડૂબી ગઈ તેનું કોઈને કંઈ દુઃખ થાય તેમ ન હતું. એક અપશુકનિયાળથી છૂટકો થયો એમ સમજી બધાં ખુશ થયાં, પણ સરસક્કાના જવાથી જેઠાણીઓને ચોવીસ કલાકની નોકરડી ગુમાવવાનું દુઃખ થયું.

પણ શ્રીહરિનું આમ અચાનક જેવું તે દેસાઈકુટુંબ ઉપર તો બહુ મોટો વજ્રાઘાત હતો. જેના પર આશાના મિનારા બાંધ્યા હોય તેવો જુવાન મન્મથ જેવો સુંદર દીકરો આમ ઓચિંતો જતો રહે તે આઘાત તો દેસાઈકુટુંબને માથે આભ તૂટી પડ્યા જેવો હતો. દેસાઈ એકદમ સ્તબ્ધ થઈ ગયા હતા. ગળામાંથી અવાજ નીકળતો ન હતો. અપશુકનિયાળ સરસી પોતાના દીકરાને સાથે જ લઈ ગઈ. નહીં તો ટ્રાવેલર્સ ચેક લાવવા માટે કોઈની સોબતની શું જરૂર હતી ? એકલા શ્રીહરિને મોકલ્યો હોત તો તે પણ લાવી શક્યો હોત, પણ હવે વિચારીને શું ફાયદો ?

જાણે કંઈ જ બન્યું ન હોય તેમ ગંગાનો પ્રવાહ તો તેની ગતિથી વધી રહ્યો હતો. શંકરની જટામાંથી ઊતરીને અતિશય વેગથી વહેતી ગંગાના બંને કાંઠા પર તપાસ કરી પણ બંનેના મૃતદેહ મળ્યા જ નહીં. ભેખડ સાથે અથડાઈ અથડાઈને લોકોના શરીરના ટુકડેટુકડા થઈ ગયા હશે એવું સમજીને તપાસ પડતી મૂકી અને દેસાઈકુટુંબ ગામ પાછું ફર્યું. તે પછી દેસાઈ અવારનવાર પોતાની જાતને કોસતા રહ્યા કે તે અપશુકનિયાળ સરસી સાથે મેં શ્રીહરિને શું કામ મોકલ્યો ? પણ અફસોસ કરે કંઈ વળવાનું ન હતું.

આમ જ કેટલાંય વર્ષો વીતી ગયાં. દેસાઈકુટુંબ ભાંગી પડ્યું. દેસાઈનું નામ, આબરૂ – કીર્તિ વગેરે બધું જ નામશેષ થઈ ગયું. ઘરના વડીલ કૈલાસવાસી થયા. કાળ કોઈની રાહ જોતો નથી. તે સાચું જ છે.

હું હવે મધ્યમવયે પહોંચી ગઈ હતી. મારા પતિ સેન્ટ્રલ ગવર્મેન્ટની નોકરીમાં હતા. એલ.ટી.સી. લઈને બદ્રિનાથની યાત્રાએ જવાની મારા પતિને ખૂબ ઇચ્છા હતી. છોકરાંઓ મોટાં થઈ ગયાં હતાં. મારા મનમાં ખૂબ ડર હતો. સરસક્કા અને શ્રીહરિ સાથે બનેલ અઘટિત બીના મારા મનમાં આટલાં વર્ષે પણ એવી ને એવી જ તાજી હતી. હિંમત કરીને અમે જાત્રાએ જવા નીકળ્યાં.

ઋષિકેશમાં લક્ષ્મણઝૂલા જોયો. ધડકતે હૈયે તેના પર ફર્યાં અને પછી આગળ બદ્રિનાથ પણ ગયાં. મારા પતિના એક મિત્ર ઉત્તરપ્રદેશની સરકારી નોકરીમાં છે. તે બૌલિયામાં છે એટલી ખબર હતી. તેનો ફોન નંબર અને

ઍડ્રેસ પણ અમારી પાસે હતું. મારા પતિએ તેમને ફોન કર્યો. તેઓ ખૂબ ખુશ થયા. ઑફિસની જીપ લઈને અમને લેવા આવ્યા. "મારે ઘરે તો તમારે આવવું જ પડશે" એવો પ્રેમપૂર્વક આગ્રહ કરીને અમને તેમને ઘરે લઈ ગયા. તેમના આગ્રહને અમે નકારી ન શક્યા. તે દિવસે સાંજના તેઓ અમને ત્યાંની ક્લબમાં લઈ ગયા. ત્યાં તેમના ઘણા સહકાર્યકર્તાઓ મળ્યા. મિ. ચઢ્ઢાએ અમને બધાની ઓળખાણ કરાવી. બધા પોતપોતાની પત્ની સાથે આવ્યા હતા. મિ. ચઢ્ઢાના બૉસને જોઈને મને લાગ્યું કે આમને મેં ક્યાંક જોયા છે. તેમની પ્રૌઢ વયની પત્નીને જોઈને પણ કેટલીયે અસ્પષ્ટ છાયા નજર સામે તરવા લાગી, પણ કંઈ સ્પષ્ટ સમજાતું ન હતું. કંઈ વ્યક્ત કરી શકાય એવી ખાસ વાત તો યાદ આવતી ન હતી, પણ આ બંનેને ક્યાંક જોયાં છે એવું મારું મન સાક્ષી પૂરતું હતું.

બધી સ્ત્રીઓ એકબાજુ જમવા માટે બેઠી. ત્યારે મિ. ચઢ્ઢાના બૉસની પત્ની મારી બાજુમાં બેઠાં. વાળ સફેદ થઈ ગયા હતા અને શરીર થોડું સ્થૂળ હતું, પણ તેમનું રૂપ અછતું રહેતું ન હતું.

"કેમ રે, નલુ ! ઓળખી નહીં મને ?"

હું તો આશ્ચર્યચકિત થઈ ગઈ. તેના ચહેરા પર મંદ હાસ્ય હતું. તેણે ધારવાડી કન્નડ ભાષામાં પૂછ્યું, "તું નલિની ને ? કૃષ્ણવ્વાની પૌત્રી ?"

"હા !"

"મને ન ઓળખી ? હું સરસક્કા."

આશ્ચર્યથી મારું તો મોઢું જ ખુલ્લું રહી ગયું.

"ત્રીસ વર્ષ થઈ ગયાં, પણ તને જોઈને તારી માની યાદ આવી ગઈ, અસ્સલ તેનાં જેવી જ લાગે છે તું." હસીને તેમણે કહ્યું. તેમનાં ગાલ પર સુરેખ ખંજન દેખાયાં. લક્ષ્મણઝૂલા પરથી ગંગામાં ડૂબી ગયેલી સરસક્કા મારી સામે ઊભી હતી. તે પછી રાત્રે સરસક્કા મને તેના ઘરે લઈ ગઈ. વાતો કરતાં કરતાં તેની સાથે જે બન્યું તે હકીકત તેણે મને કહી.

"લક્ષ્મણઝૂલા પર અમે હતાં અને વંટોળિયો આવ્યો તે સાચું. મારી સાડીમાં પવન ભરાયો અને હું ઉપર ઊડી. આમણે મને પકડી રાખવાનો પ્રયત્ન કર્યો તે પણ સાચું. વંટોળિયાએ અમને બંનેને ઉડાડી દીધાં, પણ અમે ગંગામાં પડ્યાં નહીં. અમે નદીની બાજુના કાંઠા પર પડ્યાં. લોકોને લાગ્યું કે અમે ગંગામાં તણાઈ ગયાં. વંટોળિયો શાંત થઈ ગયો. મેં તેમને કહ્યું મારે ઘરે આવવું જ નથી, તમે મને અહીં જ છોડીને જાઓ, નહીં તો મારા અપશુકનિયાળ ચહેરા સાથે મને ગંગામાં જવા દો."

શ્રીહરિએ કંઈ જવાબ આપ્યો નહીં. થોડો વિચાર કરી બોલ્યા, ''ના ! આ તો દેવની આજ્ઞા છે. ગંગામાં તણાઈ જવા ન દેતા તેણે આપણને બચાવ્યા છે. કંઈ પણ થાય, હું તારો સાથ છોડવાનો નથી. ગામ પાછા જશું તો તારા પરનો ત્રાસ મારાથી જોવાશે નહીં અને ત્યાં રહીને તે લોકોનો વિરોધ કરવાની મારી હિંમત નથી.''

શ્રીહરિએ ગંગાના કાંઠા પરના વિષ્ણુ મંદિરમાં સરસક્કા સાથે લગ્ન કરી લીધાં અને ફરીથી ગામ જવાનો વિચાર તેણે કદી કર્યો જ નહીં. તે ભણેલો હોવાને લીધે ઉત્તરપ્રદેશમાં નોકરી મેળવવામાં તેને બહુ તકલીફ ન પડી, પણ તેને પોતાના બધાં સર્ટિફિકેટ ભેગાં કરતાં બહુ તકલીફ પડી. તેણે પોતાનું નામ, 'ડી. એસ. રાવ' રાખ્યું અને ગંગાએ તેને આવી સુંદર પત્ની આપી હતી તેથી તેનું નામ 'ગંગા' રાખ્યું.

આ હતી સરસક્કાની કથા. એકાદ સિનેમા કરતાં પણ વધારે રોમાંચક છે ને ?

''નલિની ! ઈશ્વરની અમારા પર કેટલી કૃપા હતી જો ! આટલાં વર્ષોમાં મારી કન્નડ બોલવાની આદત જ છૂટી ગઈ છે. અમારે એક દીકરો છે અમે તેનું નામ 'લક્ષ્મણ' રાખ્યું છે. તે અત્યારે દિલ્હીની કૉલેજમાં ભણે છે.''

''સરસક્કા ! તું પાછી ધારવાડ કેમ નથી આવી જતી ?''

''શું કામ આવું હું ધારવાડ ? તું જ કહે, હું ત્યાં આવું તો ત્યાંના લોકો ચૂપ બેસશે ? હજાર આક્ષેપ મૂકશે મારા પર અને આમ પણ દોડીને મળવા જવાનું મન થાય એવું મારું છે પણ કોણ ? કોણ છે ત્યાં મને પ્રેમથી 'આવ' એવું કહેનાર ? એટલે જ અમે ક્યારેય ગામ પાછા આવવાનો વિચાર કર્યો જ નહીં.''

કેટલાં વર્ષો પછી સરસક્કા અચાનક મળી ગઈ હતી. આગ્રહ કરીને અમને પોતાને ઘરે લઈ ગઈ. સરસક્કાને પણ મને મળીને કેટલીયે પહેલાંની ઘટના યાદ આવી હતી. તેણે બધાને યાદ કરીને ખબર પૂછ્યા. વાતોમાં ને વાતોમાં રાત વીતી ગઈ, ખબર પણ ન પડી. સવાર પડી ગઈ હતી, અમારો નીકળવાનો સમય થઈ ગયો. વિદાય આપતાં સરસક્કાએ મારા હાથમાં સોનાનાં કર્ણફૂલ આપ્યાં.

મેં કહ્યું, ''સરસક્કા ! આવું કંઈ આપવાનું ન હોય.''

''નલુ ! તું તો કંઈ બોલતી જ નહીં. કેટલાં વર્ષો પહેલાં તારી દાદીએ કોજાગિરીની રાત્રે મને જમવા બોલાવી હતી. તે દિવસે મેં તેમની પાસે મારું દિલ હલકું કર્યું હતું. ખૂબ રડી હતી. તે વખતે મેં કૃષ્ણવ્વાને એક સવાલ

પૂછ્યો હતો, પ્રેમ એટલે શું ?' તેમણે કહ્યું હતું, "પ્રેમ એટલે સહન કરવાની શક્તિ." મારા પહેલા પતિને પ્રેમ શબ્દ જ ખબર ન હતી એટલે તેને સહન કરવાનો પ્રશ્ન જ આવતો ન હતો. આ લગ્નને આટલાં વર્ષો થયાં તો પણ એમનો મારા પરનો પ્રેમ વધતો જ ચાલ્યો છે. એમાં ક્યારેય ઊણપ આવી નથી."

એક ક્ષણ પૂરતી બંધબારણે હીબકાં ભરતી સરસક્કા મારી નજર સામે તરી રહી હતી. અત્યારે તે દુઃખની છાયા લવલેશ તેના ચહેરા પર દેખાતી ન હતી.

"કૃષ્ણવ્વાના બોલવાનો અર્થ આજે સંપૂર્ણપણે સમજાઈ ગયો છે. મારા પતિની સહનશીલતાની સીમા કેટલી વિસ્તરેલી છે તે હું અનુભવી રહી છું. મારું મન આજે તૃપ્ત થઈ ગયું છે. પ્રેમનો અર્થ સમજાયા પછી મને પણ તેમની મહાનતાનો અનુભવ થઈ રહ્યો છે. આ સમયે તારાં દાદીની યાદ આવ્યાં વગર કેમ રહે ? શાળામાં ગયા વગર તારાં દાદીએ જીવનનો ખરો અર્થ જાણ્યો હતો."

કૈલાસવાસી થયેલ દાદીની યાદ તાજી કરી સરસક્કાએ આપેલી ભેટ મેં સ્વીકારી લીધી. અમારી બંનેની આંખમાં આંસુ ભરાઈ આવ્યાં હતાં, પણ તે આંસુ આનંદનાં હતાં.

સરસક્કાની શોકાંતિકાનું સુખાંતિકામાં થયેલું પરિવર્તન જોઈને ઉપર સ્વર્ગમાં દાદી જરૂર હસતાં હશે ખરું ને ?

કંજૂસ જીવણા

પરમ દિવસે અમેરિકા રહેતો મારો પિતરાઈ ભાઈ પક્યા. (અરે હવે તેને પક્યા કહીને થોડો બોલાવી શકાય ? પ્રકાશ કહેવું જોઈએ ને ?) આવ્યો હતો. અમેરિકામાં તેણે એક નવી 'કૉમ કંપની' શરૂ કરી છે. જોતજોતામાં ખૂબ પૈસાદાર થઈ ગયો છે એટલે ગામમાં આવ્યો કે મારુતિ મંદિરમાં સો રૂપિયા ભેટ ધરી. પછી મને કહે, ''નલુ ! આમ જુઓ તો સો રૂપિયા તો કંઈ જ નહીં ને ? બે-સવા બે ડૉલર જ ને ?''

દરેક બાબતમાં ડૉલરને રૂપિયામાં પરિવર્તિત કરીને કહેવાની તેની રીત. અમેરિકાનું વર્ણન શરૂ કરે કે બોલવા માટે એક મોઢું તેને ઓછું પડે. આપણો દેશ પણ આપણે તો જોયો ન હોય એટલે તેની અમેરિકાની વાતો આશ્ચર્યચકિત થઈને અમે બધા એકધ્યાનથી સાંભળ્યા કરીએ.

જવાને દિવસે તેણે અમને બધા ભાંડરડાંને સો સો ડૉલર ભેટ તરીકે આપ્યા. દાદી, કાકી વગેરેને પચાસ પચાસ ડૉલર આપ્યા. છેવટે વરંડામાં બેઠેલ જીવણા વિશે તેણે પૂછ્યું, ''નલુ ! આ વળી કોણ છે ?''

મેં તેને દાદાના મોસાળ પક્ષ સાથેનું સગપણ કહ્યું. પક્યાને તે કંઈ બરાબર સમજાયું નહીં, પણ કોઈક સગાં છે એમ સમજીને બોલ્યો, ''નલુ ! તેને પણ મારા તરફથી દસ-પંદર ડૉલર આપજે. 'પુઅર ચેપ !' ગરીબી બહુ ખરાબ છે.''

હું હસવું રોકી શકી નહીં, ''પક્યા ! કોને પુઅર ચેપ કહે છે ?''

''આને...'' તેણે જીવણા તરફ જોઈને કહ્યું.

''પક્યા ! તારું સદનસીબ કે તારી અમેરિકન કન્નડ ભાષા તેને સમજાણી નહીં એટલે તું બચી ગયો. તે પુઅર ચેપ તો તને ખરીદી લે તેમ છે.''

''એમ ? સાચું કહે છે ?''

સાચું કહું તો આમાં પક્યાની કંઈ ભૂલ ન હતી. કોઈ કાળે તેના લગ્નપ્રસંગે સીવડાવેલો તેનો કોટ, તેલ પી પીને મૂળ રંગ ગુમાવી બેઠેલી તેની ભૂખરી ટોપી, રંગ ઊડી ગયેલું પહેરણ અને લાલ રંગની થઈ ગયેલી સફેદ ધોતી – જીવણાના આવા દીદાર જોઈને તો દસ-પંદર ડૉલરનું દાન કરવા નીકળ્યો હતો અમારો પ્રકાશ, પણ વસ્તુસ્થિતિ જુદી જ હતી. આવો મુફલિસ દેખાતો અમારો જીવણા તો ખૂબ મોટો શ્રીમંત હતો. અમારા ગામની બજારમાં તેની માલિકીની ત્રણ-ચાર માળની બે-ચાર ઇમારત હતી. ગામમાં ભરપૂર પાણીવાળી સેંકડો એકર જમીન છે. ઘરમાં જૂની તિજોરીમાં ઘણું જૂનું શુદ્ધ સોનું છે. એ ઉપરાંત કાયમનો વ્યાજવટાવનો તેનો ધંધો તો છે જ અને પ્રખ્યાત કમ્પ્યૂટર ક્ષેત્રની કંપનીના ઘણા શૅર પણ તેની પાસે છે.

જીવણા લક્ષ્મીપુત્ર અને સરસ્વતીનો શત્રુ ! અતિશય કંજૂસ. ખાવાપીવા તથા કપડાંલતા વગેરે પાછળનો ખર્ચ તેની દૃષ્ટિએ તો નકામો જ ગયો ગણાય.

જિંદગીમાં તેને ગણિતના બે જ ચિહ્ન આવડ્યાં હતાં. સરવાળો અને ગુણાકાર. બાદબાકી અને ભાગાકાર તો તે શીખ્યો જ ન હતો. કપડાં પણ જીવણા સાવ મેલાંઘેલાં અને ખૂબ ઘસાઈ ગયેલાં વર્ષો જૂનાં પહેરતો. આથી તેનો દેખાવ ગરીબ ભિખારી જેવો જ લાગતો એટલે જ બિચારો પ્રકાશ તેને જોઈને છેતરાઈ ગયો હતો.

જીવણાની બોલવાની રીત જ જુદી. તેની વાતોમાં પૈસાનું જ પ્રાધાન્ય હોય. એક વાર જરા પણ સંકોચ વગર તેણે મને પૂછ્યું, "નલિની ! તારો પગાર કેટલો ?"

મેં કહ્યું, "પાંચ હજાર."

"તારા પતિનો પગાર કેટલો ?"

"દસ હજાર."

"પાંચ વત્તા દસ એટલે પંદર હજાર. એક વર્ષના એક લાખ એંશી હજાર અને દસ વર્ષના થયા અઢાર લાખ."

"જીવણા ! સો વર્ષના થયા 'એક કરોડ એંશી લાખ.'" કંડક્ટર ભીમણાથી રહેવાયું નહીં એટલે તેણે કહ્યું. મોટાને સામો જવાબ આપવો તે બરાબર નહીં એટલે મેં ભીમણાને ચૂપ રહેવા ઇશારો કર્યો.

"પણ મેં શું ખોટું કહ્યું ? નલિની વર્ષભરમાં લખપતિ થશે તે વાત કંઈ ખોટી છે ?" જીવણાએ પોતાની વાત પકડી જ રાખી.

"એવું નહીં, જીવણા ! મહિનાનો પંદર હજાર પગાર હોય તો તેમાં ખર્ચ પણ થાય કે નહીં ? ઘરનો ખર્ચ, ખાવાપીવાનો ખર્ચ, કપડાંલતા... બધો પગાર કંઈ જમા જ થોડો રહે ?"

"નલી ! તો પછી સોમાંથી પચીસ ટકા ખર્ચના જુદા કાઢ તો પંચોતેર ટકા રહે કે નહીં ?"

"ના, જીવણ્ણા ! સામાજિક વ્યવહાર, પ્રવાસ, માંદગી-દવા વગેરે જેવા ઘણાય ખર્ચ હોય ને ?"

"આવા ખર્ચા કરતી રહી તો કરોડ રૂપિયા પગાર હશે તો તે પણ પૂરો નહીં પડે. કપડાંનો ખર્ચ તો સાવ નકામો. જલદી ફાટે એવાં લેવાનાં જ શું કામ ? ખાવાનો ખર્ચ ? તો શું રોજ પકવાન ખાવાનાં હોય ? પોતાના ખેતરમાં પાકે તે જ અનાજ માણસોએ ખાવું જોઈએ. તબિયત પણ સારી રહે અને ખર્ચ ઓછો લાગે. રોજ શાક-ભાત, રોટલી-ભાખરી વગેરે ખાવાનો ખર્ચ કેટલોક આવે ?"

આવા જીવણ્ણા સાથે શું દલીલ કરવી ? જીવણ્ણાને ગાંધીજી માટે બહુ માન. "આ સાચો, માણસ ! શરીર પર બે જ કપડાં, બકરીનું દૂધ અને ખાવામાં શિંગદાણા. કંઈ ખર્ચ જ નહીં." ગાંધીજીના અન્ય કોઈ વિચારોની કોઈ પ્રશંસા નહીં કે તે વિશે કંઈ બોલવાનું નહીં.

આવો આ જીવણ્ણા, ગાંધીભક્ત, પણ સત્ય, અહિંસા, સંયમ અને તેમની અંગ્રેજો સામેની સ્વાતંત્ર્ય માટેની અહિંસક લડત – આ બધા કરતાં તેઓની ઓછા ખર્ચાવાળી જીવનપદ્ધતિથી તે વધારે પ્રભાવિત હતો. જીવણ્ણા ગામમાંના કે સગાંવહાલાંના ઘરના કોઈના પણ લગ્નપ્રસંગે હાજર હોય જ. તેને કોઈ પૂછે કે, "જીવણ્ણા ! શેટ્ટીના દીકરા બસવણ્ણાના લગ્નમાં તને આમંત્રણ હતું ?"

"તેમાં વ્યક્તિગત આમંત્રણની શું જરૂર હોય ? તને આવ્યું હતું ને આમંત્રણ ? તેમાં સહકુટુંબ મિત્રમંડળ સાથે પધારવાનું લખ્યું હતું ને ? હું તારો ભાઈ, તારો મિત્ર ખરો ને ? એ સંબંધે આવ્યો હતો." આવી હતી જીવણ્ણાની વિચારસરણી. કોઈના પણ લગ્નમાં તે એક પૈસો પણ ભેટમાં આપતો નહીં. તે કહેતો, "માણસનું દીધું-લીધું ક્યાં સુધી રહેવાનું છે ? ઈશ્વર આપે તે જ કાયમ રહે છે. એટલે જ હું કોઈને કંઈ આપતો નથી."

જીવણ્ણાનાં ઘર અને એક ભિખારીના ઘરમાં કંઈ જ ફરક નહીં. ફાટેલી જાજમ, તૂટીફૂટી ખુરશી, કોઈ કાળે જેના પર ભરતકામ કરેલું હશે એવું મેલુંદાટ કવર ચડાવેલું લાંબું ઓશીકું અને ક્યારેક રંગરોગાનનો સ્પર્શ ન થયો હોય એવી ઘરની ભીંતો. કરોડપતિ હોવા છતાં દરરોજ કેળનાં પાન અથવા ઍલ્યુમિનિયમની થાળીમાં જ જીવણ્ણા જમે.

તેની પત્ની ખૂબ કંટાળી ગઈ છે. પહેલાં ક્યારેક તો બહુ ગુસ્સો કરતી, બહુ કકળાટ કરતી, પણ હવે તે સાવ ચૂપ થઈ ગઈ છે. મેં એક વાર તેને

પૂછ્યું, "ગુંડક્કા કાકી ! તમે આમ કઈ રીતે રહી શકો છો ?"

"કઈ રીતે એટલે શું ? બસ, રહું છું આમ જ. શરૂઆતમાં મને પણ થતું કે ક્યાંક ભાગી જાઉં. હવે તો એ ઇચ્છા પણ મરી પરવારી છે. તેમના કંજૂસપણાં સાથે જીવવાની ટેવ પડી ગઈ છે. હવે હું ફક્ત એક જ કામ કરું છું. ઈશ્વરને પ્રાર્થના કરીને માગું છું, 'હે ઈશ્વર ! તેમનું કંજૂસપણું મારામાં આવવા ન દેતો.'

"પણ કાકી ! તમે જીવણા સાથે લગ્ન જ શું કામ કર્યાં ?"

"મને પણ હવે નવાઈ લાગે છે, નલુ ! ત્યારે હું ગાંડી હતી કે મને અક્કલ ન હતી કોણ જાણે ? એ અને તેની મા એમ બે જ જણ ઘરમાં હતાં. ઘરમાં બધું અસ્તવ્યસ્ત હતું. મને કહેવામાં આવ્યું કે, "ઘરમાં ફક્ત તેની બુઢ્ઢી મા જ છે, તે બધું કેવી રીતે સંભાળી શકે ? તું જ તે ઘરમાં જઈને વ્યવસ્થિત કરજે. તું જ તો ઘરની રાણી થવાની છે ને ?"

"એવું કહ્યું હતું તમને ?"

"તો શું ? ત્યારે મને પણ બધું સાચું લાગ્યું અને મેં સગપણ કબૂલી લીધું. લગ્ન થયા પછી એમનો ખરો સ્વભાવ મને સમજાયો. પછી શું કરી શકું ? ઘરમાં પુષ્કળ સોનું અને દાગીના છે, પણ પહેરવાનાં નહીં. નવી સાડી લેવાની નહીં. કંઈ પણ નવી ચીજવસ્તુ લેવાની નહીં. તેવા ખોટા ખર્ચા કરવા કરતા તેટલા પૈસા વ્યાજે ન મૂકી દઈએ ? આવું તેમનું કહેવું છે. અમે શ્રીમંત છીએ, પણ અમારી શ્રીમંતાઈ એટલે ચૂપચાપ બૅન્કની પાસબૂકમાંની સંખ્યાના આંકડા જોવાના અને ખુશ થવાનું."

આવી આ ગુંડક્કાને સાધ્વી જ કહેવી જોઈએ ને ? તે જ આ કંજૂસ જીવણા સાથે રહી શકે છે. તેની જગ્યાએ બીજી કોઈ હોત તો ક્યારની જીવણાને છોડીને ભાગી ગઈ હોત. ગામના માણસો પણ આમ જ કહે છે.

એક વાર જીવણા નવલની રેડીમેઇડ કાપડની દુકાનમાં ગયો, "આ વળી શું ખરીદી કરવા આવ્યો હશે ?" મને નવાઈ લાગી. થોડી તપાસ કરી તો ખબર પડી કે તે બનિયન ખરીદ કરવા આવ્યો હતો અને દુકાનદાર સાથે તેનાં વાદવિવાદ ચાલુ હતા.

"પણ એવું કેમ ? બત્રીસની સાઇઝના વીસ રૂપિયા અને ચોત્રીસની સાઇઝના પણ વીસ રૂપિયા ? એવું કેમ ? ચોત્રીસની સાઇઝમાં તો કપડું વધારે હોય ને ?"

"એ કંઈ અમને ખબર નથી, અમે તો લેબલ પર લખેલો ભાવ કહીએ છીએ. લેવું હોય તો લ્યો નહીં તો ચાલતા થાઓ."

આ અમારા ઉત્તર કર્ણાટકના વેપારીઓની રીત. મારવાડી કે ગુજરાતીની દુકાનમાં ગયા હોય તો સેલ્સમૅન કહેશે, "બહેનજી, બેસો ! અરે ! મૅડમને ઠંડું પાણી આપો... પંખો ચાલુ કરો... બોલો મૅડમ, કેવી સાડી દેખાડું ? કેટલી કિંમતની દેખાડું ? હજાર ? પાંચ હજાર ?"

"નહીં, એટલી મોંઘી નહીં, એક જ સાડી લેવી છે. પાંચસોની અંદરની જોઈએ છે." આપણે જરા સંકોચથી કહીએ તો પણ કહેશે, "મૅડમ ! જોવામાં શું વાંધો છે ? ભગવાને જોવા માટે તો આંખો આપી છે ને ? અને જોવાના ક્યાં પૈસા પડે છે ?" આમ કહીને એકને બદલે સો સાડી દેખાડે અને એકને બદલે પાંચસો રૂપિયાની બે સાડી લીધા પછી ગ્રાહક હસતે મોઢે બહાર આવશે.

જીવણ્ણાએ મારી સામે જોઈને ફરિયાદ કરી, "નલુ ! બંને સાઈઝની એક જ કિંમત કહે છે, એવું તે કંઈ હોય ?"

"જીવણ્ણા ! તું શું કામ તેની ચિંતા કરે છે ? તારી જે સાઇઝ હોય તે લઈ લે ને !"

"મારું માપ બત્રીસ છે, પણ હું ચોત્રીસનું બનિયન જ લેવાનો છું." કપડું વધારે મળે એ માટે જીવણ્ણાએ મોટી સાઇઝનું બનિયન ખરીદ્યું. તેને મોટું પડતું હતું, પણ તેને તેનો કંઈ વાંધો ન હતો. એક વાર અમે બધાં કેનેરા કૅફેમાં ગયા હતાં. રસ્તામાં જીવણ્ણા મળી ગયો. મેં જ તેને અમારી સાથે આવવાનું કહ્યું. આ કંજૂસ જીવણ્ણાને કોઈ ક્યારેય બોલાવતું ન હતું એટલે મેં "હું પાર્ટી આપું છું" એમ કહ્યું એટલે જીવણ્ણા આવવા તૈયાર થઈ ગયો અને ખુશ થઈને બોલ્યો, "આપણને તો એસ.કે.ટી. મળે એટલે બસ, પણ નલુ ! તું સમજીને ? એસ.કે.ટી. એટલે ? એટલે 'સ્વીટ, ખારી અને ચા' સમજી ?"

અમે કૅફેમાં ગયાં. જીવણ્ણાએ ઑર્ડર આપવાની શરૂઆત કરી કે તરત જ વેઇટર બોલ્યો, "આજે અમે કોઈ જ ઑર્ડર લેવાના નથી. અમારા હોટલને દસ વર્ષ થયાં તેની ખુશીમાં અમારા તરફથી તમને ચા અને પેંડા મળશે."

"એમ છે ? અમે આઠ જણ છીએ, આઠ પેંડા લઈ આવજે." જીવણ્ણા તરત જ બોલ્યો.

"તમે તો ચાર જ જણ છો..."

"બીજા ચાર જણ બહાર ઊભા છે."

"બહાર ઊભેલાને પેંડા નહીં મળે. અંદર આવ્યા છે એને જ પેંડા મળશે" એમ કહી વેઇટર ચાર પેંડા લઈ આવ્યો.

જીવણ્ણાના વર્તનથી અમને બધાને શરમાવા જેવું લાગ્યું. મફત પેંડા

મળે છે એમ ખબર પડી એટલે જીવણાએ ખોટી રીતે બીજા ચાર જણની ગણતરી કરી. એક વાર મેં નક્કી કર્યું કે ગમે તેમ કરીને જીવણાને ખર્ચ કરાવવો જ છે અને એવી મેં બંડલબાજ બિંદપ્પા સાથે શરત પણ મારી. એક વખત સિનેમા જોવા જવાનું અને કંઈ પણ કરીને ટિકિટનો ખર્ચ જીવણા પાસે કરાવવો એવું નક્કી કર્યું હતું.

"જીવણા ! આજે તું અમને સિનેમા દેખાડ !"

"સિનેમામાં એવું શું જોવાનું હોય છે ? જીવન એ જ એક સિનેમા છે ને ?" તેણે છટકવાનો પ્રયત્ન કર્યો, પણ હું એ જીદે જ ચડી. છેવટે એક વાર તે તૈયાર થઈ ગયો. તો પણ એક શરત મૂકી, "નલિની ! રિક્ષાના પૈસા તારે આપવાના." મેં હા પાડી.

છેવટે એક દિવસ અમે 'મોહન થિયેટર' પર પહોંચ્યાં. ટિકિટ માટે લાંબી લાઇન હતી. અમે ગપ્પાં મારતાં લાઇનમાં ઊભાં રહ્યાં. વચ્ચેથી જીવણા કંઈક બહાનું કાઢી લાઇનમાંથી બહાર નીકળ્યો. લાઇન આગળ વધતી ગઈ. અમે ટિકિટબારી પાસે પહોંચ્યાં તો પણ જીવણા આવ્યો નહીં. છેવટે નાઇલાજ મેં ટિકિટ કઢાવી. પછી જોયું તો જીવણા થિયેટરમાં પહોંચી ગયો હતો. હું શરત હારી ગઈ હતી. બિંદપ્પા જીતી ગયો હતો.

પણ એક વાત ચોક્કસ હતી કે જીવણા માણસ તરીકે ખરાબ તો ન જ હતો. ચાડીખોર, ઈર્ષાળુ કે કોઈનું ખરાબ ઇચ્છનારો ન હતો. તેને ચિંતા ફક્ત પોતાના પૈસા બચાવવાની હતી. જીવણાને સ્ત્રીઓ વિશે એકદમ અણગમો. તેની દૃષ્ટિએ એક દીકરી જન્મી કે નુકસાન જ નુકસાન. દીકરી એટલે મોટો ખર્ચો. તેનું શિક્ષણ, લગ્ન, સુવાવડ વગેરે એક ને એક ખર્ચ ઊભા જ હોય. ઊલટું દીકરો જન્મે તો ફાયદો જ ફાયદો. દાવરી મળે અને દીકરાની કમાણી પણ મળે ને !

તેને એક દીકરો અને એક દીકરી. દીકરી મંગલા તેની મા જેવી જ એકદમ સાલસ સ્વભાવની. દીકરો કેશવ પણ સ્વભાવનો સારો. બંને ભાઈ-બહેનના સ્વભાવ તેના બાપ જેવા ન હતા, પણ દીકરાના હાથમાં કંઈ સત્તા ન હતી. કેશવ બી.કોમ. થઈને બૅન્કમાં ક્લાર્ક થયો. પિતાના કામકાજમાં તેણે કંઈ રસ લીધો નહીં અને જીવણાએ લેવા પણ ન દીધો. તે લગ્ન કરવા જેવડો થયો. તેને માટે છોકરી જોવાની તજવીજ ચાલુ થઈ ગઈ, "જેને ઘરે દીકરીઓ વધારે હોય તે ઘરની દીકરી લેવાની નહીં" આવું જીવણાનું માનવું હતું.

મેં પૂછ્યું, "એવું કેમ, જીવણા ?"

"જો તે છોકરીને પણ તેની માની જેમ દીકરીઓ જ વધારે જન્મે તો ? મેં આટલાં વર્ષ સાચવીને રાખેલી મૂડી દીકરીઓને ભણાવવા, પરણાવવા અને દાવરીમાં જ ખાલી થઈ જાય. હું તો સાવ નિર્ધન જ થઈ જાઉં ને ?"

છોકરી જોવા જાય ત્યારે જીવણ્ણા દાવરીની વાત કાઢે જ. છોકરીના બાપને તે કહેશે, "લગ્ન તમે એકાદ મંદિરમાં જ સાદાઈથી કરશો તો ચાલશે. પહેરામણીમાં અમારે કોઈ ચીજ નથી જોઈતી. સોનું-ચાંદી કંઈ નહીં જોઈએ. અમારે ઘરે બધું જ છે. તેને બદલે રોકડ નાણું જ આપજો."

"જીવણ્ણા ! પહેલા કેશવને છોકરી તો જોવા દે ! તેને પસંદ આવે તો પછી બધી આગળ વાત કરજે."

"એમાં જોવાનું શું હોય ? બધી છોકરીઓ લગભગ સરખી જ હોય. કોઈક થોડી ઊંચી તો કોઈક થોડીક નીચી, કોઈ થોડી ગોરી તો કોઈ કાળી. જીવનમાં સમાધાન તો કરવું જ પડે છે ને ? સમાધાન જ કરવાનું હોય તો પછી આવી ફાલતું વાતોને મહત્ત્વ શું આપવાનું ?"

આવી માનસિકતા ધરાવતા જીવણ્ણાને સાહિત્ય, કાવ્ય કે પ્રેમ-પ્રણય વિશે કોઈ જાતની સમજ નહીં કે એમાં રુચિ પણ નહીં કે કોઈ જાતની ભાવના પણ નહીં.

"આ મંગલીને કોઈક સારું ઠેકાણું જોઈને પરણાવી દઉં એટલે મારી જવાબદારી પૂરી. પછી તેની ઉપર કોઈ જ ખર્ચ કરવાનો નહીં રહે." દીકરા અને દીકરી માટે આવી મનોવૃત્તિ ધરાવતા જીવણ્ણા માટે વિધાતાએ કંઈક જુદું જ નક્કી કરેલું હતું.

સંપૂર્ણપણે જીવણ્ણાના કહ્યામાં રહેનારો કેશવ તેની સાથે બૅન્કમાં કામ કરતી માનસી ગાવકરના પ્રેમમાં પડ્યો. માનસી હતી કારવારની, સુખી ઘરની અને સારી રીતે ઉછરેલી હતી. જીવણ્ણાને અને તેના ઘરને જોઈને તેણે કહ્યું, "કેશવ ! આપણાં લગ્ન શક્ય નથી. આવા ઘરમાં તો હું રહી જ ન શકું. એક વાર તું કારવાર આવીને અમારું ઘર જો ! પછી મારી સાથે લગ્ન કરવાનો વિચાર કરજે."

માનસીના પિતા બૅન્કમાં ઉચ્ચ હોદ્દા પર હતા. જુદાજુદા ગામે ફર્યા હતા. માનસીની મોટી બહેન અમેરિકામાં હતી. તેના કાકા, મામા, ફઈ બધાં જ મુંબઈ, પૂના, દિલ્હી વગેરે જગ્યાએ રહેતાં હતાં. તે બધી જગ્યાએ માનસી જઈ આવી હતી. તેનો કારવારનો બંગલો સમુદ્ર નજીક હતો. આજુબાજુ સુંદર બાગ, તેની સંભાળ માટે માળી, નોકરચાકર અને રસોઈ માટે બાઈ હતી. તેના પપ્પા કપડાના શોખીન હતા. કપડાં પર તેઓ ઘણો ખર્ચ કરતાં. તેની મમ્મી

પણ દાગીના અને કપડાની ખૂબ શોખીન. બંને પતિ-પત્ની જ્યારે જુઓ ત્યારે અપટુડેટ જ હોય. આવા વાતાવરણમાં ઉછરેલી માનસીને જીવણા અને તેનું ઘર કેવા લાગ્યા હશે ? તે આપણે પણ સમજી શકીએ.

કેશવ દ્વિધામાં પડ્યો. માનસીને ગુમાવવી ન ગમે અને મા-બાપને પણ છોડી શકે નહીં. આ વાતની ખબર પડતા જીવણા તો જાણે હિરણ્યકશ્યપ થઈ ગયો. ખૂબ ગુસ્સે થઈને બોલ્યો, "અરે કેશવા ! તારા મગજમાં ભૂસું ભરાયું છે કે શું ? શું જાણીને કારવારી છોકરી સાથે લગ્ન કરવા તૈયાર થયો છે ? આપણા કુળ વિશે તું કંઈ જાણે છે ? સ્વામીના પટ્ટશિષ્યના આપણે વંશજ છીએ."

તેણે કેટલીયે ધમપછાડ કરી, પણ કેશવે જીદ છોડી નહીં. છેવટે જીવણાએ બ્રહ્માસ્ત્ર છોડ્યું, "તારી એટલી બધી જીદ છે તો કરી લે તેની સાથે લગ્ન, પણ એટલું સમજી લે કે મારી સ્થાવર-જંગમ મિલકતમાંથી એક ફૂટી કોડી પણ તને નહીં મળે, એવી વ્યવસ્થા હું કરીશ."

આ ખાસ મહત્ત્વનો મુદ્દો હતો. કરોડો રૂપિયાની સ્થાવર જંગમ મિલકત અને આ જીદ્દી જીવણા ! એક વાર કહ્યું કે નહીં આપું એટલે કંઈ જ નહીં આપે. અપાર મિલકત એક બાજુ તો સુંદર માનસી બીજી બાજુ. કેશવ એકદમ નિરાશ અને નાહિંમત થઈ ગયો. શું કરવું તે તેને સૂઝતું ન હતું. કંઈ નિર્ણય લઈ શકતો ન હતો. છેવટે માનસીએ જ રસ્તો સુઝાડ્યો, "કેશવ ! તને તારા પિતાના સ્થાવર-જંગમ મિલકતનો શું મોહ છે ? આપણે બંને નોકરી કરીએ છીએ. જોઈએ તો આપણને બૅન્કમાંથી લોન પણ મળશે. જરૂર પડશે તો પપ્પા મદદ કરશે. તું મિલકતનો મોહ છોડી દે."

પણ માનસીના પપ્પા ગાવકરસાહેબે એવી સલાહ ન આપી. તેમણે કહ્યું, "મને લાગે છે કે આપણે વકીલની સલાહ લેવી જોઈએ. વડીલોપાર્જિત મિલકત હશે તો તને મળવી જ જોઈએ અને બીજી એક વાત અત્યારે ગુસ્સામાં આવીને કંઈ પણ બોલી નાખે પણ ગમે તેમ તોયે તારા પિતા છે. કાલે સવારે તમારે ત્યાં બાળક થશે તો તે લોકો બધું ભૂલી જશે. 'મૂડી કરતાં વ્યાજ વહાલું' એવું કહ્યું છે તે સાચું જ છે. મારો પોતાનો અનુભવ છે." તેમના પણ પ્રેમલગ્ન હતા. વત્સલાબાઈ મરાઠી હતાં. તેમનો પરિચય મુંબઈમાં થયો હતો.

છેવટે કેશવે ભાગીને લગ્ન કર્યાં. આ અમારા ગામનું પહેલું ક્રાંતિકારી પગલું. મા-બાપે પસંદ કરેલ છોકરીને પસંદ કરી લેવાની અને લગ્ન કરી લેવાના એ અમારા ગામની તે વખતની સર્વસામાન્ય રીત. મા-બાપની ઇચ્છા વિરુદ્ધ લગ્ન કર્યાનો આ પહેલો દાખલો. મુંબઈમાં એ સમયમાં પણ આ ઘટના

સામાન્ય હશે, પણ અમારા ગામમાં તો આ બહુ મોટી વાત કહેવાય.

જીવણ્ણાની દૃષ્ટિએ આ તેનું બહુ મોટું અપમાન હતું, તેની મોટી હાર હતી અને તેના કરતાંય તેને મન વધારે મહત્ત્વનું તે તેને દાવરી ન મળવાથી થયેલું નુકસાન હતું. ગુંડક્કાને થોડું સારું લાગ્યું. દીકરો ઘર છોડીને ગયો તે સાચું, પણ તે પોતાનું જીવન પોતાની રીતે જીવી શકશે તેની ખુશી તેને હતી તો બીજી બાજુ બીજી નાતની છોકરી સાથે લગ્ન કર્યાં તેનું દુઃખ પણ હતું.

હવે જીવણ્ણા તેની દીકરી માટે છોકરો શોધતી વખતે કહેતો, ‘‘છોકરો વધારે ભણેલો નહીં હોય તો ચાલશે, પણ ઘર સદ્ધર હોવું જોઈએ. છોકરો સાધારણ હશે તો પણ ચાલશે. રૂપને શું કરવું ? તે કાયમ થોડું ટકવાનું છે ?’’

મંગલા પણ કેશવને પગલે ચાલી. કૉલેજના એક પ્રોફેસર સાથે તેને પ્રેમ થઈ ગયો. મુરલીધર રાવ મૂળ તો બૅંગલૂરુનો. સુશિક્ષિત, સંસ્કારી અને સુંદર. કૉલેજમાં લૉજિક શીખવાડવા આવેલ આ યુવાન લૉજિક ભૂલીને મંગલાના પ્રેમમાં પડી ગયો. જીવણ્ણાના સંતાપની કોઈ સીમા ન રહી. ‘‘તુંગભદ્રા નદીની પેલી બાજુનો છોકરો કેમ શોધ્યો ? તે લોકો રોજ ભાત જ ખાય છે, ભાખરી ખાતા જ નથી. કૉફી પીવે છે, ચા નહીં. તે લોકોને પોતાની અટક જ ન હોય. આપણી સાથે તેનું ન જામે.’’ મનમાં આવે અને જે સૂઝે તે જીવણ્ણા બોલે જ રાખતો હતો.

પણ ગુંડક્કા ભણેલોગણેલો અને સંસ્કારી જમાઈ મળ્યો તેથી ખૂબ આનંદમાં હતી. તેણે મંગલાને કહ્યું, ‘‘તારો પતિ બૅંગલૂરુનો છે એટલે તે ગુસ્સે નથી થયા, પણ ગુસ્સો તેને કૉલેજના પ્રોફેસરોના પગાર ઓછા હોય છે તેનો છે. હું તેનો સ્વભાવ જાણું ને ! તું તેના બોલવા સામે જોતી નહીં. એક શિક્ષકની પત્ની થવું તે તો સૌભાગ્ય છે. છોકરો વિદ્યાદાનનું પુણ્યકાર્ય કરે છે. સુંદર અને સુસંસ્કૃત છે. હજારો રૂપિયા દાવરી આપે તોય આવો છોકરો ન મળે. પૈસાના લોભમાં શ્રીમંતને ઘરે જઈને મારી જેવી હાલત થાય તેના કરતાં તું ખૂબ સુખી થઈશ. મારા આશીર્વાદ છે. તને આપવા માટે મારી પાસે એનાથી વધારે કંઈ જ નથી.’’ આંખમાં આંસુ સાથે ખરા દિલથી તેણે આશીર્વાદ આપ્યા.

મંગલાનાં લગ્ન તિરુપતિમાં થયાં. લગ્નમાં જીવણ્ણા પોતે તો ન ગયો, પણ પત્નીને પણ જવા ન દીધી. બંને સંતાનોનાં લગ્ન પછી જીવણ્ણા થોડો ઢીલો પડી ગયો હતો. પહેલાંની જેમ હવે તે ગપ્પાં મારતો નહીં. કોઈના લગ્નપ્રસંગે જવાનું તેણે બંધ જ કર્યું હતું. છોકરાંઓ વગરના ખાલી ઘરમાં કદાચ પહેલી વાર જ જીવનનો અર્થ શું તે વિચાર કરવાની શરૂઆત થઈ

હશે. જીવણા સાવ અબોલ જ થઈ ગયો હતો. આમ જ કેટલાંક વર્ષ નીકળી ગયાં.

કમનસીબે જીવણાને લકવાનો હુમલો આવ્યો. તેણે પથારી પકડી લીધી. અડધું અંગ ખોટું થઈ ગયું હતું. ગુંડક્કાએ ખૂબ પ્રેમથી અને સહાનુભૂતિથી તેની સેવા કરી. આટલાં વર્ષો ખૂબ સંભાળીને રાખેલા પૈસા પાણીની જેમ વપરાવા લાગ્યાં. કેશવ ત્યારે રાંચીમાં મૅનેજર તરીકે નિયુક્ત થયો હતો. માનસી ઑફિસર થઈ ગઈ હતી. તેઓ જ્યાં રહેતાં ત્યાં ખાસ સારી સ્કૂલ ન હતી. શિક્ષણ પણ ત્યાંનું સારું ન હતું અને બંને નોકરી કરતા હોવાથી છોકરાંઓ તરફ પૂરતું ધ્યાન આપી શક્યાં ન હતાં. તેથી તેઓને કારવાર માનસીના પિયરમાં રાખ્યાં હતાં. છોકરાંઓ મરાઠી અને કોંકણી બંને ભાષા સરસ રીતે શીખી ગયાં હતાં. ફક્ત કન્નડ ભાષા તેમને બોલતા આવડતી ન હતી.

મંગલા અને મુરલીધર દાવણગિરિમાં હતાં. મુરલીધર લેક્ચરરમાંથી પ્રોફેસર થઈ ગયો હતો. મંગલા હાઈસ્કૂલમાં શિક્ષિકા હતી. પિતાની તબિયતની ખબર પડતા દીકરી-જમાઈ ટૅક્સી લઈને આવ્યાં. મુરલીધરને અંદર આવતા ખૂબ સંકોચ થતો હતો એટલે તે બહાર જ ઊભો રહ્યો. જીવણાના ધ્યાનમાં તે આવ્યું એટલે તેણે ઇશારાથી તેને અંદર બોલાવ્યો. જીવણાને હવે જીવનનો ખરો અર્થ સમજાયો હતો. તેણે ખૂબ મહેનતથી જમા કરેલા અને સાચવી રાખેલા પૈસા કંઈ ઉપયોગમાં આવ્યા ન હતા, ઊલટાનું પૈસાએ તેને ખૂબ દુઃખ આપ્યું હતું. જેને માટે તેણે આ પૈસા સાચવ્યા હતા તે તો તેનાથી ખૂબ દૂર થઈ ગયો હતો. પૈસા ફક્ત કાગળ પર રહ્યા હતા. અંતઃકરણનો પ્રેમ તે ક્યારેય દેખાડી શક્યો નહીં.

મુરલીધરે કહ્યું, ‘‘સાસુમા ! અમે બંને અહીં વધારે નહીં રોકાઈ શકીએ. તમે બંને અમારે ઘરે દાવણગિરિ ચાલો. મારે મા-બાપ નથી, તમે મા-બાપની જગ્યાએ છો, તમે અમારે ત્યાં આવશો તો અમે અમારાથી બનતી તમારી સેવા કરશું.’’

એ સાંભળી જીવણાની આંખમાં આંસુ આવી ગયાં. જે જમાઈનો બૅંગલૂરુનો કહીને ઉલ્લેખ કરી તિરસ્કાર કર્યો હતો, જે જમાઈને ડગલે ને પગલે ઉતારી પાડ્યો હતો, જે જમાઈને મનથી કન્યાદાન પણ કર્યું ન હતું તે જમાઈ ગાડી લઈને બીમાર સસરાને લેવા આવ્યો હતો.

આ બીમારીની ખબર તો દીકરાને પણ આપી હતી. તે મળવા આવ્યો હતો, પણ બહુ લાંબો પ્રવાસ છે, તમને ત્યાં ફાવે કે નહીં ! માનસીના હાથની રસોઈ કદાચ તમને ન ફાવે એટલે તમે અહીં રહો તે જ તમારા માટે સારું

છે. હું મળવા આવતો રહીશ. દીકરાએ તો હાથ ઊંચા કરી દીધા હતા.

જિંદગીભર સ્ત્રીજાતિની નિંદા કરનાર અને દીકરીને બોજારૂપ ગણતો જીવણ્ણા અત્યારે દીકરીને ત્યાં જ રહેતો હતો ને દીકરી મંગલા દિલથી પ્રેમપૂર્વક તેની દરેક પ્રકારે સેવા કરતી હતી. આ બધાની સેવાને પરિણામે જીવણ્ણા લાકડી લઈને હરતોફરતો થયો હતો. પોતાનું કામ જાતે કરી શકતો હતો.

તેને મળવા હું દાવણગિરિ ગઈ હતી. આજ સુધીમાં ગુંડક્કાને મેં ક્યારેય આટલી ખુશ જોઈ ન હતી. જીવણ્ણાએ પ્રેમથી આવકાર આપ્યો, "નલિની ! મારે માટે કેટલે દૂર આવી ? અને તું પણ નોકરી કરે છે ને ? રજા લઈને આવી છે ?"

મેં પણ મશ્કરીમાં કહ્યું, "જીવણ્ણા ! બસના વીસ રૂપિયા, રિક્ષાના પચાસ રૂપિયા, ઉપરાંત બસ્સો રૂપિયા 'વિધાઉટ પે લીવના'. ટૂંકમાં બસ્સો સિત્તેર રૂપિયા ખર્ચ કરીને આવી છું."

"ભલે થયા, નલુ ! તું આટલે લાંબેથી મને મળવા આવી તે જ મહત્ત્વનું છે. બે હજાર ખર્ચ થયો હોત તો તેની પણ તારા પ્રેમ સામે શું વિસાત છે ?"

હું ચકિત થઈ ગઈ. આ શું ? અમારો જીવણ્ણા બે હજારની શું વિસાત એમ બોલે છે ? સૂર્ય પશ્ચિમમાં તો નથી ઊગ્યો ને ? કીડીઓ મેરુ પર્વત તો નથી ગળી ગઈ ને ?

"આ તું બોલે છે, જીવણ્ણા ?"

"હા, નલુ ! છેલ્લે છેલ્લે અક્કલ આવી. હું સમજતો હતો તે કરતાં જીવન જુદું છે. જીવવા માટે પૈસા જોઈએ, પણ પૈસા એ જ જીવન નથી."

"જીવણ્ણા, તું હુબલી ક્યારે આવીશ ?"

"મંગલા-મુરલીએ મારા માટે બહુ કર્યું છે, પણ મારો જીવ તો હુબલીમાં જ છે. આવતે મહિને આવીશ. ઘર વેચીને ફ્લૅટમાં રહેવું છે. બધી સ્થાવર-જંગમ મિલકતની વ્યવસ્થા કરી નાખવી છે. મારી જિંદગીનો મને હવે ભરોસો નથી. બીજું પણ એક કામ છે. તારા મામા વકીલ છે ને ? તેને મેં મળવા બોલાવ્યા છે."

"કેમ, જીવણ્ણા ?"

"મૃત્યુપત્ર લખાવવું છે. થોડું કેશવને, તેનાથી વધારે મંગલાને અને બાકીનું બધું જ છોકરીઓના અનાથ આશ્રમ માટે અને તેઓના છાત્રાલય માટે આપવું છે. અમારી મંગલા જેવી કેટલીયે દીકરીઓ આપણાં ઉત્તર કર્ણાટકમાં પૈસાના અભાવે શિક્ષણથી વંચિત રહેતી હશે, તેઓનાં શિક્ષણ માટે સગવડ થાય એ રીતે મારે પૈસા આપવા છે. મેં જિંદગીભર સાચવી રાખેલા પૈસાનો વધુમાં

વધુ સદુપયોગ થાય એ જ મારી અંતિમ ઇચ્છા છે. મુરલી અને મંગલા પણ તેમાં રાજી છે.''

''આ શું ? હું સ્વપ્નું તો નથી જોતી ને ? જીવણાને મોઢે દાનની વાતો ? અને તે પણ છોકરીઓ માટે ? આ શક્ય લાગે છે ખરું ?''

હા ! એ ખરેખર શક્ય બન્યું છે. જિંદગીની પરીક્ષામાં જીવણાને મળેલ તે બોધપાઠ છે. લકવા અને પરાવલંબીપણાએ તેને આ પાઠ શીખવ્યો હતો. આયુષ્યભરના અનુભવની ભઠ્ઠીમાં તવાઈને જીવણા શુદ્ધ સોના જેવો થઈ બહાર આવ્યો હતો.

તો પણ અમારી અનસક્કા તો તેને 'કંજૂસ જીવણા' કહ્યા સિવાય રહેશે નહીં, ખરું ને ?

❑

રસોડાની રાણી અંબક્કા

અંબક્કા કંઈ રસોયણ કે રસોઈ કરવાવાળી બાઈ ન હતી, પણ તેને મળવું હોય તો તમારે રસોડામાં જ જવું પડે. વર્ષો પહેલાં એક વાર્તામાં વાંચ્યું હતું કે એક તાંત્રિકનો જીવ એક પોપટમાં હતો એ રીતે અંબક્કાનો જીવ ચૂલામાં.

અંબક્કાના રાજ્યમાં રસોઈનાં વાસણો, કરિયાણાનો સામાન, મરી-મસાલા વગેરે બધા તેના પ્રજાજનો. અંબક્કા હંમેશાંની અન્નપૂર્ણા. સતત તે જાતજાતની ને ભાતભાતની વાનગીઓ બનાવવામાં મશગૂલ હોય. અંબક્કાના પતિ આનંદરાવ કૉલેજમાં પ્રોફેસર – અતિશય ભૂલકણા અને તે પોતાનાં કામમાં મશગૂલ. તેને પોતાના કામમાં જમવા-ખાવાનું પણ યાદ ન રહે. પેટ ભરવું તે શરીર માટે જરૂરી છે. શરીરને સક્રિય રાખવા જમવું-ખાવું અતિ આવશ્યક છે, પણ તેથી વિશેષ ખાવાનું પીવાનું તેને મન કંઈ ખાસ મહત્ત્વ નહીં. જમણ અને અન્ય ખાદ્યપદાર્થ વિશેની આ તેમની વ્યાખ્યા.

તેનાથી ઊલટું અંબક્કા શું કહે છે તે સાંભળો – ''ઈશ્વરે નિર્માણ કરેલી અદ્ભુત કલા એટલે પાકશાસ્ત્ર. આપણે પ્રેમથી મન લગાડીને રસોઈ બનાવી હોય તો સાદી લોટની ભાખરી પણ ખાવાવાળાને તે અમૃત જેવી સ્વાદિષ્ટ લાગે. કેવળ ફરજ સમજીને વેઠ ઉતારી કરેલી સ્વાદિષ્ટ મીઠી વાનગી પણ ખાવાવાળાને બેસ્વાદ લાગે.

અંબક્કાનું કહેવું કંઈ ખોટું નથી. જાપાનમાં 'ટી-સેરિમની' એટલે ચાનો સમારંભ ગોઠવાય. ત્યાંનો મૂળભૂત સિદ્ધાંત – 'તન-મનથી અને પ્રેમથી બનાવેલી ચા જ હંમેશાં ઉત્તમ હોય.' જ્યારે આ સાંભળું ત્યારે દરેક વખતે મને અંબક્કા યાદ આવે.

આનંદરાવ અને અંબક્કાનો સંવાદ કંઈક જુદો જ હોય.

"લક્ષ્મીશનાં જૈમિની કાવ્યમાં કયો રસ વર્ણવ્યો છે – કહું ?"

અંબક્કા કહેશે, "અરે ! કાલે પકવાન બનાવ્યાં તે તમને આપવાનાં જ રહી ગયાં."

"મારે તે કંઈ નથી જોઈતું. હું કહું તે જરા સાંભળ તો ખરી ! જૈમિની એટલે સુધા.."

"હા, હા ! યાદ આવ્યું, 'સુધારસ' પચવામાં એકદમ હલકો, આજે સવારે જ બનાવ્યો છે. તમે રાત્રે સૂવા જાઓ તે પહેલાં ખાઈ લેવો જોઈએ. જેટલું મોડું થાય તેટલો તેના સ્વાદમાં ફરક પડી જાય."

"કહ્યું ને ? મને અત્યારે તેમાંનું કંઈ નથી જોઈતું. કૃષ્ણ-સુદામાનું એક કવન વાંચું છું તે સાંભળ."

"તમે સુદામા કહ્યું એટલે યાદ આવ્યું. સુદામાના પૌંઆ કહે છે તે શેકેલા પૌંઆ કે આપણે લાવ્યા છીએ તે પૌંઆ ? મેં ખૂબ વિચાર કર્યો અને બાજુવાળી લીલા ગોખલેને પણ પૂછ્યું. તેણે કહ્યું 'તે બંને પ્રકારમાંથી એકે પ્રકારના પૌંઆ તે ન હતાં. મહારાષ્ટ્રમાં 'દડપે' કરીને પૌંઆ પાકે છે તે જ 'સુદામાના પૌંઆ' શ્રી કૃષ્ણની પત્ની રૂક્ષ્મણીને તેની ખબર હતી, કારણ કે તે નાગપુરની હતી ને ?"

"અંબા ! તારું આ પાકશાસ્ત્રનું પુરાણ બંધ કરીશ હવે ? તારા ભેજામાં રસોઈ સિવાય કોઈ બીજી વાત જ નથી ઘૂસતી ? હું કંઈક કહું છું તે ક્યારેક સાંભળીને સમજતાં શીખ ! ઘરમાં હું છોકરાઓને કન્નડ શીખવાડું છું. ઘરમાં જ્ઞાન મળે તેવાં કેટલાંય પુસ્તકો છે. તે સિવાય સામાજિક નવલકથા-નવલિકા પણ છે. તને કંઈ વાંચવું જ ગમતું નથી ? જ્યારે જુઓ ત્યારે રસોઈની અને તારી જાતજાતની વાનગીઓની જ વાતો ? લગ્ન વખતે તારા પિતાએ કહ્યું હતું, "મારી દીકરી કન્નડ સાથે બી.એ. થઈ છે એટલે મેં હા પાડી હતી, પણ તું તો પાકશાસ્ત્રમાં બી.એ. થઈ લાગે છે." આમ કહીને આનંદરાવ લાઇબ્રેરીમાં જતા રહે.

થોડી વાર પૂરતું અંબક્કાને દુઃખ થાય, પણ એ તો પાછી એની એ જ. ફરી પાછી રસોડામાં જઈને રાતનાં જમણમાં શું નવીન બનાવું અને પતિને ખુશ કરવાનો વિચાર કરતી રસોઈ બનાવવાની શરૂઆત કરે.

અંબક્કાની દૃષ્ટિએ 'પાકશાસ્ત્ર' એ જ સર્વસ્વ. તેનો જીવ જ તેમાં હોય. અમે બધા તેને ઘરે ખૂબ આનંદથી જતા. ઘરે મહેમાન આવે કે તેને અનહદ આનંદ થાય. બધા માટે તે ખુશીખુશી કંઈક ને કંઈક નાસ્તો બનાવે.

અંબક્કા મારા કરતાં બે-ત્રણ વર્ષ મોટી. તે મને કહે, "નલુ ! તમે

બધાં ઓચિંતા મારે ઘરે ન આવતા. એક-બે દિવસ પહેલાંથી મને કહીને આવો તો હું કંઈક સરસ વાનગી તમારે માટે બનાવી શકું."

"અંબુ ! તને કેટલી જાતની વાનગી બનાવતા આવડે છે ?"

"મારી નોટમાં ચારસો વાનગીની રીત લખેલી છે. તે બધી જ મેં બનાવી જોઈ છે."

"પણ તને સતત રસોડામાં રહેવાનો કંટાળો નથી આવતો ?"

"તને ક્યારેય લખવાનો કંટાળો આવે છે ? ઉષાને ક્યારેય કૅમેસ્ટ્રી લૅબમાં કંટાળો આવે છે ? તેવું જ આ મારું કાર્યક્ષેત્ર છે. દાળ અને ચોખા મારા મનમાં ઉત્સાહ નિર્માણ કરે છે."

"મને તો અંબક્કા ! તારા કહેવાનો અર્થ કંઈ સમજાયો નહીં."

"એમાં ન સમજાવા જેવું શું છે, નલુ ? જો આ તપેલામાં દાળ-ચોખા છે. હવે તારી કુશળતા મને દેખાડ ! આ જ દાળ-ચોખામાંથી કેટલી જુદી જુદી રીતે કેટલી જાતજાતની વાનગી બનાવી શકીએ ? તપેલામાંના દાળ-ચોખા જાણે મને આહ્વાન આપે છે અને મને પણ તે આહ્વાન પડકારવાની મજા આવે છે."

"અંબા ! મને તો આ બધું વિચિત્ર લાગે છે."

"જે સાચું છે તે જ કહું છું, નલુ ! તું પણ તેમના જેવી જ છે. તેમને પણ હું કંઈ કહું તેમાંનું તેને કંઈ સમજાતું નથી." અંબક્કાને સમયનું બિલકુલ મહત્ત્વ જ નહીં.

અમેરિકાથી પક્યા – એટલે પ્રકાશ આવ્યો હતો ત્યારે અંબક્કાને મળવા ગયો હતો. અંબક્કા તેની સહધ્યાયીની અને અમારું તેની સાથે દૂરનું સગપણ તો ખરું જ. અમેરિકાથી આવ્યા પછી સગાંવહાલાંને ઘરે જમવા જવાનું થયું હતું તેથી તેનું પેટ બરાબર ન હતું, એટલે હાલમાં તે પ્રવાહીથી જ ચલાવી લેતો હતો.

"આવ પક્યા ! બેસ" કહીને અંબક્કાએ તેને આવકાર્યો. કુશળ સમાચારની આપ-લે બાદ અંબક્કાએ પૂછ્યું, "બોલ હવે તારે માટે શું બનાવું ?"

"ના, અંબુ ! કંઈ નહીં બનાવતી. હું ફક્ત તને મળવા આવ્યો છું."

અંબક્કા કંઈ સાંભળવા તૈયાર જ ન હતી, એટલે છેવટે પ્રકાશે કંટાળીને કહ્યું, "ઠીક છે, તું ફક્ત શરબત બનાવ."

"કયું શરબત બનાવું ? લીંબુનું ? લીલાનું ? પૅશન ફ્રૂટનું કે કેરીનો પનો બનાવું ?" તેણે આખું લિસ્ટ કહી દેખાડ્યું. પક્યાને આમાંનું કંઈ સમજાયું નહીં.

"તને ગમે તે બનાવ !" કહી તે આનંદરાવ સાથે વાતો કરવા લાગ્યો.

અડધો કલાક પછી અંબક્કા બે-ત્રણ જાતના શરબત અને બે-ચાર જાતના નાસ્તા લઈને બહાર આવી. ઉનાળાના દિવસો હતા. બધું જલદી જલદી કરવાની દોડાદોડીમાં તે પસીનાથી રેબઝેબ થઈ ગઈ હતી. પ્રકાશે શરબતના એક ગ્લાસમાંથી બે-ચાર ઘૂંટડા પીધા અને ત્યાંથી નીકળી ગયો. અંબક્કાને બહુ ખરાબ લાગ્યું અને તેણે તે બોલી દેખાડ્યું, "આ પક્યાને કેટલું અભિમાન છે ? મેં આટલી જાતની વાનગી, શરબત વગેરે બનાવ્યું, પણ તે તો બે ઘૂંટડા શરબત પીને નીકળી ગયો. મારી સાથે બે શબ્દ બોલ્યો પણ નહીં. અમેરિકાની કંઈ વાતો કરી નહીં અને અહીંની કંઈ સાંભળી નહીં."

"તેણે તો બધી વાત કરી, પણ તું ક્યાં સાંભળવા હાજર હતી ? રસોડામાંથી બહાર આવે તો સાંભળે ને ? મને તો તેણે બધું કહ્યું. અત્યારથી હવે તું સમજી લે અંબા કે લોકો આપણે ઘેર ફક્ત ખાવા જ નથી આવતા. મળવા આવતા હોય છે. વાતો કરવા, સુખદુઃખની આપ-લે કરવા આવે છે."

"ઘરે આવેલાનું નાસ્તો-પાણી આપી સ્વાગત કરવું તે ગૃહસ્થ ધર્મ છે."

"હા, પણ તેમાં જ કંઈ બધું આવી નથી જતું, અંબા ! ઘરે આવેલા ને કંઈક કહેવું હશે, સાંભળવું હશે તેનો તો તું જરા પણ વિચાર જ કરતી નથી." આનંદરાવે નિરાશ થઈ કહ્યું.

ગામમાં ઓળખીતા-પાળખીતા કોઈને પણ ઘરે છોકરી જોવાનો કાર્યક્રમ હોય કે પત્યું. અંબક્કાને સંદેશો આવી જ જાય એ સમજી લો. અંબક્કાને પણ અપાર ઉત્સાહ. તે તરત જ કામે લાગી જાય અને જલદી કેટલીયે વાનગી બનાવી આપે.

બે દિવસ પહેલાં પ્રભા અને વિભાની માએ એકબીજાને કંઈ કહ્યા વગર અંબક્કાને 'મેંગો બરફી' અને ખમણ ઢોકળા બનાવવાનું કહ્યું હતું. પછી શું થયું તે વાત અંબક્કા વિસ્તારથી રસપૂર્વક કહે છે, "મને શું ખબર ? બંનેએ એક મીઠાઈ અને એક ફરસાણ બનાવી આપવાનું કહ્યું હતું. મેં બનાવેલ વાનગીમાંથી બંનેને અડધોઅડધો ભાગ આપી દીધો. પ્રભાને જોવા આવેલ લોકોએ બંને ચીજ બબ્બે વાર માગીને ખાધી. પ્રભાની માએ આ બધું અમારી પ્રભાએ જ બનાવ્યું છે તેમ કહ્યું. પ્રભા રસોઈ બહુ સરસ બનાવે છે તેમ પણ કહ્યું હતું. પછી તે છોકરો વિભાને જોવા ગયો. ત્યાં પણ તે જ 'મેંગો બરફી' અને તે જ ઢોકળા. વિભાની માએ પણ કહ્યું, "અમારી વિભા બહુ સરસ રસોઈ બનાવે છે."

"પ્રભા-વિભા ક્યારેય રસોડામાં ડોકાતાં નથી. આવું ખોટું શું કામ બોલતાં હશે ! મને તો કંઈ સમજાતું નથી." મેં કહ્યું.

"મને પણ ખબર છે, નલુ ! પણ લગ્નના બજારમાં આવું 'સફેદ જૂઠ' ચાલે જ છે ને ? મારી જ વાત જો ને, મારા પિતાએ 'હું કન્નડ સાથે બી.એ. થઈ છું' એમ કહ્યું હતું. એ ખોટું જ હતું ને ? હું ક્યાં બી.એ. થઈ છું ?"

"ઠીક છે, એ વાત જવા દે, પણ પ્રભા-વિભાની વાતમાં આગળ શું થયું ?"

"છોકરો બહુ ચાલાક છે. તેણે કહ્યું, "આ બંને ઘરની વાનગી એક જ હાથની બનેલી છે. સ્વાદ એક જ સરખો છે. તમે કોઈએ તે બનાવી નથી. કોણે બનાવી છે તે સાચું કહો."

"જીદ કરીને તેણે મારું નામ જાણે જ છૂટકો કર્યો, અને બીજે દિવસે તેનો ફોન આવ્યો."

"પણ તને શું કામ ફોન કર્યો ?"

"એ જ તો મજા છે." તેણે કહ્યું, "તમે રસોઈ ખૂબ સરસ બનાવતાં હશો. શું સરસ મીઠાઈ બનાવી હતી ! અને ઢોકળાં પણ ખૂબ સ્વાદિષ્ટ હતાં. તમારા ધ્યાનમાં કોઈ છોકરી હોય તો કહેશો. ફક્ત રસોઈ તેને તમારી જેવી આવડતી હોવી જોઈએ."

"પછી તેં શું જવાબ આપ્યો, અંબક્કા ?"

"શું કહું ? મારા મામાની એક દીકરી લગ્ન કરવા જેવડી છે. તેને કેવી અને કેટલી રસોઈ આવડે છે તે મને ખબર નથી. મારા મામાને મળવું હોય તો મળીને વાત કરી જુઓ."

"પણ તે છોકરાને રસોઈનું શું એટલું મહત્ત્વ છે ?"

"તે છોકરાની નોકરી ન્યૂઝીલૅન્ડમાં છે એટલે તે ત્યાં રહે છે અને ત્યાં પણ ગામને છેવાડે. એટલે દૂર કે ત્યાં આપણા કોઈ ભારતીય ન મળે. કહેતો હતો કે, "હાથે રસોઈ બનાવી બનાવીને કંટાળી ગયો છું. ત્યાં ભારતીય હોટલ એક પણ નથી." એટલે તેની એક જ શરત હતી, 'છોકરી ગ્રેજ્યુએટ હોવી જોઈએ અને ખાસ તો રસોઈમાં કુશળ હોવી જોઈએ.'

"પછી આગળ શું થયું ?"

"મામાની વનિતા તેને ગમી. છોકરાએ પહેલેથી જ સ્પષ્ટતા કરી હતી કે લગ્ન છ મહિના પછી કરવા અને ત્યાં સુધીમાં વનિતાએ મારી પાસેથી બધી રસોઈ શીખી લેવાની. છેલ્લા કેટલાક દિવસથી વનિતા મારી પાસે રસોઈ શીખવા આવે છે."

"વનિતા આટલે દૂર પરદેશ જવા તૈયાર થઈ ખરી ?"

"એમાં તૈયાર ન થવા જેવું શું છે ? એટલે દૂર સાસરાવાળા કોઈ

સગાંવહાલાં તકલીફ આપવા આવે નહીં. આજકાલ તો લોકો અમરનાથ જતા હોય તેમ અમેરિકા જાય છે. મારા એ સતત કહ્યા કરે છે કે, "રસોઈ બનાવવામાં એવી કઈ મોટી કુશળતા જોઈએ ? પણ વનિતાની વાતથી રસોઈનું મહત્ત્વ સમજાય છે ને ?"

અંબક્કા જાતજાતની રસોઈ બનાવે છે. અનેક વાનગી તેને બનાવતા આવડે છે અને બનાવતા સમય પણ તેને ઓછો લાગે છે. થોડા દિવસ પહેલાં સૌદામિનીના દીકરાનો જન્મદિવસ હતો. બુંદી લાડુ અને કંઈક ફરસાણ બનાવવાનું નક્કી કર્યું હતું અને રસોઈ કરવા માટે કૃષ્ણપ્પાને કહી દીધું હતું, પણ અચાનક કૃષ્ણપ્પા પડી ગયો અને તેના હાથમાં ફ્રેક્ચર થયું. છેલ્લી ઘડીએ કરવું શું ? સૌદામિનીને તો રડવું આવી ગયું. લગ્નની મોસમ હતી એટલે રસોઈ કરવા માટે બીજું કોઈ મળે તેમ પણ ન હતું. ખબર પડતા જ અંબક્કા સામે ચાલીને પોતે સૌદામિનીને ઘરે ગઈ.

"અરે સૌદામિની ! હું તારી બહેનપણી નથી ? મને પહેલેથી કેમ ન કહ્યું ? ઠીક છે. જવા દે તે વાત અને ચિંતા કરવાનું છોડી દે. બધું સમયસર થઈ જશે. મને મદદ કરવા મારા હાથ નીચે કોઈક જોઈશે. તું કોઈકને બોલાવી લે. નલિનીને મદદ કરવા બોલાવીશ તો પણ ચાલશે."

"અંબક્કા, તું કંઈ રસોયણ નથી, તું તો મારી બહેનપણી છે. નલી પણ મારી બહેનપણી છે. તમારી પાસે આટલા માણસોની રસોઈ કેવી રીતે કરાવું ? તેના કરતાં 'પ્રકાશ કેફે'માં ઑર્ડર આપી દઈશ."

"આવું કેમ વિચારે છે, સૌદામિની ? ઘરનું કામ હોય તો આપણે બધા સાથે મળીને નથી કરી નાખતા ? તને યાદ છે ? કૉલેજમાં પાર્ટી થતી ત્યારે આપણે બધા સાથે મળીને જ કામકાજ, રસોઈ વગેરે કરતા ને ? અમે ઘરના જ છીએ ને ? જુદા જુદા ઘરમાં રહીએ છીએ તો શું થઈ ગયું ? આપણે બધા એક જ છીએ ?"

આ અમારા ઉત્તર કર્ણાટકની વિશિષ્ટતા, તકલીફમાં બધાં ભેગાં થઈ જાય. જુદા જુદા કુટુંબમાં રહેતા હોય કે અંદરઅંદર થોડું કંઈ મનદુ:ખ હોય તો પણ સારા-ખરાબ પ્રસંગે બધા મદદ કરવા તૈયાર જ હોય. ભાવના સારી હોય તો એકબીજા સાથે પ્રેમ જળવાઈ રહે ખરું ને ?"

ટૂંકમાં કહું તો અંબક્કાની આગેવાની નીચે અમે બધાએ પાર્ટીની તૈયારી કરી. અંબક્કાની ઝડપ 'પી.ટી. ઉષા'ની બરોબરી કરે તેવી હતી. ઉપરનું કામ સંભાળવાની જવાબદારી મારી હતી. ઝડપથી કામ કરતી અંબક્કાને જે જોઈએ તે વસ્તુ, સામાન વગેરે આપવા લેવાનું કામ મારું હતું. અંબક્કાની કામ કરવાની

ઝડપ અને કૌશલ્ય ત્યારે મેં નજીકથી જોયાં અને તે જોઈને હું તો અવાક્ જ થઈ ગઈ.

પાર્ટી પતી ગઈ. પાર્ટીમાં આવેલ બધાં લાડુ અને ફરસાણના ખૂબ વખાણ કરતાં હતાં. સૌદામિની પણ દરેકને અંબક્કા વિશે કહીને તેનો ઉપકાર માનતી હતી. જયણ્ણા એકદમ વ્યવહારુ માણસ, તેણે તો તરત જ સૂચન કર્યું કે, "અંબક્કા ! આટલી સરસ રસોઈ બનાવે છે તો આપણા ગામમાં પાકશાસ્ત્રના ક્લાસ કેમ શરૂ કરતી નથી ? કેટલીયે સ્ત્રીઓ અને છોકરીઓ આવશે તારી પાસે શીખવા. દરેક જણ પાસેથી સો રૂપિયા ફી લેજે. નામ અને દામ બંને મળશે." જયણ્ણા તો અંબક્કાની પાછળ જ લાગી ગયો અને અમારા ગામમાં 'અન્નપૂર્ણા કુકિંગ ક્લાસ'ની સ્થાપના થઈ.

અંબક્કાની પહેલી બેચમાં પંદર સ્ત્રીઓ દાખલ થઈ. દરેકને જુદી જુદી વાનગી શીખવી હતી. કોઈ ભાજી, ભાત અને ભાખરી શીખવા તો આવ્યું ન હતું. ઊલટાના બધા જાતજાતનાં સૂચન અને જાતજાતની માગણી કરતાં હતાં. રાધિકાએ કહ્યું, "મારે એગલેસ કેક શીખવી છે. મારી સાસુને બહુ ભાવે છે. મને આવડતી નથી એટલે તે ગુસ્સે થાય છે."

"મને નૉર્થ ઇન્ડિયન વાનગી શીખવાડ, મારાં છોકરાઓ રોજ તે વાનગી ખાવા હોટલમાં જાય છે."

"મારા પતિને તો એકદમ પહેલાના જમાનામાં બનતી તેવી વાનગી જે તેની મા બનાવતા તે બહુ ભાવે છે. મને તો તેના નામ પણ ખબર નથી. 'શાહી પાયસ અને આંબાનો સાર' જેવી વાનગીઓના સ્વાદ યાદ કરીને તેનાં વખાણ કર્યા કરે છે અને મને નથી આવડતી તે માટે મારા પર ગુસ્સો કાઢે છે. મારી સાસુબાઈ પણ આ દુનિયામાં નથી તો કોની પાસેથી શીખું ?"

અંબક્કાએ કોને શું શું શીખવાડ્યું તેની તો મને ખબર નથી, પણ એક જ મહિનામાં તેના કુકિંગ ક્લાસ બંધ થઈ ગયા. આ સાંભળીને તરત જ અનસક્કા બોલી, "જયણ્ણાનું સાંભળીને ક્લાસ શરૂ કર્યા પછી શું થાય ? બંધ જ થઈ જાય ને ? જયણ્ણાની દુકાનની જેમ."

પછી એક વાર આનંદરાવ મળી ગયા. મેં તેમને પૂછ્યું, "શું કહે છે અંબક્કાના ક્લાસીઝ ?" "અંબક્કાના ક્લાસીઝ વિશે પૂછે છે, નલુ ? તો સાંભળ તેના ક્લાસને લીધે મને પાંચ હજારનો ફટકો પડ્યો."

"પણ આનંદરાવ, એવું કેમ ? અને કઈ રીતે ?"

"ક્લાસમાં આવવાવાળાને જે જે શીખવું હતું તે તે લોકોએ કહ્યું : "અંબુ એગલેસ કેક, ઉત્તર ભારતની વાનગીઓ અને આંબાની ચાર પેઢી

પહેલાં બનતી વાનગીઓ શીખવી છે.'' બધાને તે શીખવાડ્યું અને એટલું શીખવાડ્યા પછી ક્લાસ બંધ થઈ ગયા. કરિયાણું અને અન્ય વસ્તુઓનું બિલ આવ્યું છ હજાર રૂપિયા અને ફીની આવક થઈ એક હજાર રૂપિયા એટલે મને નુકસાન થયું પાંચ હજાર રૂપિયા.''

પણ અંબક્કાનો દૃષ્ટિકોણ જુદો હતો.

''નલુ ! તું જ કહે, કોઈ પણ ચીજ સાવ થોડી કઈ રીતે બનાવાય ? મને તો એ ન ફાવે. ક્લાસમાં આવે તે બધાને ટેસ્ટ કરવા તો આપવું જ પડે ને ? દસ જણને પૂરું તો થવું જોઈએ ને ? બધા કેટલા ખુશ થયા ખબર છે ? પદ્મજા અને પ્રમિલાએ તો ક્લાસ છોડીને જતી વખતે મને પ્રેમથી ઇરકલ સાડી આપી. મારા ઘરમાં મારા પતિને આ બધું ન ગમ્યું, પણ મને તો ખૂબ આનંદ આવ્યો.''

આ અમારી અંબક્કાનું તર્કશાસ્ત્ર ! તેને શું જવાબ આપું ? ફક્ત હસવાનું જ ને ? ક્લાસ ચલાવવા એ પણ એક કલા છે અને પૈસા કેમ મેળવવા તે માટે આવડત જોઈએ. આ બંને કલાનો સંગમ એટલે સુપ્રસિદ્ધ પાકશાસ્ત્રી 'તરલા દલાલ.' તે ક્લાસ પણ ચલાવે છે, પાકશાસ્ત્ર અને જાતજાતની વાનગીઓ વિશે પુસ્તકો પ્રસિદ્ધ કરી ચિક્કાર પૈસા પણ કમાય છે, પણ અમારી અંબક્કામાં તે વ્યવહારુ આવડત જ નથી.

બે દિવસ પહેલાં અમારા ગામમાં રજનીના ઘરે બહુ ધમાલ થઈ ગઈ. તેના વરે ગુસ્સે થઈ તેને ઘરમાંથી કાઢી મૂકી હતી, કારણ કે રજનીને રસોઈ કરવી જ ન ગમે. વાંચનનો તેને અતિશય શોખ હતો. ગામની લાઇબ્રેરીનાં બધાં જ પુસ્તકો તેણે વાંચી નાખ્યાં હશે. પતિ ઘરે આવે ત્યારે કંઈ રસોઈ બની જ ન હોય. એકાદ બે દિવસની વાત હોય તો પતિ ચલાવી લે, પણ રોજ જ આમ બને તે ક્યાં સુધી ચાલે ? એટલે એ લોકોના ઘરમાં રોજનો ઝઘડો ચાલતો હોય. માણસ આખો દિવસ મહેનત કરે છે તે શેને માટે ? પેટ માટે જ ને ?

અચાનક અંબક્કાને ટાઇફોઇડ થયો. તે તો સાવ પથારીવશ થઈ ગઈ હતી અને તેથી તેનું રસોડું અનાથ થઈ ગયું હતું. આનંદરાવને તો કંઈ જ આવડે નહીં. પહેલા બે દિવસ ઉડિપી હોટલમાંથી જમવાનો ડબ્બો મંગાવ્યો. તેમાં ભરપૂર તેલ, પુષ્કળ કોપરું અને ખૂબ મસાલો. ત્રીજે દિવસે આનંદરાવે ડબ્બાની ના પાડી દીધી. પછી બસ્સપ્પાની વીશીમાંથી ડબ્બો આવ્યો. બે દિવસ સારું લાગ્યું, પણ તે એટલું બધું તીખું હતું કે તે તીખાશથી ગભરાઈને આનંદરાવે એ પણ બંધ કરી દીધું. પછી અયંગર બૅકરીમાંથી પાંઉ, મસાલા બન વગેરે ચીજ ઘરમાં આવવા લાગી.

આ રીતે દર બે દિવસે જમવાનું બદલાવા લાગ્યું અને દસ દિવસમાં તો અંબક્કા કરતાં તો પોતે બીમાર છે અને અશક્ત થઈ ગયો છે એવું આનંદરાવને લાગવા માંડ્યું. હવે મારે જાતે જ કંઈક બનાવી લેવું પડશે એમ વિચારીને રસોડામાં દાખલ થયા.

અમારા ઉત્તર કર્ણાટકમાં પુરુષ રસોડામાં આવે એટલે સૂર્ય પશ્ચિમમાં ઊગ્યો તેમ સમજવું. અંહીંની બધી માઓ પોતાના દીકરાઓને ક્યારેય રસોડાનું કામ ચીંધે જ નહીં એટલે તે બધાને રસોડામાં કામ કરવામાં હીણપત લાગે. આજના જમાનામાં અમેરિકામાં નોકરી કરતા છોકરાઓ રસોડામાં પત્નીને મદદ કરે છે અને બાળકોના ડાયપર પણ બદલાવે છે.

ઉત્તર કર્ણાટકના આવા વાતાવરણમાં ઉછરેલ આનંદરાવે પહેલી વાર રસોડામાં પગ મૂક્યો ત્યારે તેની સ્થિતિ ચંદ્ર પર ઊતરેલ માનવ જેવી થઈ હતી. ત્યાંની દરેક વસ્તુ તેને માટે અપરિચિત હતી. સ્ટવ પેટાવતા પણ તેને આવડતું ન હતું. તો પણ હોટલનું ખાવા કરતાં તો જાતે જ કંઈક બનાવીને ખાવું સારું એવો તેણે વિચાર કર્યો. તેણે બનાવેલ ભાત ગામના રખડતા કૂતરાંઓએ પણ ન ખાધો અને દાળ પણ મોરીમાં જ નાખી દેવી પડી. તે ભૂખથી આકુળવ્યાકુળ થઈ ગયા હતા.

કેટલોય પ્રખર બુદ્ધિમાન હોય કે કેટલુંય ભણેલ હોય પણ બે વખતના અન્ન માટે તેનો જીવ પણ ટળવળે જ. આનંદરાવને પોતે કરેલ અંબક્કાનો અનાદર યાદ આવ્યો. દિવસમાં ત્રણ-ત્રણ વખત સ્વાદિષ્ટ પદાર્થ બનાવી ખવડાવતી અંબક્કાની આ પાકશાસ્ત્રની કલાને પોતે ઊતરતા દરજ્જાને ગણતો રહ્યો તે વિશે તેને ખૂબ પસ્તાવો થયો. આખી રાત સક્કરપારા અને ચેવડો, ખજૂરની પોળી અને ગળ્યા પકવાન, મસાલા ઢોંસા અને ઇડલી તથા કેરીભાત જેવી વાનગીઓ નજર સામે તરતી રહી.

અંબક્કા જલદી સાજી થઈ જાય તે માટે આનંદરાવે અનેક દેવની માનતા માની. બીમાર અંબક્કા કરતાં તો આનંદરાવની જીભનો સ્વાદ જાણે જતો રહ્યો હતો. ગૃહિણીને અન્નપૂર્ણા કેમ કહે છે તે તેને હવે સમજાયું હતું. આનંદરાવનો સ્વભાવ અંબક્કાની બીમારી પછી બદલાયો હતો. તેણે અંબક્કાને ટોકવાનું બંધ કરી દીધું હતું. ઊલટાનું, "અંબા ! આજે સૂપ મસ્ત બન્યો છે હોં ! મેથીની પાતલભાજી કેટલા દિવસથી નથી બની નહીં ? વગેરે બોલીને અંબાએ બનાવેલ રસોઈના વખાણ કરે છે અને અંબક્કાને નાના મોટા કામમાં મદદ પણ કરે છે. પાકકલા એક અદ્ભુત કલા છે તે અન્ય કોઈ પણ કલા કરતાં ઊતરતા દરજ્જાની નથી તે તેને પૂર્ણપણે પૂરેપૂરું સમજાઈ ગયું હતું."

બે દિવસ પહેલાં મુશળધાર વરસાદ પડતો હતો. ઘરમાં કોઈ ન હતું. કામ માટે મારે તાબડતોબ બૅંગલૂરુ જવાનું થયું. કામની ધમાલમાં રસોઈ બનાવવાનો સમય જ ન મળ્યો. હું સામાન બાંધવાની ધમાલમાં હતી ત્યાં અચાનક અંબક્કા ઘરે આવી.

"નલુ ! રાતના જમવાનું શું કરવાની છે ?"

"જોઉં છું કંઈ પણ કરીશ. મને સમય જ નથી. એક દિવસ ન જમીએ તો શું બગડી જવાનું છે ? મારે હજી બીજાં પણ કામ પતાવવાનાં બાકી છે."

તેની સાથે વધારે વાત કર્યા વગર ફરીથી હું મારા કામે લાગી.

સ્ટેશન પર જઈને હું મારી રિઝર્વ સીટ પર બેઠી. બહારથી અંબક્કાનો અવાજ આવ્યો, "નલુ ! નલુ..."

મેં બારીમાંથી બહાર જોયું. અંબક્કા કહી રહી હતી, "નલુ ! આ ડબો લઈ લે, રોટલી-શાક અને બીજું થોડું ખાવાનું પણ છે. બહારગામ જાય છે અને તું ભૂખી જાય તે મને ગમે નહીં. કામની ધમાલ તો કાયમની છે. પેટની કાળજી પણ લેવી જોઈએ ને ? તબિયત સારી હશે તો બાકી બધું બરાબર થઈ જ રહે."

તે થાકેલી દેખાતી હતી. વરસાદને લીધે કપડાં પણ ભીંજાઈ ગયાં હતાં. ઉતાવળમાં ઘરમાં પહેરેલી સાડી પણ બદલી નહોતી. ખૂબ ઉતાવળ કરી વરની પાછળ લાગી. સ્કૂટર બહાર કઢાવ્યું. હું ભૂખી ન રહું એ માટે આટલા વરસાદમાં દોડીને મને ડબો પહોંચાડવા આવેલી અંબક્કાને હું શું કહું ? 'થેન્ક્સ, ધન્યવાદ !" આવા પોકળ શબ્દો અમારા ઉત્તર કર્ણાટકમાં વાપરવાની રીત નથી. ફક્ત નજરથી કૃતજ્ઞતા વ્યક્ત કરી મેં તેના હાથમાંનો ડબો લઈ લીધો.

હું તો અંબક્કાને અન્નપૂર્ણા કહું છું તે આજ માટે. ફક્ત રસોઈ બનાવવી તે જ મહત્ત્વનું નથી. માની જેમ પ્રેમાળ હૃદયથી ખવડાવવાની શક્તિ તો મારી મા પછી મેં અંબક્કામાં જ અનુભવી છે

❐

કર્કશા તારાબાઈ

તારાબાઈ. આમ જોવા જાઓ તો સાધારણ સ્ત્રીઓ જેવી જ દેખાય. કોઈનું ધ્યાન ખેંચાય એવી ખાસ વ્યક્તિ તો તે હતી નહીં, પણ એક વાર જો તેણે મોઢું ખોલ્યું તો પતી ગયું. તેને આ દુનિયામાં જન્મ આપી મોકલનાર ભગવાન પણ જો પ્રત્યક્ષ આવીને ઊભો રહે તો તેને માટે પણ તારાનું મોઢું બંધ કરવાનું કામ અશક્ય.

તારાબાઈનો અસામાન્ય ગુણ એટલે ઝઘડો-ટંટો. અને એ માટે જો કોઈ એકાદ ડિગ્રી હોય તો ચોક્કસ તેમાં તેને પહેલો નંબર મળ્યો હોય. ઝઘડો કરવા માટે તેને કોઈ પ્રસંગ કે પ્રયોજનની જરૂર જ નહીં. અમારા જેવા નરમ સ્વભાવના માણસો તો કોઈની સાથે સાધારણ બોલાચાલીમાં અવાજ જરા ઊંચો જાય તોપણ ગભરાઈ જઈએ અને તરત જ પીછેહઠ કરી લેવી પડે. એ સિવાય ઝઘડો પતી ગયા પછી પણ કેટલાએ દિવસ સુધી એ યાદ આવે તો પણ એટલો જીવ બળ્યા કરે. એટલે અમે તો શક્ય હોય ત્યાં સુધી નાના એવા ઝઘડાથી પણ દૂર રહેવાનો પ્રયત્ન કરીએ.

પણ તારાબાઈનું તો 'આવ બલા પકડ ગલા' જેવું. કોઈની પણ સામે ઝઘડો કરવા માટે તેને ખાસ કોઈ કારણની જરૂર નહીં. નહીં જેવી વાતમાં પણ તે રણમેદાનમાં ઊતરી પડે અને ત્યારે તેનું વ્યક્તિત્વ જ બદલાઈ જાય. એકાદ અદશ્ય શક્તિ જાણે તેનાં શરીરમાં પ્રવેશી જાય અને તેનો લડાયક ઉત્સાહ બેગણો થઈ જાય. સામા પક્ષને અપમાનિત કરવામાં કોઈની પણ સાથે તે વ્યક્તિની સરખામણી કરીને કે જરૂર પડે ત્યારે પૂર્વે બની ગયેલ કોઈ ઘટના ફરી ઉખેડીને સામી વ્યક્તિને કેમ નીચે પાડવી તે તો તારાબાઈનો ડાબા હાથનો ખેલ. તેમાં જો કોઈ વચ્ચે પડ્યું તો તેનું પણ આવી જ બન્યું સમજો.

આવા વખતે તેની સામે ભલભલા નિષ્ણાત કાયદાશાસ્ત્રી પણ ટકી શકે નહીં. તારાબાઈનો શબ્દકોશ જ જુદા પ્રકારનો છે.

ઝઘડો પતી જાય એટલે અચાનક કમોસમી વરસાદ પડી ગયા પછી જેમ તેની સાથે બધો કચરો વહી જાય અને આજુબાજુનો વિસ્તાર જેમ સ્વચ્છ થઈ જાય અને થોડી વાર પહેલા વરસી ગયેલા વાદળની કોઈ નિશાની પણ ન રહે તેમ તેનું મગજ ફરીથી શાંત થઈ જાય.

તારાબાઈને તેનાં પિયરિયાં સાથે ઝઘડો અને સાસરિયાં સાથે પણ ઝઘડો. તેને માટે ગામના લોકો એક નવો વાક્યપ્રયોગ વાપરે છે, "બકરીએ જેમાં મોઢું ન નાખ્યું હોય તેવો કોઈ પાલો નહીં અને તારાબાઈ ન ઝઘડી હોય તેવી ગામમાં કોઈ વ્યક્તિ નહીં."

તારાનાં પિયરિયાં ગરીબ છે, તેના પિતા રેલવેમાં ગુડ્ઝ ક્લાર્ક છે અને ઘર ભરાઈ જાય એટલાં છોકરાં છે. તારા ભણવામાં ખૂબ હોશિયાર હતી. કૉલેજમાં જવું, ખૂબ ભણવું અને ડૉક્ટર બનવું, એવી તેની ઇચ્છા હતી, પણ ઘરની પરિસ્થિતિ અને વાતાવરણ તેની તદ્દન વિરુદ્ધનું. ઘરમાં કેટલાં ભાંડરડાં ! આમાં તેની ઇચ્છા ક્યાંથી પૂરી થાય ?

એક બહેન પરણેલી છે. એક બહેન હજી શાળામાં ભણે છે અને બીજા ત્રણ-ચાર નાના ભાઈઓ છે એટલે તેનાં પિતાએ નક્કી કર્યું કે તારાને આગળ ભણાવવાનું શક્ય જ નથી. પહેલા દીકરાને ભણાવવાના હોય. દીકરીને ભણાવવાનો વિચાર તો પછીથી કરવાનો હોય. દીકરા ભણીગણીને નોકરી ધંધે લાગે તો ઘરમાં મદદરૂપ થાય. તારાની માનું તો ઘરમાં કંઈ ચલણ જ નહીં. એ તો બિચારી સગર્ભાવસ્થા અને સુંવાવડમાંથી જ ઊંચી આવી ન હતી.

છોકરાં કરતાં વધારે ટકા મેળવનારી, ખૂબ હોશિયાર, તારાનું શિક્ષણ તેના પિતાએ મૅટ્રિક પછી અટકાવી દીધું. તે અસંતોષ હજી પણ તેના મનમાં ધરબાઈને પડેલો છે. જ્યારે પણ મા-બાપ સાથે ઝઘડો થાય તો તે અચૂક સંભળાવે કે "તમને મારા કરતાં રંગણણાનું જ મહત્ત્વ વધારે છે નહીં ? ભણવામાં તે તો સાવ 'ઢ' હતો તો પણ તમે તેને ગમે તેમ કરી ડિપ્લોમા કોર્સ કરાવ્યો અને મારી ઉચ્ચ ડિગ્રી મેળવવાની શક્તિ હોવા છતાં તમે મને ભણાવી નહીં."

તારાને પોતાની હોશિયારી અને હિંમતમાં પહેલેથી ખૂબ વિશ્વાસ હતો. તેને ભણીગણીને કંઈક બનવું હતું. જિંદગીમાં ખૂબ આગળ વધવું હતું, પણ ગરીબી અને એક સ્ત્રી હોવાને લીધે તેને કોઈ તક જ ન મળી. પોતે જિંદગીમાં કંઈ કરી શકી નહીં તે ભાવના તેને આજ સુધી અંદર અને અંદરથી કોરી ખાતી હતી અને તેનું જ વિકૃત પરિવર્તન કલહના રૂપમાં થયું.

મોટી બહેનનાં લગ્ન નક્કી થયાં. છોકરો બી.એ. ભણેલો હતો. લગ્ન થયાં ત્યારે પોસ્ટ ઑફિસમાં કારકુન હતો. પછીથી એક્સટર્નલ એમ.એ. કરી કૉલેજમાં લેક્ચરર થયો. હવે તારાના લગ્નની તૈયારી ચાલતી હતી. તારા પોતે તો વધારે ભણી શકી ન હતી, પણ પોતાનો ભાવિ પતિ ખૂબ ભણેલો અને બુદ્ધિશાળી હોય તેવી તેની અપેક્ષા હતી.

તે હોશિયાર હતી તે ખરું, પણ તેને વાસ્તવિકતાનું બિલકુલ ભાન ન હતું. ગરીબાઈને લીધે તેનું શિક્ષણ પણ તેના પિતાથી પૂરું કરાવવાનું બન્યું ન હતું તો તે તારા માટે ભણેલો અને હોશિયાર છોકરો ક્યાંથી શોધે ? અને તેવો છોકરો મળે તો પણ તેની યોગ્યતા પ્રમાણે દહેજ આપવાનું એના ગરીબ બાપનું ગજું હતું ? અને એવો છોકરો સાધારણ દેખાવની તારાને સ્વીકારવા તૈયાર પણ કેમ થાય ?

અમારા સમાજમાં કુંવારા છોકરા અને કુંવારી છોકરીને એકબીજાને જોવા-જાણવાનું અને મળવાનું સ્થળ એટલે કોઈકનાં લગ્ન ! એટલે ખાસ વાતચીત કર્યા વગર ફક્ત એકબીજાને જોઈને તારાની બુદ્ધિમતાની છોકરાને કેવી રીતે ખબર પડે ?

ઘરમાં સતત ગુસ્સામાં અને અસંતોષની તાણમાં જ રહેતી તારા સમય પસાર કરવા હિન્દી શીખી, ભરતકામ અને સ્વેટર ગૂંથવાનું શીખી, પણ પછી તે બનાવવા માટે ઊન, દોરા વગેરે જોઈએ અને તે માટે પૈસા જોઈએ તો તે કાઢવા ક્યાંથી ? એટલે બહેનપણીઓની સાડી મફતમાં ભરી આપે, પેઇન્ટ કરી આપે, પણ તે બધું કરતાં કરતાં, "હું આવી સાડી લઈ શકતી નથી" એવી ભાવના મનમાં ઊઠે એટલે પછી મા ઉપર ભડકીને ગુસ્સો ઠાલવે.

ગુસ્સો જ્યારે એકદમ ભભૂકી ઊઠે ત્યારે મા-બાપને સવાલ કરતી, "મને તમે જન્મ જ શા માટે આપ્યો ? મને ઉછેરવાની કે ભણાવવા-ગણાવવાની તાકાત કે લાયકાત ન હતી તો જન્મતાવેંત જ મને ગળું દાબીને મારી કેમ ન નાખી ?" તેનાં મા-બાપને તેનું આવું વર્તન કંઈ સમજાતું ન હતું. તેનાં બીજાં ભાંડરડાં પણ એ જ ગરીબીમાં ઉછરતાં હતાં ને ? તો તેઓ કોઈ આવો ઉકળાટ કે ગુસ્સો ક્યારેય કરતાં ન હતાં ? તેનાં ભાંડરડાં પણ તારાનો ગુસ્સો જોઈ ગભરાઈ જતાં હતાં. આને માટે કારણભૂત છે તારાની અતૃપ્ત ઇચ્છા અને તેનાં અધૂરાં રહેલાં સપનાં. તેનાં મા-બાપ ક્યારેય આ વાત સમજી શક્યાં ન હતાં અને સમજ્યાં હોય તો પણ તે લોકો શું કરી શકવાનાં હતાં ?"

તારાનાં લગ્ન પણ નક્કી થતાં ન હતાં અને તેની રોજની કટકટ અને ઝઘડાથી ઘરનાં બધાં કંટાળી ગયાં હતાં. છેવટે શ્યામરાવ કરીને એક છોકરો

તારા માટે મળ્યો. તે પણ તારાના પિતાની જેમ ગુડ્ઝ ક્લાર્ક હતો. ઘરમાં બધાં ખુશ થયાં.

"છોકરો એકદમ ફર્સ્ટક્લાસ છે. કુટુંબ પણ ખાનદાન છે. ઘરમાં સાસુ-સસરા બે જ છે. નાનો દેર શાળામાં ભણે છે. છોકરાની રેલવેની સારી નોકરી છે. રેલવેનો ફ્રી પાસ મળે છે. તારાનું નસીબ સારું છે. મોડું થયું, પણ ઘરબાર બધું સારું મળ્યું." બધાનું આવું બોલવું સાંભળી તારા તો ગુસ્સાથી લાલપીળી થઈ ગઈ.

"મારે લગ્ન જ નથી કરવાં એ છોકરા સાથે. મૅટ્રિક પાસ, તે પણ થર્ડક્લાસમાં. શિક્ષણ ખાસ કંઈ નહીં અને નોકરી ? તો રેલવે ક્લાર્કની ? તેણે ચોખ્ખેચોખ્ખું અને વિસ્તારપૂર્વક સંભળાવી દીધું. તેનાં સપનાના રાજકુમારનો તો નોકર લાગ્યો તેને આ શામળો શ્યામરાવ.

સંસારના ભારથી થાકી ગયેલ તેના પિતાએ છેવટે કંટાળીને કહ્યું, "જો તારી ! મેં મારી લાયકાત અને શક્તિ પ્રમાણે છોકરો શોધ્યો છે. તારાં નસીબ સારાં હશે તો આ જ છોકરો કાલે સવારે લાખોપતિ થશે. ઉષાનો વર પણ પહેલા પોસ્ટઑફિસમાં જ નોકરી કરતો હતો ને ? હવે કૉલેજમાં લેક્ચરર થયો કે નહીં ? સ્ત્રીના નસીબ અને તેના પુણ્ય પર જ પુરુષના ભાગ્યના ઉદયનો આધાર છે, એવું કહેવાય છે. તારા લગ્ન માટે કેટલા રૂપિયા કરજે લીધા છે ખબર છે ? લગ્ન કરવા હોય તો કર નહીં તો રહેવા દે, તારી ! તું એકની એક દીકરી હોત તો મેં પણ તારા માટે ડૉક્ટર કે એન્જિનિયર શોધ્યો હોત, પણ તારા નસીબ ખરાબ કે તું મારે ઘેર, એક ગરીબ બાપને ત્યાં જન્મી. શું કરી શકીએ, બોલ !"

નિરુપાયે તારા લગ્ન કરવા તૈયાર થઈ, પણ તેને જરાય ઉત્સાહ ન હતો. લગ્નવિધિ વખતે પણ તેનાં મોઢા પર ગુસ્સો દેખાઈ આવતો હતો. લગ્ન માટે આવેલ વરપક્ષના મહેમાનોના ઉત્સાહ પર પાણી રેડી દેવા જેવું થયું. શામરાવનાં મા-બાપ સીતાક્કા અને રામણ્ણા ખૂબ સાત્ત્વિક અને સજ્જન. તેમનું બોલવું-ચાલવું એકદમ નમ્ર અને વિનયી. પોતાની પુત્રવધૂ પોતાના દીકરા જેટલી જ ભણેલી છે તેનું તેઓને અભિમાન હતું, પણ તારાને તો તે લોકો માટે તિરસ્કાર જ હતો.

"ભટ્ટજીનું કુટુંબ ! તે લોકોને તો હાથ ફેલાવીને માગવાની જ ખબર પડે. ક્યારેય કોઈને આપવાનું તો તે લોકોને આવડે જ નહીં. એમાં વળી તેમના આ દીકરાને રેલવેની નોકરી છે તે જાણે મોટું પ્રધાનપદ !" તે લોકોને સંભળાય તે રીતે મોટેથી બોલી.

"બાળકબુદ્ધિ છે, આજે નહીં તો કાલે સુધરશે", સીતાક્કા અને રામણ્ણા એમ મન મનાવતાં રહ્યાં, પણ તેમનો અંદાજ ખોટો નીવડ્યો. જે છોડ હોય ત્યારે વળે નહીં તે વૃક્ષ થયા પછી શું વળે ?

ટૂંકમાં તારા સાસરે ગઈ. તેનાં મા-બાપને માથેથી શનિની પનોતી ઊતરીને શ્યામરાવને ઘરે ગઈ.

અલ્પભાષી અને શરમાળ શ્યામરાવ તારાને પહેલેથી જ જરાય ગમ્યો ન હતો. તેનાં વર્તનમાં તેને કંઈક ને કંઈક ખામી જ દેખાય. રેલવેમાં ગુડ્સ ક્લાર્ક હોવાને લીધે ક્યારેક ક્યારેક તેને ફળ, શાકભાજી વગેરે મફત મળે. કોઈક નાના સ્ટેશન પર તેની ડ્યૂટી હોય તો પથ્થરિયા કોલસા પણ મફતમાં મળી જાય. રહેવા માટે ક્વાર્ટર મળે અને ઘરે કોઈ આવે જાય પણ નહીં. કુંદગોળના મારુતિ મંદિરમાં પૂજારી હોવાને લીધે સીતક્કા અને રામણ્ણા ત્યાં જ રહેતાં હતાં. નાનો દેર માધવ તારા સાથે તેને ઘરે રહેતો હતો. આવા વાતાવરણમાં બીજી કોઈ સ્ત્રી હોય તો સુખેથી રહેતી હોત, પણ તારીને આ ફાવે જ નહીં તેનો તો દરેક વાતમાં અસંતોષ જ હોય.

"આવા ગામડામાં જીવવું કેમ ? હુબલી જેવા શહેરમાં જન્મીને હું મોટી થઈ છું. અહીં તો કોઈ સિનેમા પણ નથી. જવું તો ક્યાં જવું ? ન કોઈ હિન્દી સમજવાવાળું. મારું તો શીખેલું કરેલું બધું વ્યર્થ ગયું. ભરતકામ કરીને મૂકું તો જોવાવાળું કોણ ? સ્મશાનમાં રહેતાં હોઈએ તેવું લાગે છે."

શ્યામરાવે બૈરીની કટકટથી કંટાળી પોતાની બદલી બેલગામ કરાવી લીધી. બેલગામમાં ક્વાર્ટર ન મળ્યા. ગામ મોટું હતું. કોઈ એક ચાલીમાં તેને ઘર મળ્યું. બેલગામ જેવા શહેરમાં બદલી કરાવી લેવા છતાં શ્યામરાવ સાથે તેનો ઝઘડો ચાલુ જ રહ્યો. કટકટ પણ શરૂ થઈ ગઈ, "કેવું ભિખારી જેવું ગામ છે ! અહીંના વરસાદ અને ઠંડીથી કંટાળી જવાય છે અને અહીંની મોંઘવારીથી તો તોબા ! તારા પગારમાંથી તો એક ટંક ભૂખ્યા જ રહેવું પડશે એ સિવાય છૂટકો પણ નથી ને ? કોઈને ડાયેટિંગ કરવું હોય તો આ ગામ સારું છે. તેણે આ ગામમાં બદલી કરાવી લેવી જોઈએ."

કર્કશા તારક્કાને પગલે શ્યામરાવની જિંદગી કરુણ બની ગઈ હતી. તેના જીવને શાંતિ જ ન હતી. નાના દેર માધવ સાથે તારક્કાને કાયમ ઝઘડો થતો. "શું ભણે છે કોણ જાણે ? અક્કલ હોય તો શેની એ જરૂર ન પડે. ફોગટમાં ભાઈના ઘરનું અન્ન અને રાંધવા માટે મારી જેવી ભાભી છે. પછી તેને શું વાંધો હોય ? છે ને માતેલા આખલા જેવો અને બુદ્ધિહીન !"

સતત આવા જ મંત્ર-પુષ્પ ચડાવે રાખે. તારક્કાની રોજની કટકટ અને

ઝઘડાથી માધવ ત્રાસી ગયો. જે વાતાવરણમાં તે ઊછર્યો હતો તેમાં અને તારાના બોલવા-ચાલવામાં અને વર્તનમાં આસમાન – જમીનનું અંતર હતું. જો કોઈ બોલવા જાય તો તારા કહેશે, ''તારું મોઢું તો જરા કાચમાં જો ! શું હેસિયત છે તારી ? ભાભીને સામો જવાબ આપે છે ? મોઢું સંભાળીને બોલ ! પણ એમાં કંઈ તારો વાંક નથી. તારાં મા-બાપે તેને આમ જ ઉછેર્યો છે. કોઈ સંસ્કાર જ નથી આપ્યા. જો હું તારી મા હોત તો મેં તો તારી જીભમાં ડામ જ દીધો હોત.''

અને કંઈ જવાબ ન આપે તો કહેશે, ''આ છોકરો મૂંગો છે કે શું ? બોલતા જ આવડતું નથી ? પણ તેમાં તેનો વાંક નથી. તેનાં મા-બાપે તેને કંઈ શીખવાડ્યું જ નથી. ખાલી ગોળના ગણપતિ કરીને બેસાડી દીધા છે.''

છેવટે માધવ એક વૅકેશનમાં ગામ ગયો તે કેટલુંય સમજાવવા છતાં પાછો આવ્યો જ નહીં, પણ છોકરો એટલો સજ્જન કે ભાભી વિશે તેણે એક શબ્દ પણ માને કહ્યો નહીં. તારક્કાની નાની બહેન સુશીલાનાં લગ્ન નક્કી થયાં. ભાઈઓ નોકરીએ લાગી ગયા હતા એટલે ઘરની સ્થિતિ સુધરી હતી. સુશીલા સૌથી નાની હતી. તેની કુંડલીમાં મંગળ હતો. ડૉ. દિનેશની કુંડલીમાં પણ મંગળ હતો એટલે તેના ઘરનાએ સુશીલા માટે માગું નાખ્યું. એકદમ સહજતાથી રસ્તા પર પડેલું ફૂલ જાણે કોઈએ ઉપાડી લીધું હોય એટલી સરળતાથી સુશીલાનાં લગ્ન નક્કી થઈ ગયાં.

આ વાતની ખબર પડતાં જ તારા જાણે જ્વાળામુખી બની ગઈ. શ્યામરાવને લગ્નમાં આવવાની બહુ ઇચ્છા હતી, પણ તારાએ મનાઈ કરી દીધી, ''તમારે કંઈ આવવાની જરૂર નથી. મારી મોટીબહેનનો પતિ પ્રોફેસર છે, સુશીનો વર ડૉક્ટર છે અને તમે આપણી રેલવેના ગુડ્ઝક્લાર્ક ! તમે આવશો તો બધા મારી મશ્કરી કરશે એટલે તમે તો મહેરબાની કરી આવતા જ નહીં.''

શ્યામરાવનું મોઢું પડી ગયું. પોતાના દીકરાનું અપમાન સહન ન થતાં સીતક્કાએ કહ્યું, ''તારા હવે હદ થાય છે હોં ! મારા દીકરાને દિવસમાં દસ વાર બધાની વચ્ચે રેલવે ક્લાર્ક કહીને ઉતારી પાડે છે તારો બાપ શું કલેક્ટર હતો કે મોટો એન્જિનિયર હતો ? તે પણ રેલવેમાં ક્લાર્ક જ હતા ને ? અમે કંઈ તને ફસાવીને લગ્ન કર્યાં નથી. તારે રેલવે ક્લાર્ક જોઈતો ન હતો તો પહેલેથી જ ના પાડવી હતી ને ? કરવા હતાને તારે લાયક કોઈ પ્રધાન સાથે લગ્ન ! કમસેકમ અમારા ઘરની ગ્રહદશા તો ટળી હોત.''

આ તો તારીને જાણે કોઈએ કુસ્તીનું આહ્વાન આપ્યું.

"અરે ! શું બોલો છો તમે ? તમારા પૂર્વ જન્મના પુણ્ય એટલે મારી જેવી વહુ મળી છે, પણ તમને મારી હોશિયારીની કિંમત જ ક્યાં છે ? મને શિક્ષણ, ભરતગૂંથણ બધું આવડે છે. હિંદીની પરીક્ષા પણ મેં પાસ કરી છે. તમારા દીકરા કરતાં દરેક બાબતમાં ચડિયાતી છું." કંઈ પણ તુક્કો લડાવી સાસુને ફરીથી કંઈ બોલવાની તક આપ્યા વગર તારાએ પોતાનો ઝઘડો પોતાની રીતે પતાવ્યો.

બધું સાંભળી લીધા પછી સીતક્કાએ કહ્યું, "તારી, તને છેવટના સાષ્ટાંગ નમસ્કાર ! આજ પછી હું ક્યારેય તારા ઘરે પગ મૂકવાની નથી. ઘરસંસાર ચલાવવાની આ રીત નથી. પતિ-પત્નીનો સંસાર ફક્ત બુદ્ધિ કે હોશિયારીથી જ ચાલતો નથી. તેને માટે તો એકબીજા પ્રત્યે પ્રેમ અને વિશ્વાસની જરૂર હોય છે. મારા દીકરાનાં નસીબ જ ખરાબ એટલે તેને તારી જેવી પત્ની મળી." આટલું બોલીને તે કાયમ માટે દીકરાનું ઘર છોડી નીકળી ગઈ.

ત્યાર પછી આજ સુધી સીતક્કા ફરીથી દીકરાને ઘરે આવી જ નથી. છતી સાસુએ તેનું ઘર સાસુ વગરનું થયું. શ્યામરાવે ઘણું કહ્યું કે લગ્નમાં આવવાની તેની પોતાની ખૂબ ઇચ્છા છે, પણ તારા ન માની તે ન જ માની.

સુશીલાના લગ્નમાં પણ તારાએ કંઈ ઓછો કંકાસ નહોતો કર્યો. દરેક વાતમાં તે મહેણાંટોણાં જ માર્યા કરતી અને કોઈક ને કોઈક વાતમાં ઝઘડો ઊભો કરતી.

"સુશીલા માટે તો તમે બનારસી સેલું લીધું છે, મને તો તમે એવું આપ્યું ન હતું. મારા કરતાં સુશીની બંગડી વધારે વજનદાર છે." તેની માને સંભળાવતી કે, "મને તો તેં સ્ટીલનાં વાસણો પણ ઓછાં આપ્યાં છે. મારો વર રેલવેમાં ગુડ્ઝક્લાર્ક છે એટલે તમે લોકોએ આવો ભેદભાવ રાખ્યો છે. દિવાળીમાં તેં મારા વરને ફક્ત ઘડિયાળ જ આપી હતી. હવે જોઉંને કે આ જમાઈને શું આપે છે તે..." આવો કંઈ ને કંઈ વિષય કાઢી ડગલે ને પગલે તે ઝઘડા ઊભા કરતી. મા-બાપને થતું કે, "આ હવે પાછી તેને ઘરે જાય તો સારું."

તારક્કાને હીરા જેવા બે સંતાન હતાં, 'વિમલા' અને 'વરુણ.' બંને ખૂબ હોશિયાર હતાં. એ માટે પણ તારા બોલતી, "છોકરાંઓ મારા પર ગયાં છે એટલે આટલા હોશિયાર અને શાણા છે, બાપ પર ગયા હોત તો એ પણ ગુડ્ઝક્લાર્ક જ થાત."

શરૂઆતમાં તો શ્યામરાવે સહન કરી લીધું, પણ પછી તેના બીજા મિત્રોની પત્નીઓ પોતાના પતિનું બરાબર માન રાખે છે, વ્યવસ્થિત ઘરસંસાર ચલાવે

છે અને મારી જ પત્ની આવી કેમ ? એ વિચારે તે બહુ દુઃખી થતો અને
પોતાને સાવ અસહાય સમજતો. શરૂઆતમાં તો તેને પણ પોતાની હોશિયાર
પત્ની માટે ગર્વ થતો, પણ તેનાં મહેણાંટોણાં અને ઝઘડાળુ સ્વભાવને લીધે
તો તે પણ કંટાળી ગયો હતો.

તારક્કાને રોજ અડોશીપડોશી સાથે કોઈ ને કોઈ બાબતમાં ઝઘડો થતો
જ હોય. "તમારો કૂતરો અમારા ઘરની ભાખરી ખાઈ ઘર તમારું સાચવે છે.
તમારી બિલાડી અમારા ઘરમાં આવીને દૂધ પી જાય છે" વગેરે વગેરે... ઝઘડવા
માટે કારણો તો આવાં સામાન્ય જ હોય. છેવટે એક વાર બાજુવાળા વિરુપાક્ષે
કહ્યું, "જો તારક્કા ! અમને કૂતરા-બિલાડાની ભાષા આવડતી નથી, તને આવડે
છે ને ? તો તું જ તેને તેની ભાષામાં સમજાવીને કહી દે. અમારે તો એ
બાબતમાં તારી સામે કોઈ ફરિયાદ નથી. તું અમારી સાથે ઝઘડશે તો પણ
અમે શું કરી શકીએ ? અમને તો તેની ભાષા આવડતી નથી. તું હોશિયાર
છે ને ? તો તેની ભાષા તું જ શીખી લે ને !"

શ્યામરાવને તારક્કા પ્રત્યે નફરત થઈ ગઈ. પહેલા તો તેણે પત્નીને
સમજાવીને કહ્યું, પછીથી ગુસ્સે થઈને પડોશીઓ સાથે આવી બાબતમાં ઝઘડો
ન કરવા કહ્યું, પણ તારક્કા પર તેની કંઈ અસર થાય તેવું ન હતું. પત્ની
પર હાથ ઉપાડવા જેવો અસંસ્કારી તો તે ન જ હતો. છેવટે નસીબને દોષ
દેતો તે પરિસ્થિતિને શરણે થઈ ગયો. તેણે સંતાનોની પ્રગતિમાં જ પોતાના
જીવનને સાર્થક માન્યું.

પોતાના અધૂરાં સપનાં સંતાનો દ્વારા પૂરાં કરવાનો સંકલ્પ તારક્કાએ
પણ કરી લીધો અને એ માટે તેણે મહેનત પણ ખૂબ કરી. દીકરીને સિતાર
અને દીકરાને તબલાં શીખવાડ્યાં. સંતાનોના ક્લાસિઝ વગેરે માટે તે ખૂબ
દોડાદોડી કરતી. હવે તેનાં જીવનનું ધ્યેય ફક્ત તેનાં સંતાનોની પ્રગતિ જ
હતી.

બંને સંતાનોએ પણ મા-બાપને નિરાશ ન કર્યાં. અભ્યાસમાં બંનેએ ખૂબ
સારી પ્રગતિ કરી હતી. વિમલ માની ઇચ્છા પ્રમાણે ડૉક્ટર બની અને એટલું
જ નહીં 'એમ.બી.બી.એસ.'માં મેરિટમાં આવી. વરુણ પણ 'બી.ઈ.'માં મેરિટ
લિસ્ટમાં આવ્યો.

એક સમય એવો હતો જ્યારે બધાં તારક્કાનો તિરસ્કાર કરતાં હતાં.
તે બધા હવે તારક્કાને માન આપતાં હતાં. હોશિયાર તારક્કા સમજતી હતી
કે આ માન પોતાને નહીં, પોતાનાં હોશિયાર સંતાનોને લીધે તેને પોતાને મળેલી
ભેટ છે.

વિમલ દરેક બાબતમાં મા જેવી હોશિયાર અને સ્વભાવથી પિતા જેવી સૌમ્ય છે. હવે તારા દીકરી માટે જમાઈ શોધવા લાગી છે. તેની જમાઈ માટેની અપેક્ષા છે કે છોકરો ભણેલો હોવો જોઈએ, ઘરનો સુખી હોવો જોઈએ, નોકરી સારી હોવી જોઈએ, સાસુ-સસરા ન હોવા જોઈએ, નણંદો હોય તો તેનાં લગ્ન થઈ ગયાં હોવાં જોઈએ ! એટલે ટૂંકમાં અનાથ હોવો જોઈએ એમ જ.

"અમારી વિમલાને કોઈ જાતનો ત્રાસ ન હોવો જોઈએ. તેનામાં છે કોઈ ઊણપ ? દરેક બાબતમાં તે એકદમ મારા જેવી છે." આમ કહેતાં કહેતાં તેનું ધ્યાન શ્યામરાવ તરફ જાય એટલે શ્યામરાવ ઊઠીને ઘરમાંથી બહાર નીકળી જાય, પણ તારાની બધી જ આશા-આકાંક્ષા પર વિમલાએ પાણી ફેરવી દીધું. તેની સાથે ભણતા અશોક સાથે તેને પ્રેમ થઈ ગયો. તેના પિતા બૅન્કમાં ક્લાર્ક હતા. ઘરમાં દસ બાળકો તેમાં અશોક સૌથી મોટો હતો. રેલવેના ડબ્બાની જેમ તેની પાછળ એક પછી એક બીજા નવ ભાંડરડાંની લાઇન લાગેલી હતી. અશોક ખૂબ હોશિયાર અને સારા સ્વભાવનો પ્રેમાળ છોકરો હતો.

તારક્કાએ માથું કૂટ્યું. પોતાને જે ન મળ્યું તે બધું પોતાની દીકરીને મળે એવી અપેક્ષા તેણે રાખી હતી, પણ મળ્યો તો કેવો જમાઈ ! વિમલાએ પોતાની માની કોઈ વાત સાંભળી નહીં. "લગ્ન કરીશ તો અશોક સાથે નહીં તો જિંદગીભર કુંવારી રહીશ." એવો પોતાનો નિશ્ચય જણાવી દીધો.

છેવટે લગ્ન તો નક્કી થયાં જ પણ લગ્નવાળા ઘરમાં સ્મશાનવત્ શાંતિ ફેલાઈ ગઈ હતી. તારક્કાએ જૂની સાડી પહેરી, મહેમાનો સાથે બિલકુલ વાત ન કરી. વરપૂજા વખતે તેણે જમાઈના પગને સ્પર્શ પણ ન કર્યો. સાસુએ પોતાનાં સગાંઓનું તથા પોતાનું કરેલું અપમાન ધ્યાનમાં આવતા અશોક લગ્નને દિવસે જ વિમલાને લઈને નીકળી ગયો. બધાંને સંભળાય એ રીતે તારક્કા મોટેથી બોલી, "કાગડાના હાથમાં રત્ન સોંપવા જેવું થયું છે આ તો." અને મોટો ઘાંટો કાઢી રડવા લાગી.

દીકરો લગ્ન કરવા જેવડો થયો. વડીલ ખૂબ પ્રેમાળ અને સજ્જન પણ તારક્કાના સ્વભાવને લીધે તેના ઘરમાં દીકરી આપતા બધા ગભરાતા હતા. છોકરો બધી રીતે સારો હતો, પણ સાસુ...? આવી સાસુના હાથમાં કોણ પોતાની દીકરી સોંપે ?

છેવટે સુશિક્ષિત ભાગ્યા તારક્કાની પુત્રવધૂ બની ઘરમાં આવી.

શરૂઆતમાં તો તારક્કા વહુના બે મોઢે વખાણ કરી હતી, "અમારી ભાગ્યા એટલે અમારી ભાગ્યલક્ષ્મી. કેમ જાણે ભગવાને અમારા ઘર માટે જ તેને નવરા દિવસે ઘડી ન હોય ! ભાગ્ય કામકાજમાં અતિશય હોશિયાર અને ખૂબ ડાહી છે."

પછીથી વખાણ ધીમેધીમે ઓછા થવા લાગ્યા. કોઈ ભાગ્યા વિશે પૂછે કે તેનાં વખાણ કરે તો તારક્કા તરફ જવાબ મળવા લાગ્યો કે, "હા ! છે બીજી છોકરીઓ જેવી. આજકાલની છોકરીઓનું શું કહેવું ? બધી જ સુખ સગવડ તેમને મળે છે. પતિ તેમની બધી વાતમાં હા એ હા કરતા હોય અને ભરપૂર પગાર હાથમાં આવતો હોય પછી પૂછવું જ શું ? અમારી જેમ પાઈપાઈનો હિસાબ રાખવાની જરૂર નથી પડતી આજકાલની છોકરીઓને."

અને બહુ જલદી તારક્કાએ પોતાનું અસલ સ્વરૂપ દેખાડવાની શરૂઆત કરી દીધી. વહુના વખાણની જગ્યા નિંદાએ લઈ લીધી, "કેવી છોકરી અમારા ઘરમાં આવી ગઈ છે ? આળસુની પીર છે અને જિદ્દી પણ એટલી જ છે. વરને તો છેડે જ બાંધી લીધો છે. માણસો પણ કેવા મળ્યા છે ! લગ્નમાં આપેલી સાડીઓ રંગ ઊડીને સાવ ભૂખરી થઈ ગઈ છે. બ્લાઉઝ પીસમાં તો પહેલેથી જ કાણાં પડેલાં હતાં. પાંચમને દિવસે મીઠાઈ મોકલાવી હતી તેમાં પણ ખોરા કોપરાની વાસ આવતી હતી."

આવી અનેક જાતની ફરિયાદ રોજ સાંભળવામાં આવતી. એમાં કેટલું ખરું ને કેટલું ખોટું તે તો ભગવાન જ જાણે. ભાગ્યા આમ તો બહુ સારી છોકરી હતી, પણ સાસુના રોજનાં મહેણાંટોણાં સહન કરવાનું તેને માટે પણ અસહ્ય બન્યું હતું. ભાગ્યા કોઈ વાતમાં કંઈ પણ બોલવા જાય તો તારક્કાનો અવાજ 'તાર-સપ્તક' જેટલો ઊંચો ચડી જાય અને ગુસ્સાથી આકાશપાતાળ એક કરી નાખે. તેનાં ઘરમાં શું ચાલી રહ્યું છે તે ફક્ત તેનાં પડોશીઓને જ નહીં, પણ ગલીમાં રહેતા બધાને ખબર પડે. અપમાનિત થઈ જવાની બીકથી ગભરાઈને જનારી ભાગ્યાએ પીછેહઠ કરવી જ પડે. પણ તારક્કાને કંઈ શરમ નહીં.

છેવટે એક દિવસ એવો આવ્યો કે ભાગ્યાએ પતિને સ્પષ્ટ શબ્દોમાં કહી દીધું, "તમારે તમારી મા સાથે રહેવું હોય તો ખુશીથી રહો, એ બાબતમાં મારો કોઈ વિરોધ કે ફરિયાદ નથી. ફક્ત આ ઘરમાં રહી છેવટે મારે મેન્ટલ હૉસ્પિટલમાં જવું નથી. હું મારે પિયર પણ નહીં જાઉં. જુદું ઘર લઈને એકલી રહીશ. લોકો પતિએ છોડી દીધી કહીને મને ધિક્કારશે, તે પણ મને ચાલશે. મારી પોસ્ટઑફિસમાં નોકરી છે, મને રહેવા માટે ક્વાર્ટર મળશે. હું જાઉં છું."

વરુણને કંઈ સમજાતું ન હતું કે શું કરવું ? તારક્કાએ તેને ભાગ્યા વિરુદ્ધ ચડાવવાનો પ્રયત્ન કર્યો, "વરુણ તું ગભરાતો નહીં. ફક્ત પગાર મળે, ક્વાર્ટર મળે એટલે પતી ગયું ? સમાજમાં પતિએ છોડી દીધેલી સ્ત્રી તરીકે એકલું રહેવું કંઈ સહેલું નથી. જો તું એક વાર તેની વાત સાંભળવા લાગ્યો

તો જિંદગીભર તને સંભળાવતી જ રહેશે. પુરુષ જેવો પુરુષ થઈને ગભરાય છે શું ? કદી દે ને કે, "જા ! જ્યાં જવું હોય ત્યાં."

વરુણ કંઈ બોલ્યો નહીં, પણ છેવટે એકનો એક આજ્ઞાકારી પુત્ર હોવા છતાં તેણે જુદું ઘર માંડ્યું. કૈકેયી જેવી મા હોય તો તે બિચારો પણ શું કરે ? તમે જ કહો.

પછી એક વાર ભાગ્યા મને બજારમાં મળી ગઈ.

"ભાગ્યા ! તમે જુદું ઘર માંડ્યું એવું મેં સાંભળ્યું છે, તે બદલ અભિનંદન !"

"સાચું કહું, નલિની ! એવડા મોટા થયાં છતાં તે 'મા'થી બહુ ગભરાય છે, પણ મારી સાસુ સાથે રહેવું એટલે વાઘ સાથે રહેવું. ફક્ત વર સારો હોય તે જ થોડું ચાલે ? સાસુ પણ સારી હોવી જોઈએ ને ?"

"પણ તારામાં આટલી હિંમત ક્યાંથી આવી ?"

ભાગ્યા ધીમેથી બોલી, "મારા સસરા દેવ જેવા છે. એક વાર તેમણે જ મને કહ્યું, "ભાગ્યા ! મારી જિંદગી તો આમ જ ગઈ. એક વાર મને પણ તેની સાથે ઝઘડો કરવાની ખૂબ ઇચ્છા થઈ પણ મારાથી તે બન્યું જ નહીં. હું સંસ્કારી વાતાવરણમાં ઊછર્યો હતો. અમે ગરીબ હતાં, પણ સંસ્કાર અમને ઉત્તમ મળ્યા છે. તારા હોશિયાર છે, પણ સંસ્કારી નહીં. અમારી તો જિંદગી પૂરી થવા આવી. તેનો સ્વભાવ તો ક્યારેય બદલાવાનો નથી. તેનો કોઈ ઉપાય જ નથી. સુખી થવું હોય તો તમે જ આ ઘરમાંથી નીકળી જાઓ અને જુદું ઘર લઈ બંને સુખશાંતિથી રહો."

"એમ ? શું વાત કરે છે તું ? શ્યામરાવ એકદમ સજ્જન અને નમ્ર માણસ, મને તેમની બહુ દયા આવતી. કેવી પત્ની સાથે પનારો પડ્યો હતો ! છતાં પણ તેને જિંદગીભર નિભાવી."

"તેમણે જ મને સાસુજીના સ્વભાવ વિશે કહ્યું હતું. તેની સાથે કેમ વર્તવું તે પણ તેમણે જ મને શીખવાડ્યું હતું. જુદું ઘર કર્યા પછી મને ખૂબ શાંતિ લાગે છે. અમે બંને સુખેથી રહીએ છીએ."

"તારાં સાસુ-સસરા આવે છે તારે ઘરે ?"

"મારી સાસુ હજી એક વાર પણ આવ્યાં નથી. સસરા થોડા થોડા દિવસે આવી જાય છે. ગયા જન્મમાં મારા પિતા જ હોવા જોઈએ. તેમને માટે બહુ દુઃખ થાય છે. કેવા સજ્જન માણસ અને કેવી પત્ની મળી ?"

"વિમલાના શું ખબર છે ?"

"શું વાત કરું ? બંને જણ માને મળવા ગયાં હતાં તો તેણે તો શરૂ

કરી દીધું સંભળાવવાનું, "મારી દીકરી પર તેં મંત્રતંત્ર કર્યાં છે." વગેરે ગમે તેમ બોલવા લાગ્યાં. બંને જણ ચૂપચાપ ત્યાંથી નીકળી ગયાં, પણ વિમલ સાસરામાં ખુશ છે. મારા સસરા તેને ઘરે પણ ક્યારેક ક્યારેક જઈને મળી આવે છે. અમારાં સાસુજી તો કાયમ અસ્વસ્થ જ હોય છે. તેનો સ્વભાવ પડ્યો છે તે કંઈ બદલાય તેવું લાગતું નથી. કહ્યું છે ને, "પ્રાણ અને પ્રકૃતિ સાથે જ જાય."

"એવું શું કામ બોલે છે ?"

"સાચું કહું છું, તેમને ઝઘડવાની એવી ટેવ પડી ગઈ છે કે સાદુંસીધું બોલવાનું તેમને ફાવતું જ નથી. બીજું કોઈ સીધી વાત કરતું હોય તો તેમાં પણ કંઈક ભળતી જ વાત કાઢી તેને ઝઘડો કરવાનું જ સૂઝે."

"એ તેં સાવ સાચું કહ્યું, ભાગ્યા."

"જોને, નલુ ! આમ જુઓ તો મારાં સાસુ કેટલાં હોશિયાર છે, પણ તે પોતે જિંદગીમાં ક્યારેય સુખેથી જીવ્યાં નથી."

"સાચું છે, ભાગ્યા ! જિંદગી સુખેથી જીવવી અને શાંતિથી જીવવી બહુ જરૂરી છે અને પ્રેમ એ જ સુખી સંસારનો પાયો છે. તારામાં બીજી હોશિયારી ઘણી હતી, પણ સમજદારીનો તેનામાં સંપૂર્ણ અભાવ હતો. સતત અસંતોષમાં જ જીવતી તારક્કા પોતે જિંદગીમાં કદી સુખી ન થઈ અને પોતાના નિકટના સ્વજનોને કદી સુખી થવા દીધાં નહીં."

❐

તકસાધુ સીમા

હું, સીમા અને નિર્મળા નાનપણની બહેનપણીઓ. શાળામાં એક જ પાટલી પર બેસીને ભણ્યાં. હું સતત ડ્રાઉં ડ્રાઉં કરતો દેડકો ! મારા દાદા કેટલીયે વાર ગુસ્સે થઈને કહેતા, 'નલુ ! ઘડીક તો તારી જીભ મોઢામાં રાખ !'

સીમાનું મારાથી સાવ ઊલટું. તે સાવ ઓછાબોલી. તેનાં મનમાં શું છે તે ભગવાનને પણ ખબર નહીં હોય. અભ્યાસમાં સાધારણ અને દેખાવ પણ સાવ સામાન્ય પણ તેના ચહેરા પર હંમેશ મંદસ્મિત હોય.

સીમાના પિતા હિરેકેરુરના મુખી. પુષ્કળ જમીનના માલિક. તે સમયે તેમની આર્થિક પરિસ્થિતિ ખૂબ સારી હતી. ભાઈઓ ભાઈઓ વચ્ચેના ઝઘડાનો શાપ તો મહાભારતના કાળથી જ આપણને મળેલો છે. તેમાં આ નાયક કુટુંબ ક્યાંથી અપવાદરૂપ હોઈ શકે ? કોર્ટના પગથિયાં ચડ્યા એટલે પત્યું. ત્યારથી તેમની પરિસ્થિતિ ઉત્તરોત્તર ખરાબ થતી ચાલી હતી. સીમાને એક જ ભાઈ સુરેશ, તે કૉલેજમાં ભણતો હતો.

નિર્મલા શ્રીમંત ઘરની દીકરી હતી, પણ તે ક્યારેય તેનાં વર્તનમાં કે બોલવામાં એવું દેખાડે નહીં. બને તેટલી બધાને મદદરૂપ થાય. તે મારા જેવી બડબડિયણ ન હતી અને સીમા જેવી મૂંગી પણ ન હતી. નિર્મલાનો ભાઈ કેશવ એન્જિનિયરિંગમાં ભણતો હતો. નિર્મળાના પિતાની પોતાની બિલ્ડિંગ કન્સ્ટ્રક્શનની કંપની હતી. તેમનું ઘર એટલે જાણે એક ધર્મશાળા. મા-બાપને તો આ બે જ સંતાન – નિર્મલા અને કેશવ, પણ ઘરમાં મહેમાનોનો આવરો-જાવરો પુષ્કળ એટલે ઘર તો હંમેશાં માણસોથી ભરેલું જ હોય. નિમ્મીની દાદી વૃદ્ધ થઈ ગઈ હતી, પણ ઘરનો બધો જ વ્યવહાર તેના હાથમાં હતો.

ઉંદર-બિલાડી વચ્ચેની મૈત્રી હોય તેવું ક્યારેય સાંભળ્યું છે ખરું ? એ ક્યારેય શક્ય જ ન હોય તેવું બધા કહે છે ને ? અને ખાસ કરીને સાસુ-

વહુનો સંબંધ તો ઉંદર-બિલાડી જેવો જ હોય તેવું પરાપૂર્વથી મનાતું આવ્યું છે ને ? પણ નિમ્મીનાં ઘરમાં તો તેની મા કમલાબાઈ અને તેની દાદી સુંદરાબાઈનો સંબંધ તો મા-દીકરી જેવો હતો. અમારા ગામમાં આ બહુ નવાઈની વાત લાગતી. હંમેશાં સાસુ-વહુ વચ્ચે સંઘર્ષ ચાલતો હોય એવું મેં પણ બધે જ જોયું છે. અમારી અનસક્કા પણ કહેતી, "નલુ ! સાચે જ આ તો દુનિયાનું મોટું આશ્ચર્ય છે. કમલાબાઈ અને સુંદરબાઈને ખરેખર એકબીજા માટે ખૂબ પ્રેમ છે."

મેં તને પૂછ્યું હતું કે તને આ વાતની કેવી રીતે ખબર પડી ?

"જો નલુ ! લોકો સામે નાટક કરવાવાળા તો ઘણા જણ હોય છે. "અમારી વહુ તો અમારી દીકરી જેવી જ છે" આવું ખોટું બોલતી કેટલીયે ડોશીઓને જોઈ છે અને "મારી સાસુ એટલે તો જાણે મારી મા જ જોઈ લો." સાસુ સાથે જરા પણ બનતું ન હોવા છતાં બહારના લોકો સામે આવું બોલતી ચાલાક વહુની પણ ખોટ નથી, પણ આ બંને સાસુ-વહુ તો બધાં કરતાં નિરાળી જ છે."

"તે જ પૂછું છું ને ? તને કેવી રીતે ખબર પડી ?" મેં પણ તેનો પીછો છોડ્યો નહીં.

"નલુ ! મારી ઊલટતપાસ કરે છે ? અરે ! હું તો એક નજરમાં માણસને ઓળખી જાઉં. પરમ દિવસે પાટીલને ત્યાં હલદી-કંકુના પ્રસંગે ગયા હતા. ત્યાં કમલાને રવા અને બેસનનો લાડુ આપ્યો, પણ તેણે ખાધો નહીં. મેં તો ખાસ તેને કહ્યું, "બહુ સરસ લાડુ છે, કમલા ! અહીં જ ખાઈ લે ને ! એટલે તે શું બોલી ખબર છે ?"

"શું બોલી ?"

"બોલી કે, મારી સાસુબાઈને આવા લાડુ બહુ ભાવે છે તેમને માટે ઘરે લઈ જઈશ. કઈ વહુ આવું કહે છે." આ મારી અનસક્કાનો કન્ફર્મેશન ટેસ્ટ !

એટલું જ નહીં, નિર્મલાના ઘરનું વાતાવરણ જ એકદમ સુસંસ્કારી. એકબીજા પ્રત્યે ખૂબ પ્રેમ અને ભરપૂર વાત્સલ્ય. નિર્મલાને ઘણી ફઈઓ હતી. તેનાં સંતાનો પણ નિર્મલાને ઘરે રહીને જ ભણતાં. એ બધાંને નિર્મલા પોતાનાં ભાંડરડાં જ માનતી.

અમે ત્રણે કૉલેજના છેલ્લાં વર્ષમાં ભણતાં હતાં ત્યારે જ કેશવ માટે તેના માતાપિતાએ છોકરી જોવાનું ચાલુ કરી દીધું હતું. કેશવ ફક્ત નિમ્મીનો જ ભાઈ નહીં, મારા પણ ભાઈ જેવો જ હતો. સ્વભાવનો ખૂબ સરળ અને

સંસ્કારી. નિમ્મીની મા કહેતી, "અમારે કેશવ માટે પૈસાદારની દીકરી નથી જોઈતી. અમારું તો મોટું કુટુંબ છે. બધા સાથે હળીમળીને પ્રેમથી રહે એટલે બસ. કેશવ અમારો એકનો એક દીકરો છે. અમારી સાથે પ્રેમથી રહે તેવી છોકરી અમારે તો જોઈએ છે."

ઘણી છોકરીઓને મોટું કુટુંબ ન જોઈતું હોય. તેમને ફક્ત પતિ-પત્ની એકલાં રહી શકે તેવું ઘર જોઈએ. તો કોઈને વળી પતિ સરકારી નોકરીમાં હોય તેવું જોઈએ અને કોઈકને વળી એક જ ગામમાં રહેતો છોકરો ન ચાલે. આવી છોકરીઓના વડીલોએ તો કેશવ જેવા વર માટે માગું જ ન નાખ્યું.

એક દિવસ નિમ્મી એક નવાઈના અને કંઈક ખુશીના સમાચાર લઈને આવી. "નલુ ! આજે કેવી ગમ્મત થઈ ખબર છે ? સીમાના પિતા અમારે ઘરે સીમાની જન્મપત્રિકા લઈને આવ્યા હતા. મને એટલી મજા પડી. સાચું કહું તને ? સીમા મારી ભાભી થાય તો કેવું સારું ? કેવી મજા પડે નહીં ? બહારની કોઈક છોકરી ભાભી થઈને આવે તેના કરતાં આપણી બહેનપણી જ ભાભી બને તો કેટલું સારું નહીં ?"

હું પણ નિમ્મીની જેમ એકદમ ખુશ થઈ ગઈ. અમે બંનેએ ઈશ્વરને પ્રાર્થના કરી કે, "હે ભગવાન ! કેશવ અને સીમાની જન્મપત્રિકા મેળવી દેજે !"

જન્માક્ષર મળી ગયા. છોકરી માટે બીજી કંઈ તપાસ કરવાની જરૂર ન હતી. બધું જ જાણીતું હતું તો પણ કમલાબાઈએ સીમાને ઘરે બોલાવીને કહ્યું, "જો સીમા ! સહીપણા જુદાં અને કાયમ સાથે રહેવું તે જુદું. અમારા ઘરમાં માણસો પણ વધારે છે. તને કંઈ વાંધો નથી ને ?"

કમલાબાઈએ કહેલ દરેક વાતમાં સીમાએ ડોકું હલાવી હા એ હા કરી. આ વાત સાંભળીને ગર્વિષ્ઠ ગંગા તો બોલી, "નાયકની સ્થિતિ તો એકદમ સાધારણ છે અને આ લોકો તો કેટલા શ્રીમંત છે ! ક્યાં રાજા ભોજ ને ક્યાં ગંગુ તેલી ? આવો સંબંધ કઈ રીતે નભશે મને તો તેની જ નવાઈ લાગે છે. આના કરતાં તો કમલાતાઈને સારી વહુ કેશવ માટે જરૂર મળશે. નકામી આવી ઉતાવળ શા માટે કરતાં હશે ? કોણ જાણે ?"

સીમાના ઘરની પરિસ્થિતિ ધ્યાનમાં રાખી લગ્નવિધિ અત્યંત સાદી રીતે અને તે પણ મંદિરમાં કરવામાં આવ્યો. કોઈ પણ બાબતમાં કોઈએ અસંતોષ દેખાડ્યો નહીં.

બહેનપણી સીમા ભાભી બની ઘરમાં આવી. ગરીબ ઘરમાંથી આવેલી સીમા બહુ જલદી સાસરાના શ્રીમંત ઘરમાં હળીમળી ગઈ. નિર્મલાનાં લગ્ન પણ એ સમય દરમિયાન નક્કી થઈ ગયાં. નિમ્મીનો પતિ બૅન્કમાં ઑફિસર

હતો. મારાં લગ્ન પણ નક્કી થયાં. આ રીતે અમે ત્રણે બહેનપણીઓ લગભગ થોડા થોડા સમયને અંતરે વિવાહ કરી સંસારી બની ગઈ.

શરૂઆતથી જ સીમા માટે કોઈ ને કોઈ ફરિયાદ ન હતી. આમે તેનું બોલવાનું પહેલેથી જ ઓછું હતું. એટલે ઝઘડાનો તો કોઈ સવાલ રહેતો નહોતો. આમ પણ એ ઘરમાં એવો કોઈ પ્રશ્ન ઊભો થવાની શક્યતા જ ન હતી.

બીજે વર્ષે નિમ્મીને દીકરો જન્મ્યો અને સીમાને દીકરી.

જિંદગીમાં ક્યારેક એવો બનાવ બની જાય કે તે સિનેમામાં દેખાડે છે તેના કરતાં પણ આશ્ચર્યજનક હોય તેવું લાગે. એવું જ બન્યું સીમાના જીવનમાં. નાયકોનો અનેક વર્ષોથી ચાલતા આવેલા કૌટુંબિક ઝઘડાના કેસનો નિકાલ છેવટે સુપ્રીમ કોર્ટમાં નાયકોની તરફેણમાં આવ્યો. આ નાયકોની ખૂબ મોટી જીત હતી. સેંકડો એકર ફળદ્રુપ જમીન, ખેતર, જૂનું ઘર વગેરે બધું જ હેરેકેરુરના નાયકના કબજામાં આવ્યું. વડીલ નાયકની ઉંમર થઈ હતી એટલે આ બધાનો માલિક સીમાનો ભાઈ સુરેશ જ થયો. અમારા બંડલ બિંદપ્પાના મતે બધી એસ્ટેટની કિંમત અબજો રૂપિયા થાય. તેની તે વાતમાંની અતિશયોક્તિ માન્ય રાખો કે ન રાખો, પણ પુષ્કળ પૈસા નાયકને મળ્યા હતા એ વાત કંઈ ખોટી ન હતી.

સીમાનાં લગ્ન વખતે સ્થિતિ ગરીબ હતી તેથી ત્યારે તેને કંઈ આપી શકાયું ન હતું. હવે અચાનક આટલી સંપત્તિ મળી હતી. તેમાંથી ખેતીવાડી આપવાનું તો શક્ય ન હતું, પણ ઘર તો સીમાને આપવું એવી તેના પિતાની ઇચ્છા હતી.

ત્યારે કેશવ હિરેકેરુરના એક રિપેરિંગના કામમાં વ્યસ્ત હતો અને ત્યાં જ એક ભાડાનું ઘર લઈને રહેતો હતો. ત્યાં જ નાયકનાં બે ઘર હતાં. તેમાંનું એક સીમાને ભાગે આવ્યું હતું. આમ તો તે જૂનો સોળ ઓરડાનો વાડો હતો. આટલાં વર્ષ તેની કંઈ જ દેખભાળ રાખવામાં આવી ન હતી એટલે આટલો મોટો વાડો ઉંદર અને ચામાચીડિયાનું આશ્રયસ્થાન બની ગયો હતો. ઘણું બધું તૂટીફૂટી ગયું હતું. તે બે ઘરમાંથી સારી સ્થિતિમાં હતું તે સુરેશે પોતા માટે રાખી લીધું હતું.

સીમાને ભાગે આવેલ ઘરમાં કોઈ રહી શકે તેવું હતું જ નહીં. ઘરની ભીંતોમાં ઘણી તૂટફૂટ થઈ હતી, પણ સાગના થાંભલા અને બીમ મજબૂત હતા. તે ક્યાંય પણ વાપરી શકાય તેવા હતા. કેશવનો વ્યવસાય ઘર બાંધવાનો જ હતો. એટલે બધી વસ્તુનો ઉપયોગ કરી શકે તેમ હતો.

ઘર પાડવાની શરૂઆત થઈ ગઈ હતી. એક વખત કામ કેટલું થયું તે જોવા સીમા ત્યાં ગઈ હતી. લગભગ બધા કારીગર માણસો નીકળી ગયા હતા. આમ જ ત્યાં ફરતાંફરતાં સીમાની નજરે રસોડાના ખોદકામમાં કંઈક ચમકતું હોય તેવું લાગ્યું. પાવડાની મદદથી તેણે ત્યાંની માટી બાજુ પર કરીને જોયું તો ત્યાં તેને એક પિત્તળની નાની લોટી દેખાણી. બધાની નજર ચુકાવીને સાડીના છેડા નીચે છુપાવીને સીમા તે ઘરે લઈ આવી. ખોલીને જોયું તેમાં જૂના કાળના સોનાના સિક્કા વગેરે ભરેલા હતા.

આ તો એક સાંભળેલી વાત છે. તેમાં ખરું કેટલું અને ખોટું કેટલું તે તો ભગવાન જ જાણે, પણ એક રાતમાં સીમા એકાએક શ્રીમંત થઈ ગઈ તે વાત તો સાચી જ.

આ વાતમાં અનસક્કા તો એવું કહેતી હતી કે, "સીમાએ લૉટરીની ટિકિટ લીધી હતી. તેને એક કરોડ રૂપિયાની લૉટરી લાગી. ઇન્કમટૅક્સવાળાને બનાવવાની આ તો બધી ઉપજાવી કાઢેલી વાતો છે."

'શ્રીમંતાઈ અને જુઠાણું એ બંને સગાં ભાઈ-બહેન' એવું લોકો કહે છે. તે કંઈ ખોટું નથી. વગર મહેનતે મળેલ પૈસો પોતાની સાથે અનેક બૂરી આદતો લેતો આવે છે. નસીબદાર માણસોનો પૈસો જ સારે રસ્તે વપરાય છે. ઉદાર માણસ વધુ ઉદાર બની પૈસા દાનધર્મમાં વાપરે અને સ્વાર્થી માણસ વધુ ને વધુ સુખ મેળવવાની લાલસામાં મહાલવા લાગે છે.

સીમાની કથા આનાથી જરા જુદી છે. ઓછાબોલી અને અતડા સ્વભાવની સીમાનો સ્વભાવ હદબહાર બદલાઈ ગયો. તેના બદલાયેલા સ્વભાવનો પહેલો ફટકો પડ્યો તે તેની સાસુ કમલાબાઈને. તેને પહેલાં પણ સાસુ માટે ખાસ કોઈ આદરમાન કે પ્રેમ જેવું કંઈ હતું જ નહીં, પણ ત્યારે સાસુનું સાંભળ્યા સિવાય કે તેનું કહ્યું માન્યા સિવાય છૂટકો જ ન હતો, કારણ કે તેને પિયરનું કે પતિનું કોઈ જ પીઠબળ ન હતું. હવે પૈસા હાથમાં આવ્યા કે તેને જાણે કોઈની કંઈ પડી જ ન હતી.

હવે તે ઘરનું કોઈ પણ કામ કરવા ઊભી થતી જ નહીં. આટલો વખત મૂંગાની જેમ દરેક વાતમાં ચૂપ રહીને સીમા હવે ડગલે ને પગલે સામા જવાબ આપવા લાગી. કોઈ કંઈ કહે કે બોલે કે તરત જ સીમાનું તડ અને ફડ ચાલુ થઈ જાય.

"મારાથી રસોઈનું કામ નહીં થાય, જોઈએ તો રસોયાણી રાખી લો, પગાર હું આપીશ."

સાસરાના ઘરની શ્રીમંતાઈ કરતાં સીમાની શ્રીમંતાઈ જાણે વધી ગઈ

હતી. તેની સાસુ કમલાબાઈ પણ પૈસાદાર હતાં, છતાં તેણે રસોડું આજસુધી કોઈને સોંપ્યું ન હતું. હવે સીમાએ ઘરમાં નવો કાયદો કર્યો.

એક વખત સીમાએ કંઈ પણ બહાનું કાઢી સાસુને સંભળાવવાનું શરૂ કર્યું.

"રોજ દાદીની કટકટ સાંભળી ત્રાસી જવાય છે. ભજનો મોટે મોટેથી ગવાય છે તે સાંભળી સાંભળીને મારા કાન પાકી ગયા છે. હું તો ઉપરના માળે અમારા માટે ચાર રૂમ બંધાવી લઈશ."

અત્યાર સુધી રોજ સંધ્યાકાળે દાદીના રૂમમાં જઈ પોતે જ ભજનની કેસેટ મૂકી આપતી સીમાનું આ બદલાયેલું વર્તન જોઈ સુંદરાબાઈ તો ગભરાઈ જ ગયાં. જોતજોતામાં ઉપર ચાર રૂમ બંધાઈ ગયા. સીમાએ ઉપરને માળે રસોડું પણ ચાલુ કરી દીધું અને બધાએ નીચેના રસોડે સાથે બેસી જમવાનો રિવાજ ધીમેધીમે તેણે બંધ કરી દીધો. ઉપરના રસોડે જુદી રસોઈ થવા માંડી અને તે માટે રસોયાણી પણ આવવા લાગી. ઉપરના રૂમોમાં આરસની ફર્શ, કીમતી ઝુમ્મરો અને નવું ફર્નિચર આવી ગયું. આખા દિવસની કામવાળી બાઈ અને ઉપરના કામ માટે એક જુદો નોકર પણ સીમાએ રાખી લીધો. તેની તો આખી જીવનપદ્ધતિ જ બદલાઈ ગઈ.

વહુની આવી વર્તણૂક કમલાબાઈને જરા પણ ન ગમી, પણ બોલવાનો કોઈ અર્થ ન હતો. ભૂલેચૂકે એકાદ શબ્દ કંઈ બોલાઈ ગયો તો પોતાના એકના એક દીકરાને લઈને ઘરમાંથી એ તો બહાર નીકળી જશે, એ તેને સ્પષ્ટ દેખાતું હતું.. એક જ ગામમાં બે ઘર થાય તે કેવું અપમાનજનક લાગે ! અને તે પણ જે ગામમાં પોતે અને પોતાની સાસુ કેટલાં પ્રેમથી રહ્યાં, જે ગામમાં પોતાને આટલું માન મળતું હોય અને તેઓની સાસુ-વહુની જોડી આદર્શ ગણાતી હોય તે ગામમાં આવું બને તો લોકોમાં કેવું ખરાબ દેખાય ? આ કડવો ઘૂંટડો ગળવો મુશ્કેલ હતો તો થૂંકી શકાય તેમ પણ ન હતો.

એક વખતની પ્રેમાળ સખી નિમ્મીની સાથે પણ તે નણંદ જેવું વર્તન કરવા લાગી. નિમ્મી પિયર આવી હોય તો તેને ઉપર પણ બોલાવે નહીં. અમારા ગામમાં પહેલી બેંઝ કાર સીમાને ત્યાં આવી.

બહારથી એક જ ઘર લાગતું હતું, પણ અંદરની તિરાડ અંદર રહેવાવાળાને જ દેખાતી. મુક્કાનો માર તો ખાનારાને જ ખબર પડે અને બીજી ખબર પડે દેનારાને. સીમા પાસે કોઈ ડૉનેશન માગવા આવે તો તે ભોળેભાવે કહેતી, "મારા હાથમાં કોઈ સત્તા છે ? હું તો ઘરમાં જ રહેનારી ગૃહિણી છું. અમારાં સાસુબાઈ ઘરમાં મોટાં છે. લેવાદેવાનું તો બધું એમનાં હાથમાં

છે. તમે તેની પાસે જ માગો.'' પોતે કોઈને એક રૂપિયો પણ ન આપે.

નિમ્મીનો દીકરો આવે તો સીમા તેને કહેશે, ''ગોપાલ ! તું નાનો છે. નકામો દાદરાની ચડ-ઊતર કરવાની રહેવા દે, ક્યાંક પડી જઈશ. એટલે ઉપર આવતો જ નહીં.'' પણ પોતાના ભાઈનો દીકરો ગોવિંદ આવે તો તેને કહેશે, ''ગોવિંદ ! હજી તો તું નાનો છે, આ ઉંમરમાં તો તારે દાદરાની ચડ-ઊતર કરવી જોઈએ. ઉપર આવ જોઈએ !''

પહેલા કદી ન દેખાતાં અશાંતિનાં વાદળ કેશવના ઘરમાં દાખલ થઈ ચૂક્યાં હતાં. બૈરીની કટકટ સહન થતાં એક દિવસ કેશવે નરસિંહ અવતાર ધારણ કરી ગુસ્સામાં કહ્યું, ''ભિખારીને અચાનક સંપત્તિ મળે ને જે હાલત તેની થાય તે હાલત તારી થઈ છે, સીમા ! અચાનક શ્રીમંતાઈ મળી છે તેનો તને નશો ચડ્યો છે. પહેલાની જેમ સરખી રીતે રહેવું હોય તો રહે નહીં તો જા તારે પિયર.''

સીમા જરાય ગભરાયા વગર બોલી, ''જઈશ જ ! તારો પગાર અને તારી કંપનીના નફા પર આધાર રાખીને જીવવાની મારે કંઈ ગરજ નથી. હું પિયર પણ શું કામ જાઉં ? મારા પૈસા છે તેમાં જ હું આરામથી રહી શકીશ. આખી જિંદગીમાં કમાઈ કમાઈને તું કેટલું કમાઈશ. મારી પાસે તેનાં કરતાં ત્રણ ગણા પૈસા છે.''

પત્નીને મોઢે આવી વાત સાંભળી કેશવ તો ચકિત થઈ ગયો. આ તો પતિને છોડીને જવા તૈયાર જ બેઠી છે. કરવું શું ? સમાજના ડરથી આવી કર્કશા પત્ની સાથે જ રહેવું કે તેને ઘરમાંથી બહાર કાઢી મૂકવી ? કેશવ ખરેખર મૂંઝાઈ ગયો હતો.

છેવટે કમલાબાઈએ જ તેને સમજાવ્યો, ''જો કેશવ ! જીવનમાં પૈસા માણસ માટે ખૂબ જરૂરી છે, પણ જિંદગી આખી કંઈ ફક્ત પૈસા પર જ નભતી નથી. અમુક ઉંમર સુધી પૈસાનું બહુ મહત્ત્વ લાગે છે, પણ પછી તો થાય છે કે શું કરવા છે આટલા પૈસાને ? મારે તો તું સુખી રહે એટલે બસ. મારી સેવા કરવાની સીમાને કંઈ જરૂર નથી. આપણે તો સ્નેહાનો વિચાર કરવો જોઈએ. કાલે સવારે તેનાં લગ્ન કરવા હશે ત્યારે તેને જ તકલીફ પડશે. સીમાને જે બોલવું હોય તે બોલવા દે. તારે તેનાં બોલવા સામે જોવું નહીં !''

આટલું થયા પછી તો સીમાને જાણે લાયસન્સ મળી ગયું. આ સમય દરમિયાન અમારા ગામમાં બીજી ઘણી કન્સ્ટ્રક્શન કંપની ઊભી થઈ અને તેને લીધે કેશવના ધંધાને પણ ફટકો પડ્યો. ઘરમાં પણ તેનું ખાસ માન રહ્યું નહીં. કેશવ બધી બાજુથી મૂંઝાઈ ગયો. તે જેટલો મૂંઝાતો ગયો તેટલી સીમા ખુશ

થતી ગઈ. આ નવા સમીકરણને લીધે ઘરનું વાતાવરણ સંપૂર્ણપણે બગડી ચૂક્યું હતું. કેશવને કેટલીય વાર વિચાર આવતો કે આ પૈસાએ જ અમારા સંસારની સુખશાંતિનો સત્યાનાશ કર્યો છે.

કાળાનુક્રમે કમલાબાઈ સિવાય એક પછી એક બધા જ સ્વર્ગવાસી થયાં. નીચેના ઘરમાં કમલાબાઈ એકલાં જ રહેતાં હતાં. ભૂલથી પણ સીમાએ એકેય વાર સાસુને કહ્યું નહીં કે તમે ઉપર રહેવા આવી જાઓ, પણ કોઈ આવ્યું હોય તો તેને મોઢે અચૂક બોલે કે, "અમારાં સાસુજીને કેટલું કહ્યું પણ સાંભળતાં જ નથી. એકલાં ભૂતની જેમ ઘરમાં રહે છે." મેં તો કહ્યું, "તમે ઉપર રહેવા આવી જાઓ, નીચેનું ઘર ભાડે આપી દેશું, પણ તે કંઈ સાંભળવા જ તૈયાર નથી. જૂના જમાનામાં માણસ અને ઉંમર થઈ છે, બહુ જિદ્દી છે, શું કરીએ ? તે કહે તેમ સાંભળીને હું રહું છું. બીજું શું થાય ?"

પહેલાની વાત જે કોઈને ખબર ન હોય તે તો સીમાની વાત સાંભળી સીમાને બહુ પ્રેમાળ અને સારા સ્વભાવની માને ને ! અમારો બંડલ બિંદપ્પા ઘણી વાર તેને ચીડવતો, "પણ કેમ સીમા ? તારી સાસુ તારી સાથે રહેવાની કેમ ના પાડે છે ? કંઈક કારણ તો હશે ને ?"

"અમારા ઘરમાં આચારવિચાર અને ધાર્મિક નિયમોનું પાલન ઓછું છે ને એટલે." બીજાની સામે નિમ્મી વિશે પણ મીઠુંમીઠું બોલતી કે, "હું ને નિમ્મી તો નાનપણની સહેલી, અમે તો બહેનો જેવી છીએ" વગેરે વગેરે. પણ નિમ્મીને કેટલીય વાર તેનાં વર્તનથી બહુ દુઃખ લાગ્યું હતું. ક્યારેક વળી તેને તુક્કો આવે, "ચાલ નિમ્મી, આપણે મારી ગાડીમાં તારે સાસરે જઈ આવીએ, સાસુજીને પણ લઈ જઈએ." આની પાછળનો હેતુ તો નિમ્મીના સાસરામાં પોતાની ગાડી દેખાડવાનો જ હોય. એ સિવાય સીમા વળી ક્યારેય સાસુને ગાડીમાં ફેરવે છે ? આ બધો દેખાડો પોતાની મોટાઈ દેખાડવા માટેનો હતો. તેનો ખ્યાલ નિમ્મીને આવ્યા સિવાય રહેતો નહીં.

ક્યારેક સીમા પ્રસ્તાવ મૂકે, "નિમ્મી ! બૅંગલૂરુ જવું છે ? નહીં તો તારે જવાનું ક્યાં બનશે ? જવાનું બનશે તો મારી સાથે જ બનશે."

ધીમેધીમે નિમ્મીએ આવવાનું ઓછું જ કરી નાખ્યું.

શ્રાવણ મહિનામાં નિમ્મીએ મને પોતાનાં ધારવાડના ઘરે જમવા બોલાવી હતી. તેનો ઊતરી ગયેલો ચહેરો જોઈ મેં પૂછ્યું, "કેમ નિમ્મી ! તબિયત સારી નથી કે શું ?"

"નલુ ! માનાં દુઃખની યાદ આવે કે કોળિયો ઊતરતો નથી. મારી મા અને દાદી કેવી રીતે રહ્યાં છે ? અને આ સીમા ! માણસો જાણીતા અને

સીમાને તો સાવ નાનપણથી જ જાણતાં હતાં એટલે કેવી હોંશથી વહુ તરીકે સ્વીકારી લીધી. અમારે કંઈ દહેજની અપેક્ષા ન હતી અને તે લોકોની ત્રેવડ પણ ન હતી. હવે માની ઉંમર થઈ છે. શરીર ચાલતું નથી. તેમને સંભાળવાને બદલે સીમા તેની સાથે કેવી રીતે વર્તે છે ? મા હવે થાકી છે અને મનથી ભાંગી પડી છે.''

''નિમ્મી ! સીમા ગરીબાઈમાં જ મોટી થઈ છે. તેનાં ઘરની પરિસ્થિતિ આપણે નાનપણથી જ જોઈએ છે. ભાઈઓ ભાઈઓનો ઝઘડો તે લોકો દિલ્હીની કોર્ટ સુધી લઈ ગયા હતા. સગાં કરતાં પૈસો જ શ્રેષ્ઠ છે એવું ગણનારું તેનું કુટુંબ. એટલે પૈસો હાથમાં આવ્યો કે સીમાનું વર્તન બદલાઈ ગયું. ''

''પણ, તેનો ઉપાય શું ?''

''હું શું કહું, નિમ્મી ? આનો ઉપાય તો ઈશ્વર જ શોધશે.''

અને ખરેખર ઈશ્વરે એક ઉપાય શોધ્યો. સીમાના જમાઈ રૂપે આવેલ 'વિનાયક' સી.એ. ભણેલો, એકદમ દેખાવડો અને સ્માર્ટ. ઘરની પરિસ્થિતિ સાધારણ પણ તેનો દેખાવ જોઈને સ્નેહા અને તેની મા સીમા બંને થાપ ખાઈ ગયાં. કેશવે કંઈ પણ કહેવાનો પ્રયત્ન કર્યો તો કોઈએ તેની વાતને કંઈ મહત્ત્વ આપ્યું નહીં.

સ્નેહા અને વિનાયકનાં લગ્ન ખૂબ ધામધૂમથી થયાં. શ્રીમંત સીમાની એકની એક દીકરી સ્નેહા ! પછી તેમાં કહેવાપણું જ શું હોય ?

વિનાયક ઘરજમાઈ થઈને ઘરમાં આવ્યો. મુત્સદ્દી સ્વભાવ, બોલવામાં ખૂબ મીઠાશ. ઘરની પરિસ્થિતિ ધ્યાનમાં આવી કે તેણે પોતાનું લક્ષ સાસુ તરફ જ રાખ્યું. તેનું વર્તન, રીતભાત વગેરે સીમાને ગમે તેવાં જ હતાં.

સીમા કહેતી, ''અમારો પોતાનો દીકરો હોત તો તેણે પણ અમારા માટે આટલું કર્યું ન હોત.''

આ સાંભળી અમારી અનસક્કા ચૂપ રહી શકે ખરી ? તે બોલી, ''નવું નવ દહાડા પછી ખબર પડશે સીમાને. ગમે તેમ કહો 'જમાઈ એટલે જમાઈ', તે સીમાનો જમાઈ થયો એટલે શું થયું ? તે દીકરો ક્યાંથી થવાનો ?'' ગામમાં પણ કહેવાતું કે, ''બધું નવું છે ત્યાં સુધી, અસલી સ્વરૂપ તો સીમાને પછી ખબર પડશે.'' અનસક્કા પણ સીમાની પીઠ પાછળ આવો જ ઢંઢેરો પીટતી ફરતી.

સીમાના જમાઈએ એક પછી એક એમ ઘરના દરેક વ્યવહારમાં હસ્તક્ષેપ કરવાનું શરૂ કરી દીધું. એક વાર તેણે સીમાને કહ્યું, ''દરેક વખતે તમારે સહી કરવા બહાર જવું પડે છે તો તમે મને 'પાવર ઑફ એટર્ની' આપી

દો તો પછી હું જ બધાં કામ પતાવી નાખીશ. તમને તકલીફ ન પડે એટલા માટે કહું છું.''

સીમાએ હા પાડી સહી કરી આપી અને ત્યારથી જ સીમાના આર્થિક સામ્રાજ્યનો અંત નક્કી થઈ ગયો. ધીમેધીમે વિનાયકે બધી મિલકત પોતાને નામે કરી લીધી અને તરત જ તેનાં મા-બાપ નીચેના ઘરમાં રહેવા આવી ગયાં. ધીમેધીમે તેનાં સગાંવહાલાં પણ ત્યાં આવીને રહેવા લાગ્યાં અને હવે કાયમ માટે ત્યાં જ રહે છે.

આ બધું સીમાથી કેમ સહન થાય ? તેણે બીજો એક વકીલ રોક્યો. વકીલે કહ્યું કે, ''બધું તમારા હાથમાંથી જતું રહ્યું છે, હવે કોઈ ઉપાય નથી.'' સીમાની ગત ઝેર કાઢી લીધેલા સાપ જેવી થઈ ગઈ. પૈસા અને સત્તા બંને ગુમાવી દીધેલ કંગાલ સીમાને જમાઈએ જ્યાં રાખવાની હતી ત્યાં મૂકી દીધી – વૃદ્ધાશ્રમમાં જ તો. હવે સીમાને કેશવની યાદ આવી, પણ કેશવે તો કહ્યું, ''તેં તો હંમેશ મને આ બધી સાંસારિક વાતોથી દૂર જ રાખ્યો છે. હવે મને એ બાબતમાં શું ખબર પડે ? મને પૂછવાથી તને શું ફાયદો થશે ?''

પૂર્વે કરેલું પાપ એમ થોડું ચૂપ બેસે ? તે તો પીપળે ચડીને પોકારે. મીઠું મીઠું બોલી તે પોતાને સાધ્વી સીમા માનતી અને કહેવડાવતી, પણ તેનાં મનમાં જે પાપ ભરેલું પડ્યું હતું તેની ઈશ્વરને ખબર ન હોય એવું થોડું બને ? કમલાબાઈ છેવટ સુધી ઝૂરતાં અને તલસતાં રહ્યાં. તેનો એ ઝુરાપો અને તલસાટ સીમાને પણ ભોગવવો પડવાનો છે અને વિનાયકને પણ ભોગવવો જ પડશે, પણ એ જોવા સીમા થોડી જીવતી હશે ? એટલે જ કહ્યું છે ને કે માણસે સંયમથી વર્તવું અને બીજાને શક્ય હોય તેટલું મદદરૂપ થવું જોઈએ.

પરોપકારી અક્કમ્મા તો હંમેશ કહે છે કે, ''આવતો ભવ કોણે જોયો છે ? જે કરવું હોય તે આ ભવમાં જ કરી લ્યો, તે જ તમારી સાથે આવશે. બાકી કરેલા કર્મનાં ફળ તો ભોગવવાં જ પડે.''

❑

ડબ્બાવાળી નલિની

હું નલિની, અત્યાર સુધી બીજા બધાનાં જીવન વિશે કંઈક ને કંઈ લખ્યું છે. હવે મારે મારા વિશે પણ કંઈક કહેવું જોઈએ. મારી અટક જે છે તે છે, પણ બધા મને 'ડબ્બી નલિની' એટલે 'ડબ્બાવાળી નલિની' જ કહે છે. બધાનાં ઘરનાં સત્તરસો સાત કામ કરતી ફરું તેમાં રસોઈ બનાવવાનો સમય મને ક્યાંથી મળે ? જે જે ઘરે હું જાઉં ત્યાં બપોરનું જમવાનું તો અનાયાસે પતી જ જાય, પણ રાતના ભોજનની વ્યવસ્થા કેવી રીતે કરવી ? એટલે હું શું કરું કે સવારે નીકળતી વખતે જ એક ખાલી ડબ્બો સાથે લઈને જ નીકળું. બધાને આની ખબર છે એટલે મારું નામ 'ડબ્બાવાળી નલિની' કે 'ડબ્બી નલિની' જ પડી ગયું છે.

પરમ દિવસે વ્યંકણ્ણાના દીકરાનો નામકરણ વિધિ હતો. તે દિવસે હું અને દામિની ધારવાડ ગયાં હતાં. વ્યંકણ્ણાની પત્ની વીણાએ આમંત્રણ આપતાં કહ્યું હતું, "નલિની ! આવી શકાય તેમ હોય તો આવજે. વધારે તકલીફ પડે અને ન આવી શકાય તેમ હોય તો દોડાદોડી કરીને આવવાની જરૂર નથી."

વીણાનો જન્મ સતારામાં થયો હતો. ત્યાં જ મોટી થઈ છે. ત્યાંની રીત જ નિરાળી. લગ્નનું આમંત્રણ બે જણને જ આપે. કોઈને ત્યાં ગયા હોય તો "તમે જરા બેસો હં ! મારી ચા ઠંડી થાય છે, પીને આવું." ત્યાંના લોકોનું બોલવાનું જ આવું. આપણને તેમનું બોલવાનું જરા ખટકે તો ખરું જ. મને પણ વીણાએ આ રીતે આમંત્રણ આપ્યું તો જરા ખરાબ તો લાગ્યું, પણ તેનો સ્વભાવ હું જાણું એટલે મેં કહ્યું, "શક્ય હશે તો જરૂર આવીશ."

વ્યંકણ્ણા અમારા જ ગામનો. તેણે તો હુકમ જ કરી દીધો, "જો નલુ !

ખોટું માન માગતી નહીં, તારે આવવું જ પડશે. તારા ઘરનાં ફંક્શનમાં હું ઑફિસમાંથી અર્ધા દિવસની રજા લઈને આવ્યો હતો કે નહીં ?''

વ્યંકણ્ણાનો સ્વભાવ એકદમ પ્રેમાળ. મેં કહ્યું, ''વ્યંકણ્ણા ! બનશે તો હું આવીશ જ, પણ કોઈ કારણસર ન આવી શકી તો સવારે જ ડબ્બો મોકલાવી દઈશ, તેમાં જમવાનું મોકલી દે જે.''

''એટલે જ બધા તને 'ડબ્બી નલિની' કહે છે. અરે, તું નામકરણમાં હાજર હોય તેનું મહત્ત્વ છે કે જમવાનું મહત્ત્વ છે ?'' વ્યંકણ્ણાએ તર્કસિદ્ધ વાત કરી.

''તો વ્યંકણ્ણા ! તું મારો સવાલનો જવાબ આપ. તું બધાને ફક્ત નામકરણ વિધિમાં જ આવવાનું આમંત્રણ આપજે, જમવાનું કોઈને કહેતો નહીં. પછી જોજે કેટલા જણ આવે છે નામકરણ વિધિમાં. તું, તારી પત્ની અને તારું બાળક જ !''

વ્યંકણ્ણાને મારા કહેવાનો અર્થ સમજાયો એટલે તે ચૂપ જ રહ્યો. એમ જોઈએ તો કોઈ પણ સામાજિક સમારંભ હોય કે ધાર્મિક, તેમાં પંચાણું ટકા માણસો જમવા માટે જ આવતા હોય છે. ત્રણ-ચાર ટકા માણસો એકબીજાને મળી શકાય તે માટે આવતા હોય છે. એકાદ બે ટકા માણસો જ તે સમારંભ માટે આવે છે, કારણ કે એ લોકોએ જ સમારંભ ગોઠવેલો હોય છે.

મારી પાસે બે-ચાર જાતના ડબ્બા છે. જ્યાં મારે ઘર જેવો સંબંધ હોય, ખૂબ નિકટતા હોય કે મારી ખાસ બહેનપણી હોય ત્યાંથી જ હું ડબ્બો લઉં છું. કારણ કે તેને લીધે મારું રાતની રસોઈ કરવાનું કામ બચી જાય. મારું ફ્રીજ જેને મારી દાદી ઠંડા ખાવાનું કબાટ કહે છે તે અનેક ડબ્બાથી ભરેલું હોય છે. હું જમવા બેસું ત્યારે મને પીરસતી હોય તે છોકરીને કહું કે, ''મને અનસક્કાના ઘરની આમ્ટી આપજે'' અને મારાથી ત્યારે બોલાઈ જાય કે, ''તેનાં મોઢામાંથી કદી એક પણ શબ્દ સારો નીકળતો નથી, પણ તે 'આમ્ટી' સ્વાદિષ્ટ બનાવે છે.''

પણ અનસક્કાનાં ઘરનો 'આમ્ટી'નો ડબ્બો મને કેવી રીતે ખબર પડશે ?''

''સ્ટીલના ઢાંકણવાળો ડબ્બો છે, તે જોઈને લાવજે.'' પછી શાક યાદ આવ્યું એટલે મેં તેને કહ્યું, ''લાલ ઢાંકણાવાળો પ્લાસ્ટિકનો ડબ્બો છે તે ગંગાના ઘરનો છે. ગંગાને જોવા કોઈ આવ્યું હતું. વાત જામી નહીં, પણ તેને શોખ છે અને માણસને આશા પણ હોય ને ? તેણે સરસ કંઈક 'વેજિટેબલ કોરમા' જેવી વાનગી બનાવી હતી. મારે માટે મોકલાવી હતી.''

દરેક ઘરના ડબ્બા કોઈક ને કોઈક વસ્તુ ભરીને મારે ઘરે આવ્યા હોય

અને કેટલાય દિવસ સુધી મારે ત્યાં જ પડ્યા હોય. આ ડબ્બાઓ જુદા જુદા આકારના અને કોઈક સ્ટીલના, તો કોઈક પ્લાસ્ટિકના અને કોઈક અન્ય ધાતુના બનેલા હોય. મારા ઘરે જાણે ડબ્બાઓનું સંમેલન ન ભરાયું હોય ! એમાંના એકાદ ડબ્બામાં વળી મુલ્લાસાબની બીબી હકાનવીએ મોકલાવેલ મેંદી હોય. વીરુપાક્ષ ગૌડાની પત્નીએ મોકલાવેલ તલના લાડુ હોય અને ભાગવ્વાનાં ઘરનો મગની દાળનો શીરો અને ભીમણ્ણાને ત્યાંથી આવેલ બેસનના લાડુ પણ હોય. આ બધા મારા નિકટના મિત્રો છે. તેમને ઘરે કંઈ પણ મને ભાવતી કે કોઈ નવી વાનગી બની હોય તો મારે માટેનો ભાગ પહેલેથી જ જુદો કાઢી મૂકી રાખે. આ બધા ડબ્બા ખાલી થાય એટલે જેમના હોય તેમને પહોંચતા કરવા તે મોટું તકલીફનું કામ. બે દિવસ પહેલાં જ મોટી ગરબડ થઈ ગઈ. કમલાબાઈનો ડબ્બો તેમની પાક્કી દુશ્મન અનસક્કાને ત્યાં પહોંચ્યો. બીજે દિવસે બળબળતી બપોરે અનસક્કા ખૂબ ગુસ્સે થતી મારે ઘરે આવી.

"નલુ ! તારા ભેજામાં શું ભર્યું છે ?"

"એ તો મને કેમ ખબર પડે, અનસક્કા ? હજી સુધી ખોપરી ખોલીને મેં જોયું નથી."

મારી આવી મજાક સાંભળી અનસક્કા થોડી શાંત થઈ. તેને ભાવતો મઠ્ઠો મારા ફ્રીજમાં હતો. અંબક્કાએ, સૂંઠ, કોથમીર, આદું વગેરે નાખી, ઘીનો વઘાર કરી સરસ મઠો બનાવ્યો હતો. તે તેણે મને મોકલાવ્યો હતો. તે મેં એક મોટા ગ્લાસમાં ભરીને અનસક્કાને આપ્યો. અનસક્કા આ ઠંડી લસ્સી (મઠો) પીને શાંત થઈ ગઈ.

અચાનક અનસક્કા બોલી, "નલુ ! હું શું કામ આવી હતી ?" તે પોતાનું મારે ઘરે આવવાનું કારણ ભૂલી ગઈ હતી.

"મારા ભેજામાં શું ભર્યું છે તે પૂછવા આવી હતી તું ?" મેં જવાબ આપ્યો.

"હં... યાદ આવ્યું હવે. એ કમલીને ઘરે તું શું કામ ગઈ હતી ? તારે તેનું શું કામ હતું ? અને તેણે તને ડબ્બામાં શું ભરીને આપ્યું હતું ?"

ડિટેક્ટિવ '૦૦૭' જેવી અનસક્કા કમલા વિશે તપાસ કરવા આવી હતી તે મારા ધ્યાનમાં આવી ગયું. હવે સાચી વાત કીધા સિવાય છૂટકો ન હતો.

"અરે, કાંઈ નહીં. પરમ દિવસે તેણે 'ભીંડાની કઢી' બનાવી હતી. મને તે બહુ ભાવે છે, પણ મને એ બધું બનાવવાનો સમય જ ક્યાં મળે છે ? એટલે તેણે યાદ રાખીને ડબ્બો ભરીને મને મોકલાવી હતી, એટલું જ બીજું કંઈ નહીં. એમાં મારી કંઈ ભૂલ થઈ ?"

"ભૂલ તો થઈ જ છે, નલુ ! કમલી સીધી સાદી બાઈ છે એમ નહીં સમજતી. આગલે દિવસે બનાવેલી કઢી વધી હશે એટલે એ વાસી કઢી તેણે તને મોકલાવી હશે, નલુ !" એક વાત તને કહી રાખું છું, "દુનિયામાં કોઈની પણ ઉપર વિશ્વાસ મૂકજે, પણ આ કમલી પર નહીં મૂકતી."

"એવું નથી, અનસક્કા ! કઢી એકદમ ગરમ જ હતી."

મારી વાત અધવચ્ચેથી જ કાપી નાખીને તે બોલી, "નલુ ! તું નકામી એમ.એ. થઈ છે. વાસ્તવિકતાનું તને બિલકુલ જ્ઞાન નથી. તને એટલીય ખબર નથી પડતી કે ઠંડા ખાદ્યપદાર્થને ફરીથી ગરમ કરી શકાય ને ? ગરમ કરો પછી વાસી શું અને તાજું શું બધું જ સરખું લાગે ને ?"

કમલાના દીકરા સાથે અનસક્કાની દીકરીના લગ્ન ન થયા તે બાબતનો આ બધો ઉકળાટ ગમે ત્યારે નીકળે અને એ માટે આજે વળી કારણ મળ્યું મારાથી થયેલ ડબ્બાની અદલાબદલી.

કોઈ પણ સમારંભમાં મારે ભાષણ આપવા જવાનું હોય ત્યારે હું જવા નીકળું તે પહેલા મને જોઈને જ મારી બહેનપણીઓને ખ્યાલ આવી જાય એટલે કહેશે, "તારે માટે ડબ્બો ભરી રાખીશ લેતી જજે. અથવા તો હમણાં જ લઈ લે. પછી જજે ભાષણ આપવા. રસોઈ કરવાનો સમય ક્યાં મળશે તને ?"

દરેક ઘરની રીત જુદી જુદી હોય એટલે સ્વાદ પણ જુદા હોય જ. એક જ જાતની દાળ હોય કે ચોખા અને તે જ શાકભાજી હોય, પણ દરેક ઘરના સ્વાદમાં કંઈક વિશિષ્ટ હોય જ.

વચ્ચે એક મહિનો કોઈનો ડબ્બો મારે ત્યાં આવ્યો ન હતો, કારણ કે ત્યારે અધિક માસ હતો અને તેમાં લગ્નપ્રસંગ જેવા કોઈ શુભ કામ ન થાય. થોડા દિવસ તો ગમે તેમ સમય કાઢી કંઈક ને કંઈક બનાવી લેતી, અચાનક કામ માટે બૅંગલૂરુ જવાનું થયું. ચિંતા થતી હતી કે કેવી રીતે બધું થશે ? સમય ઓછો હતો ત્યાં અન્નપૂર્ણા જેવી અંબક્કા. તેના હાથમાં ટિફિન કૅરિયર હતું.

"અંબક્કા ! આજે વળી શું બનાવ્યું છે ? શું લઈ આવી છે મારે માટે ?"

"કંઈ નહીં, તારે માટે બે દિવસ ચાલે એટલું જમવાનું બનાવીને લાવી છું. ફ્રીજમાં મૂકી દેજે. તને ભાવે તેવી ચીજ છે."

"પણ શું કામ ?"

"કંઈ નહીં, તું કાં તો સતત લખતી હોય અને નહીં તો ફરતી હોય,

સમય ન મળે એટલે જ હોય તે ખાઈ લેતી હોય એટલે લઈ આવી.''

''અંબક્કા ! જો તારી જેવી બહેનપણી, આપણા ગામ જેવું ગામ અને આપણા ઉત્તર કર્ણાટક જેવો આતિથ્ય ભાવનાવાળો પ્રદેશ છે તો હું મારું જમવાનું કે રસોઈ ન બનાવીને પણ આરામથી જીવી શકું છું અને પ્રવૃત્તિ કરી શકું છું. બીજો કોઈ પ્રદેશ હોત તો હું આ રીતે કંઈ કરી શકી હોત ?''

હવે વાત કરું આ ડબ્બાઓની કે જેણે મારા જીવનમાં બહુ મહત્ત્વનું સ્થાન મેળવ્યું છે. બહુ જૂની વાત છે આ તો, મારી બહેનપણી વિમલાનાં લગ્નમાં હું ગઈ હતી. કૉલેજની નવીનવી નોકરી હતી. પ્રિન્સિપાલે રજા આપવાની ના પાડી હતી તેથી વિમલાને મેં કહ્યું હતું કે, ''મને રજા નહીં મળે, હું લગ્નવિધિ વખતે થોડી વાર માટે આવી જઈશ.''

''જમવા ન આવે તો ડબ્બો લેતી આવજે !'' એવું મને કહેવાની જરૂર જ ન હતી.

લગ્ન સરસ રીતે પતી ગયાં. છોકરો-છોકરી એક જ ગામનાં હતાં. જમણવાર છોકરીવાળા તરફથી હતો. છોકરાવાળાએ પોતાના બધા જ સગાંસંબંધીઓને બોલાવ્યાં હતાં. અમારા ગામમાં રિસેપ્શનનો રિવાજ નથી. વિધિ પૂરી થવા આવી હતી, મને જમવા માટે રોકાવાનો સમય ન હતો, એટલે હું મારી વાયરની બાસ્કેટ અને તેમાં રાખેલ ટિફિન કેરિયર રસોડામાં મૂકી આવી. ત્યાંના રસોઇયા સાથે મારી જૂની ઓળખાણ છે. મને જોઈને દાળમાં કડછી ફેરવતાં તેણે મને પૂછ્યું, ''નલુ ! તારો ડબ્બો ભરવાનો છે ને ? શું શું ભરું ?''

''મીઠાઈ થોડી વધારે મૂકજે, બાકી બધું જે જે હોય તે થોડું થોડું મૂકજે. હું પંદર મિનિટમાં આવું છું.''

વિમલાને મળીને, શુભેચ્છા આપી હું રસોડામાં આવી. સામરાચાર્યના આસિસ્ટન્ટ નારાયણે મારી લાલ વાયરની બાસ્કેટમાં મૂકેલ ડબ્બો લઈને હું પાછી આવી. ઘરે આવીને બાસ્કેટમાંથી ડબ્બો બહાર કાઢ્યો. ડબ્બો જોઈને હું તો આભી જ બની ગઈ. મારા સ્ટીલના ટિફિન કેરિયર જેનાં દરેક ડબ્બા પર 'એન.કે.' એટલે નલિની કુલકર્ણી લખેલું હતું તે ટિફિનને બદલે કોઈક જૂનું એલ્યુમિનિયમનું ટિફિન હતું. ઘણાં વર્ષોથી વપરાયેલું, અનેક હાથોમાં ફર્યું હશે. સાઇકલની કેટલીયે મુસાફરી કરી હશે. દરેક ડબ્બા પર ગોબા પડેલા હતા અને ટિફિન સાવ ઘસાયેલું હતું અને તેમાંનું ખાવાનું ટિફિન જેવું જ હતું – 'ભોપળાનું શાક, સાદો ભાત અને દાળ.'

મારું તો મગજ ફરી ગયું. મારા પહેલા પગારમાંથી ખૂબ હોંશથી લીધેલું

મારું સ્ટીલનું ટિફિન ખોવાઈ ગયું હતું અને બીજું એ કે સરસ મજાનું સ્વાદિષ્ટ જમવાનું મળશે એ વિચારથી ખુશ થતી હતી અને મળ્યું તો આવું ગંદું અને બેસ્વાદ જમણ !

સાંજના ફરીથી લગ્નની વાડીમાં ગઈ. લગ્ન પતી ગયાં પછી વાડીની દશા તો જોવા જેવી હોય. કોઈ કોઈને જવાબ આપવા નવરું ન હતું. હજી સુધી સફાઈ થઈ ન હતી. ઠેકઠેકાણે રંગીન ચોખા વેરાયેલા પડ્યા હતા. સવારના તાજાં ફૂલોના તોરણ-માળા વગેરે કરમાઈને પડેલાં હતાં. બધા થાકીને જ્યાં જગ્યા મળી ત્યાં લાંબા થઈને પડ્યા હતા. રસોડાની સફાઈ ચાલતી હતી. આમાં મારો ડબ્બો શોધવાનું કોને કહું ? છેવટે તે એલ્યુમિનિયમનું ટિફિન મારે માથે જ પડ્યું.

અમારા ઘરમાં મારે માટે વર શોધવાની હિલચાલ શરૂ થઈ ગઈ. કાલપરમ દિવસ સુધી તો "અમારી નલુ હજી નાની છે" એવું કહેનારી મારી દાદી પણ કહેવા લાગી કે, "હવે નલુનાં લગ્ન કરવા જોઈએ, કેટલી ઊંચી થઈ ગઈ છે ? જોતજોતામાં ઉંમર વધી જશે." દાદીનો બોલવાનો સૂર બદલાતા અમારા ઘરમાં આજ સુધી કદી ન સાંભળેલાં વાક્યો સંભળાવાં લાગ્યાં, "એક નાડી, સગોત્ર, જન્માક્ષર મળતા નથી વગેરે વગેરે તથા સાસુ-વહુ આકરા સ્વભાવની, નણંદ સૂર્પણખા જેવી અને જેઠાણી કજિયાખોર ન હોવી જોઈએ. કુટુંબમાં છોકરાં ઓછા હોય તે સારું" આવી જાતજાતની વાતો ઘરમાં થવા લાગી.

અમારો સંયુક્ત પરિવાર હતો. ચાર કાકાઓ વચ્ચે હું એક જ દીકરી. છોકરો બધાને પસંદ આવવો જોઈએ. દરેક જણ છોકરામાં કાંઈક તો કાંઈક ખોડ કાઢે જ અને પછી વાત આવે નવા છોકરાની અને આમ જ મારાં લગ્નની વાત આગળ ને આગળ ઠેલાતી જાય. મારી પણ પતિ વિશે કંઈક અપેક્ષા હતી, કંઈક સપનાં હતાં, પણ વડીલોની મર્યાદા સ્વીકારી ચૂપ જ બેસી રહેવું પડે. ત્યારે મને થતું કે હું એક સજીવ મનુષ્ય નહીં, પણ જાણે કોઈક વસ્તુ ન હોઉં. મારા મનમાં એવી હીનભાવના ઉત્પન્ન થતી અને તેઓના સવાલ જવાબ મારા મનને દુઃખી કરતા હતા અને એટલું હું પણ તેઓને જવાબ કંઈક કટાક્ષની ભાષામાં આપતી તેથી પરિસ્થિતિ બગડતી. હું પણ શું કરું ? પોતે હોય માંકડા જેવા પણ અપેક્ષા રાખે માધુરી દીક્ષિત જેવી છોકરીની.

આને લીધે એક વાર અનસક્કાની ટીકા સાંભળવા મળી, "આ નલુનાં નખરાં બહુ વધી ગયાં છે. આમ જ કરતી રહેશે તો ગંગાની જેમ કાયમ

ઘરમાં જ બેઠી રહેવાની છે.'' આ સાંભળીને મારી મા તો રડવા જ બેઠી. દાદી બોલી, ''આમ નકામું રડવાની શું જરૂર છે ? હજી કંઈ લગ્નની ઉંમર નથી વીતી ગઈ, નલુની, અંજળ હશે ત્યારે બધું બરાબર નક્કી થઈ જશે અને ત્યારે નલુ કંઈ ના પાડવાની નથી, હસતી-રમતી તૈયાર થઈ જશે. અત્યારથી તું કંઈ કહેતી નહીં છોકરીને.''

મિરજમાં પિતાજીના મિત્ર ડૉ. પુરાણિકના ઘરની વાસ્તુપૂજા હતી. પિતાજીથી જવાનું બને તેમ ન હતું એટલે તેમણે મને કહ્યું, ''નલુ ! તું જ વાસ્તુપૂજામાં મિરજ જઈ આવ. હમણાં તો કૉલેજમાં પણ રજા છે. સવારના અહીંથી મિરજની સીધી ગાડી છે, જઈશ ને ? અને તને તો ક્યાંય અજાણ્યું લાગે તેમ નથી.''

હું ખુશીથી જવા તૈયાર થઈ ગઈ. સવારની મિરજ જતી સીધી ગાડીમાં નીકળી. ગાડી બપોરના મિરજ પહોંચતી હતી. ગાડીમાં રસ્તામાં ખાવા માટે પૂરી-ભાજી અને દહીં સાથે લીધાં હતાં અને 'કસ્તૂરી' મૅગેઝિન રસ્તામાં વાંચવા માટે લઈને હું ગાડીમાં બેઠી.

રિઝર્વ કંપાર્ટમેન્ટમાં સવારના સમયે માણસો ઓછા હોય. હું ગાડીમાં ચડી પછી એ જ કંપાર્ટમેન્ટમાં એક તરુણ ચડ્યો. તેની સાથે કોઈક ઉંમરલાયક વ્યક્તિ તેને મૂકવા આવી હતી. તેઓ બારીમાંથી અનેક સૂચનો આપ્યાં કરતાં હતાં, ''ગાડીમાંથી સાચવીને ઊતરજે, અંતણ્ણાને કહેજે, ''હું આવી શક્યો નથી તો ખોટું ન લગાડે અને તું જમીને તરત જ બસમાં નીકળતો નહીં. એક દિવસ રોકાઈ જવું પડે તો વાંધો નહીં, પણ પાછો ટ્રેનમાં જ આવજે.'' આવું બહુ વાર આમ ચાલ્યું. છોકરી પહેલી વાર સાસરે જતી હોય કે છોકરો પહેલી વાર હૉસ્ટેલમાં જતો હોય ત્યારે આવો ઉપદેશ અને સલાહસૂચન અપાતાં હોય છે એ જ રીત હતી. મારી આંખ સામે તો 'કસ્તૂરી''' હતી પણ કાન તો તે સંભાષણ સાંભળી રહ્યા હતા.

તે તરુણ આ સૂચનો સાંભળીને અસ્વસ્થ થતો જતો હતો અને તે સરખો તેમને કહ્યા કરતો હતો, ''ભલે મામા ! હું સંભાળીને જઈશ અને પાછો આવી જઈશ. કહ્યું ને તમને, મારી ચિંતા કરતા નહીં. તમે હવે ઘરે જાઓ.'' હું બધું સાંભળું છું એવું તેના ધ્યાનમાં આવી ગયું હતું એટલે તેને બહુ સંકોચ થતો હતો.

સ્ટેશન પરથી ગાડી છૂટી. અમારા કંપાર્ટમેન્ટમાં અમે બે જ જણ હતાં. હું સામેથી તેની સાથે વાત કરવા જાઉં તે શક્ય ન હતું અને એ પણ મારી સાથે કંઈ બોલ્યો નહીં. મારી જેવી વાતોડિયણ માટે તો આ એક પ્રકારની

શિક્ષા જ હતી. આ યુવાન હતો એ જ તો મારે માટે મોટી તકલીફ હતી. તેની જગ્યાએ એકાદ વૃદ્ધ માણસ હોત કે એકાદ નાનું બાળક કે કોઈ સ્ત્રી હોત તો તેની સાથે ક્યારની ઓળખાણ થઈ ગઈ હોય.

સ્ટેશન આવતા પહેલાં મેં મારો ડબ્બો બહાર કાઢ્યો. મારું જોઈને તેણે પોતાનો ડબ્બો કાઢ્યો અને નમ્રતાથી પૂછ્યું, "ક્યાં જાઓ છો ?"

"મિરજ, તમે ?"

"હું પણ મિરજ જાઉં છું, મિસ..."

"નલિની, મારું નામ નલિની છે."

"મારું નામ નરસિંહ..."

કેવા અરસિક હશે આનાં મા-બાપ ! આવા દેખાવડા છોકરાનું નામ નરસિંહ ? ના મનુષ્ય, ન પશુ !

"થોડી ચકરી લેશો ?" નરસિંહે પોતાનો ડબ્બો મારી સામે મૂક્યો.

અને મોટો આઘાત લાગ્યો મને. ચકરી જોઈને નહીં, પણ ડબ્બો જોઈને. ડબ્બો મારી સામે જ હતો. તેની ઉપરના એન.કે. અક્ષર મારી નજર સામે તરવા લાગ્યા. મારો ખોવાયેલો ડબ્બો આ તો ન હતો ને ? પણ પૂછું કઈ રીતે ? કંઈ પણ વાત કરતા રહેવાથી જ આ વાતનો ઉકેલ મળશે એમ સમજી વાતો ચાલુ રાખવા માટે મેં કહ્યું, "ડબ્બો બહુ સરસ છે."

"ચકરીને ? મારી મામીએ બનાવી છે. તેને મારે માટે ખૂબ લાગણી છે."

"અરે ! આ તો બહેરો છે કે શું ? હું પૂછું છું કંઈક અને જવાબ આપે છે કંઈક. હું તો ડબ્બા માટે પૂછતી હતી. ક્યાંથી લીધો ?" એટલી વારમાં ટી.સી. આવ્યો અને ડબ્બાની વાત રહી જ ગઈ, પણ નરસિંહની દૃષ્ટિએ, મારી દૃષ્ટિએ નહીં.

એક વાર બોલવાનું શરૂ થયા. પછી અમે ખૂબ ગપ્પાં માર્યાં. બંનેએ એકબીજા વિશે ઘણી જાણકારી મેળવી, પણ ડબ્બાની વાત તો બાકી જ રહી ગઈ. તે ડબ્બો મારો જ હતો તે વિશે મને જરાય શંકા રહી ન હતી અને તે માટે મુખ્ય કારણ હતું તેનાં ઉપરનું 'એન.કે.' નામ. પણ તે નામને આધારે તો તે પણ કહી શકે કે "ડબ્બો મારો છે." તેનું નામ પણ 'એન.કે.' એટલે 'નરસિંહ કુલકર્ણી !' સ્પષ્ટતા કર્યા વગર ખુલાસો થવાની શક્યતા ન હતી, પણ પૂછવું કઈ રીતે ? આ એક મોટો પ્રશ્ન હતો.

મિરજ પહોંચ્યા. સ્ટેશન પર ડૉ. પુરાણિક આવ્યા હતા. નરસિંહને જોઈને તેઓ આશ્ચર્યથી બોલ્યા, "અરે ! તું પણ આ ટ્રેનમાં આવ્યો ? તમે બંને

એક કંપાર્ટમેન્ટમાં હતાં ? તો તો નલિનીએ એટલી વારમાં તારો પૂરો ઇતિહાસ જાણી લીધો હશે.''

એટલે એમ કે અમે બંને એક જ ઘરે વાસ્તુપૂજામાં આવ્યાં હતાં. ખરેખર આટલી સાથેની મુસાફરીમાં મને તેનો પૂરો બાયોડેટા જાણવા મળ્યો હતો. મા-બાપ વગરના નરસિંહને છોકરાંછૈયાં ન હતાં તેવાં મામા-મામીએ ઉછેરીને મોટો કર્યો હતો. અત્યારે તે સેન્ટ્રલ ગવર્મેન્ટમાં ઑફિસર હતો. સ્વભાવે એકદમ સરળ અને વિવેકી હતો. પાછાં ફરતાં અમે બંને એક જ ગાડીમાં સાથે આવ્યાં.

અમારા ઘરમાં હમણાં નવા નવા છોકરા જોવાની વાત થોડી ઠંડી પડી ગઈ હતી. અચાનક એક વાર અંતણણાકાકાએ જ ફોન કરીને એક નવો પ્રસ્તાવ મારા પિતા સમક્ષ મૂક્યો. અમારો મિરજ જવાનો પ્રોગ્રામ એમણે જ બનાવ્યો અને ટિકિટ પણ એ જ રીતે બુક કરાવી અને કહ્યું કે, ''હમણાં આ 'એન.કે.' ને તે 'એન.કે.' વિશે કંઈ કહેતા નહીં કે પૂછતા નહીં.''

અમે મિરજથી પાછા આવ્યા ત્યારે સ્ટેશન પર દાદી સાથે બધા જ 'એન.કે.'ને જોવા આવ્યા હતા. અમને બંનેને આ વાતની કંઈ જ ખબર ન હતી. આમ જ સાધારણ વાતવાતમાં અમારાં લગ્ન નક્કી થઈ ગયાં, પણ મારો પ્રશ્ન તો મનનો મનમાં જ રહી ગયો હતો.

મેં કહ્યું, ''મારે નરસિંહ સાથે વાત કરવી છે.'' ઘરના વડીલોએ મને કમને હા પાડી.

અમે મળ્યા એટલે વાતો કરતાં કરતાં વાતવાતમાં મેં એક પ્રશ્ન પણ કરી લીધો કે તેણે ડબ્બો ક્યાંથી ખરીદ્યો હતો.

''કયો ડબ્બો ?''

''તે જ જે તું મિરજ જતી વખતે લાવ્યો હતો તે. તેનાં પર 'એન.કે.' નામ લખેલું હતું ને તે ડબ્બો.''

''તે ? તે કંઈ મારો ડબ્બો ન હતો. ભાસ્કર કરીને મારો એક મિત્ર છે તેનાં લગ્નમાં હું ગયો હતો. મારી એક અગત્યની મીટિંગ હતી એટલે જમવા રોકાવાનો સમય ન હતો એટલે મારી મામીએ ઘરમાં એક જૂનું એલ્યુમિનિયમનું ટિફિન હતું તે મારું જમવાનું લાવવા માટે આપ્યું હતું. તેને બદલે સ્ટીલનું ટિફિન આવ્યું હતું. હું ફરીથી ત્યાં જઈ આવ્યો. કોઈકે કહ્યું, ''આ તો ડબ્બી નલિનીનો ડબ્બો છે'' પણ એ ડબ્બી નલિની કોણ એ મને કંઈ સમજાયું નહીં એટલે ચૂપ રહ્યો.''

મને હસવું આવ્યું. મારો અતિપ્રિય ડબ્બો મળી ગયો હતો. તે પણ એકલો નહીં તેના પણ દક્ષિણા તરીકે વિધિપૂર્વક પતિ પણ મળ્યો હતો.

મારી પાસે અનેક પ્રકારના ડબ્બા છે. ટાઇટ ઢાંકણાવાળા – અંદરનો લિક્વિડ પદાર્થ બહાર ન આવે તેવા ટપરવેરના, પારદર્શક પ્લાસ્ટિકના, ભાત, શાક, રોટલી ગરમ રહે તેવા હોટકેસ અને ધોવામાં સરળતા રહે પણ ફૂટે નહીં તેવા કાચના અનબ્રેકેબલ ડબ્બા. આવા જાતજાતનાં અને જુદા જુદા આકારના ડબ્બાઓ મેં ભેગા કર્યા છે. ઘર પ્રમાણે શોભે એવા ડબ્બા હું લઈ જાઉં છું.

બે દિવસ પહેલા બંડલ બિંદપ્પાના હાથમાં એક ડબ્બો જોયો હતો. તેમાં મિસળ હતું. બિંદપ્પાની પત્ની સરસ્વતી ગામમાં હતી નહીં તો તેની પાસે આ મિસળ ક્યાંથી ? મેં પૂછ્યું તે પહેલાં જ તેણે જ કહેવાની શરૂઆત કરી, “નલુ ! આને કહેવાય ‘બેના ઝઘડામાં ત્રીજાને લાભ.’”

“એટલે શું, બિંદપ્પા ?” મેં પૂછ્યું.

“પરમ દિવસે શું થયું સાંભળ ! ભાગ્યાને ઓળખે છે ને ? તારક્કાની વહુ, તેણે તને ખીર મોકલાવી હતી ને ?”

“હા ! મને બહુ ભાવે છે એટલે તેણે મોકલાવી હતી, પણ તેને અને આ મિસળને શું સંબંધ ?” ત્યારે અચાનક ભીમણ્ણા આવી ચડ્યો. તે બોલ્યો, “સંબંધ છે જ તો, તને એક કહેવત કહું તે લખી નાખ, તે કંઈ તારું પુસ્તક લખવા જેવું સહેલું કામ નથી.” ભીમણ્ણાએ વચ્ચે ડબકું મૂક્યું.

“બોલ તો ખરો !”

“તો સાંભળ અને લખી રાખ, ‘બે બિલાડીની લડાઈમાં વાંદરો ફાવી જાય.’”

“રહેવા દે, ભીમણ્ણા ! આ કંઈ તારી કહેવત નથી. આ કહેવત તો મારી દાદી પણ કહેતી, મેં અનેક વાર સાંભળી છે. ઠીક છે, જવા દે એ બધી વાત અને મેં પૂછેલા સવાલનો પહેલો જવાબ આપ કે કોણે મોકલાવ્યું આ મિસળ ?”

“તારા બાઈએ.”

“પણ તેણે શું કામ મોકલાવ્યું ?”

“કારણ તો સાસુ-વહુની સ્પર્ધા. ભાગ્યાએ તને ખીર મોકલાવીને એટલે તારક્કાને ગુસ્સો આવ્યો. તેનાં કરતાં હું ઊતરતી નથી તે દેખાડી દેવાનું ખુન્નસ. તરત મને બોલાવીને આ ડબ્બો આપ્યો અને તને પહોંચાડી દેવાનું કહ્યું અને કહેવડાવ્યું છે કે મેં બનાવેલ વાનગી સારી છે કે મારી વહુએ બનાવેલી તે જણાવજે.”

“એટલે તારક્કા મને જજ સમજે છે શું ? બિંદપ્પા ! મારે ડબ્બો નથી

જોઈતો.'' એ જ સમયે જ્યણ્ણા પણ આવી ગયો. તેણે ફાયદાનો વિચાર કરી કહ્યું, ''નલુ ! તું જરા ચાલાકી વાપરજે, 'તારી વાનગી સરસ હતી' એમ બંનેને કહજે એટલે બંને બાજુથી તને ડબ્બા નિયમિત મળતા રહેશે.''

''નહીં રે જ્યણ્ણા, મેં ક્યારેય ફાયદાની દૃષ્ટિએ ડબ્બા વિશે વિચાર્યું જ નથી. જ્યાં મને પોતાપણું લાગે અને જેને મારે માટે લાગણી છે, તેના ઘરનો ડબ્બો જ હું લઉં છું. એવો નિયમિત ડબ્બો જોઈતો હોય તો વીશીમાંથી લાવતા મને આવડે છે. આ ફક્ત ડબ્બા નથી, મિત્રોને એકબીજા સાથે જોડતી કડી છે. ડબ્બો આપવા માણસ ઘરે આવે, ઘડીક બેસીને ગપ્પાં મારે. સુખદુઃખની વાતો થાય. હું પણ ખાલી ડબ્બા પાછા આપવા તેને ઘરે જાઉં. તેના ઘરનું વાતાવરણ અને પરિસ્થિતિ મને સમજાય. બે સારી વાતો થાય. જરૂર હોય ત્યાં થોડું સાંત્વન આપવા લેવાનું બને. આ જ મારો ડબ્બા લેવા પાછળનો ઉદ્દેશ છે. તારક્કાના ડબ્બાની વાનગી ખાઈને તેનાં અંદરઅંદરના ઝઘડામાં હું વધારો કરું છું એવું તે સમજતી હોય તો મારે તેનો ડબ્બો નથી જોઈતો.''

મારું કહેવાનું બિંદપ્પાને સમજાયું એટલે તેણે પણ મારી વાતમાં હકાર ભણી મારી વાતને ટેકો આપ્યો.

●●